NGUYỄN XUÂN HOÀNG

BỤI VÀ RÁC

NGƯỜI VIỆT BOOKS

BỤI và RÁC
Nguyễn Xuân Hoàng

Người Việt tái bản, 2014
Tranh bìa: Nguyễn Man Nhiên
Trình bày: Hạnh Tuyền và Uyên Nguyên

ISBN: 978-1-62988-260-4

Bụi và Rác

MỤC LỤC

THAY LỜI GIỚI THIỆU

Người Đi Trên Mây Trần Lâm Thăng trong *Bụi Và Rác* cuốn truyện thứ nhì của bộ tiểu thuyết *Người Đi Trên Mây*, vẫn tiếp tục đi trên mây. Những đám mây ở dưới gót chân của Trần Lâm Thăng trong *Bụi Và Rác* màu đỏ lòm và có hình tượng búa và liềm. Có cả những hình tượng súng ống, cùm kẹp, rút cục cũng chỉ là những hình tượng búa và liềm biến dạng.

Đám mây màu đỏ hất thầy giáo Trần Lâm Thăng ra khỏi trường học, nơi anh dạy Triết, khi mà triết học dưới màu mây đỏ chỉ còn là "môn học bá láp". Mây đỏ đẩy "người đi trên mây" vào nhà giam ở vùng Phan Thiết, ném anh tuốt xuống đáy xà lim ở Kiên Giang.

Trần Lâm Thăng bị những đám mây màu đỏ xô đẩy đi từ phi lý này đến phi lý khác, sự phi lý nghẹn họng của các thầy cô trước những giáo án, giáo trình, những lớp học bị dòm ngó, phi lý cuộc đời của Tư Long, phi lý khi trở về nhà sau những ngày tháng giam cầm vợ con đã biến đi mất, phi lý bị tống vào xà lim chỉ vì cao hơn những người tù khác một cái đầu.

Nhưng thật kỳ lạ, đứng trên những đám mây của quê hương tự do, thầy giáo Triết Trần Lâm Thăng quả thực đi trên mây, nhưng hôm nay, đi trên những đám mây màu đỏ hình tượng búa liềm, "người đi trên mây" Trần Lâm Thăng lại di chuyển bằng những bước chân thật vững vàng. Trần Lâm Thăng từ chối không dạy học cho một trường học đã bị biến thành một nhà giam, từ chối và thúc đẩy bà chị dâu không cho bọn công an cướp sống ngôi nhà, từ chối đứng về phía Mười Tân, một khuôn mặt rất sắt máu của Việt Nam sau bảy mươi lăm.

Đối chiếu "người đi trên mây" Trần Lâm Thăng với những người đi dưới đất, thực tế cùng mình của Việt Nam thời kỳ quốc nạn này, Thăng hiện ra như một con người can đảm, có tự hào và tự tin mà người đi trên mặt đất nhiều người không có được.

Hai trăm sáu mươi hai trang, *Bụi Và Rác* là một tác phẩm rất lôi cuốn. Tốc độ của bút pháp phù hợp vừa khít với nội dung gồm sự kiện nhiều hơn hồi tưởng hay nội quan, động tác nhiều hơn tâm sự.

Tách rời ra khỏi toàn bộ *Người Đi Trên Mây* – vì chưa chấm dứt - *Bụi Và Rác* một mình nó là một cuốn tiểu thuyết có giá trị cao.

Nền tảng triết học khởi đầu của bộ sách vẫn được gìn giữ trong *Bụi Và Rác*, được phong phú hoá bằng đông đảo những sinh hoạt và sự việc cụ thể, có khi làm buồn, có khi làm khóc, có khi làm cười, thường thì làm đau, làm thành Nguyễn-Xuân Hoàng, một Nguyễn-Xuân Hoàng khác biệt với Võ Phiến, với Mai Thảo, với Tự Lực Văn Đoàn. Khác biệt với những nhà văn của Nhà Nước Hà Nội. Khác biệt cả với Nguyễn-Xuân Hoàng của những ngày tháng trước. Nghĩa là làm cho Nguyễn-Xuân Hoàng thành một nhà văn có vóc dáng không phải chỉ trong dòng văn chương hải ngoại, mà còn trong văn chương Việt Nam nữa.

Tháng Chín, 1992
NGUYÊN SA

CHƯƠNG MỘT

Đường phố đầy người. Tù chính trị Cộng sản, thân Cộng, thiên Cộng đã được thả hết, nhưng cùng lúc tù hình sự cũng tuôn ra theo. Ở nhiều ngã đường những người tù hình sự có thể cúi xuống nhặt một khẩu súng. Và họ tự đeo lên cánh tay một băng vải đỏ, lấy một chiếc xe jeep nào đó nằm ở lề đường, lái nghênh ngang giữa phố bóp còi inh ỏi. Họ tự cho mình là dân quân cách mạng và họ cướp bóc, dọa dẫm người khác.

Thiếu người cảnh sát công lộ, các đường phố trở nên hỗn loạn, mạnh ai nấy đi. Những ngọn đèn lưu thông xanh-vàng-đỏ ở các ngã tư tắt ngúm như một người câm.

Tôi đến trường theo thông cáo trên đài phát thanh. Cửa đóng kín. Nhưng bên trong lúc nhúc những người bộ đội xúng xính trong những bộ quần áo màu xanh, những quần áo quá mới không vừa cỡ, khiến người ta có cảm tưởng như họ được phát chỉ để mặc trong ngày này do sự chuẩn bị đã được tính toán từ trước. Tôi không đứng một mình. Sau tôi còn một số đồng nghiệp cũng vừa kéo tới. Bác Phẩm, người cai trường, mọi khi vẫn mở cổng cho giáo sư vào, hôm nay đã biến mất. Một người bộ đội trẻ đang mang súng đứng gác. Thấy chúng tôi tập trung trước cổng càng lúc càng đông, anh ta xốc súng đến cổng hỏi giọng trống trơn:

"Muốn gì?"

Anh Lương, giáo sư môn Công Dân, người đồng nghiệp lớn tuổi nhất trường, nói nhỏ nhẹ:

"Chúng tôi là giáo sư nhà trường. Đài phát thanh thông báo chúng tôi có buổi họp sáng nay."

"Sao không nói!"

Anh ta xẳng giọng, kéo chốt cửa hông, đứng qua một bên để chúng tôi từng người một xuống dắt xe vào.

Gần như toàn thể thầy giáo của nhà trường tập trung đầy đủ ở phòng giáo sư.

Mọi người lặng lẽ ngồi xuống ghế hình vòng cung quanh bàn. Tôi có cảm tưởng trong cách ăn mặc của mọi người có một điều gì như khác trước đây. Không khí trầm lắng, thiếu tiếng cười và những câu pha trò buổi sáng mà tôi vẫn thường nghe quanh ấm trà.

Giải phóng rồi

Cách mạng thành công rồi

Hòa bình rồi

Từ nay đất nước đã sạch bóng quân thù

Mỹ đã cút, ngụy đã nhào.

...

Một ông to béo nói giọng Nam tự giới thiệu là đại diện sở Giáo dục của cách mạng đến nói với chúng tôi bằng những từ ngữ kiểu loại đó.

Giữa những người gọi là "cách mạng" gầy yếu mỏng và nhẹ tênh, ông đại diện này có phần nặng ký. Mới đi Tiệp về, chuyên ngành giáo dục. Và cũng trong phần nói chuyện đó, ông cán bộ béo mập trân trọng giới thiệu Lê Hiên tân hiệu trưởng nhà trường cách mạng và Trần Nguyên, giáo sư phụ trách môn Vạn Vật của nhà trường từ nhiều năm nay, sẽ là người phụ tá cho Lê Hiên.

Lê Hiên trước kia là thầy giáo dạy môn Pháp Văn, nhưng do hoạt động Cộng sản nên bị bắt và đưa đi Côn Đảo. Tôi không quen Hiên, anh ta bị bắt trước khi tôi được bổ nhiệm về trường này. Lê Hiên là người vừa về từ Côn Đảo. Còn nhân vật Trần Nguyên vốn là người ít nói, ít cười, tính tình hiền lành, nghiêm nghị. Tuy vậy anh ta có dáng đi tất bật vất vả. Người anh gầy và mỏng như Lê Hiên. Và cũng giống như Lê Hiên, một con người nói năng từ tốn, chậm rãi, khoan thai, Nguyên không có cái vẻ của một tên xu thời hùa theo tình thế để hù dọa anh em. Lê Hiên nói đã chậm, nhưng có lẽ anh ta suy nghĩ còn chậm hơn. Nghe và nhìn Lê Hiên nói người ta có cảm tưởng như anh đo lường cân nhắc từng chữ, từng lời, từng động tác. Có những câu bị cắt nửa chừng vì chưa tìm ra được chữ thích hợp, tôi thấy Lê Hiên loay hoay với điếu thuốc: vấn, châm lửa, hít, thở khói... tìm ra chữ rồi mới nói tiếp.

"Ở Đông Đức khi cách mạng thành công," Lê Hiên nói, "người ta không cần thầy giáo giỏi. Người ta cần một người trung kiên có lý tưởng cách mạng hơn là người có chuyên môn. Tôi lấy thí dụ thế này cho dễ hiểu. Nếu chẳng may người giáo viên có viết chữ Bát Hồ "T" chớ không phải Bác Hồ "C" thì cũng chẳng sao. T hay C để tính sau, trung thành với cách mạng trước đã."

"Hôm nay các anh chị có thể ra về, nhưng kể từ ngày mai nhà trường sẽ vẫn mở cửa như thường lệ. Cách mạng muốn thông báo cho các anh chị em biết để yên tâm. Cách mạng sẽ xét từng trường hợp và *lưu dung* các anh chị. Các anh chị nhớ cho, *lưu dung* chớ không phải *lưu dụng* đâu. Cách mạng *dung* tha các anh chị về tội đào tạo một thế hệ phản động duy tâm, duy linh. Cách mạng thừa người, không bắt buộc phải *dụng* các anh chị đâu."

Rời phòng họp, không về nhà ngay, tôi đi dọc hành lang vắng nhìn sân trường không một bóng học sinh, tôi thấy mình bơ vơ. Những người bộ đội ngồi tựa lưng vào tường dãy phòng hành chánh bên phải, quân trang quân dụng đặt dưới chân. Cuối hành lang trái, tôi dừng lại. Cánh cửa lớp hé mở. Như bị một sức hút.

Tôi đẩy nhẹ cửa bước vào. Trên tấm bảng màu xanh tôi thấy tên một tác phẩm của một nhà triết học Tây phương viết bằng phấn trắng. Chính là nét chữ của tôi. Tôi nhớ ra rồi. Bài giảng cuối cùng của một môn học trong những nhà trường xứ sở tự do.

"Thưa thầy!..."

Bất ngờ tôi nghe một giọng nói từ dãy bàn cuối lớp. Tôi giật mình quay lại. Những dãy bàn trống, ánh nắng chiếu qua cửa sổ lá sách không sáng lắm nhưng tôi có thể nhận ra ngay, một học sinh đang ngồi ở đầu bàn chót. Đứng bên cửa sổ, tiện tay tôi vặn chốt mở tung cửa. Ánh sáng tràn vào trên một khuôn mặt trẻ trung ràn rụa nước mắt.

"Kiệt!"

Tôi kêu lên, nhận ra ngay người học sinh xuất sắc nhất của lớp học. Tôi đi giữa hai dãy bàn ghế. Kiệt chậm rãi đứng dậy.

"Thầy Thăng, thầy nghĩ sao?"

"Ngồi xuống đi, Kiệt." Tôi ấn vai người học sinh và ngồi xuống bên anh. "Nghĩ sao là sao? Mà tại sao em khóc?"

"Ba em chết rồi!"

Kiệt chùi nước mắt, hàm răng cậu bé nghiến lại, giọng nói lạnh tanh.

"Ba em tự tử hồi tối hôm qua."

"Sao? Ba em tự tử?"

"Thưa thầy, phải. Ba em là một sĩ quan Dù, ông bất chấp lệnh ngừng bắn của ông Minh, nhất định chiến đấu tới cùng. Và bắn đến viên đạn cuối cùng ba em tự sát..."

Tôi lặng người ngồi im nghe Kiệt kể. Cái lớp học này, nơi gần như ngày nào tôi cũng có mặt, từ niên học này đến niên học khác. Cái ngôi trường này, nơi tôi đã từng mặc áo trắng quần xanh ôm sách đến bao nhiêu năm thời tuổi nhỏ. Nó là nhà của tôi, gia đình của tôi. Nó là máu thịt tôi. Bao nhiêu năm sống với nó tôi vẫn nghĩ là mình dửng dưng với nó. Bây giờ tôi mới biết không phải vậy.

"Thầy Thăng, em phải làm sao bây giờ?"

Tôi biết phải làm sao bây giờ. Chính tôi, tôi cũng không biết mình phải làm sao khi nghe tin tướng Minh bị bộ đội đẩy lên xe jeep lái tới đài phát thanh bắt đọc lời kêu gọi quân đội ngưng bắn, bởi vì giao tranh vẫn còn tiếp tục ở khắp nơi quanh bộ Tư Lệnh Cảnh Sát, gần Tân Cảng, trước trung tâm truyền thông Phú Lâm, trong Chợ Lớn và ở các vùng ven đô. Tôi choàng tay qua vai Kiệt. Tôi biết bất cứ lời nói nào của tôi trong lúc này cũng là thừa, huống chi là tôi không có lời nào để nói. Tôi nghe miệng mình đắng chát. Tôi ứa nước mắt. Kiệt gục đầu xuống vòng tay khoanh trên mặt bàn. Tôi thấy hai vai cậu bé rung lên bần bật. Không lâu, tôi nghe có tiếng người gọi tên tôi. Tiếng kêu vang dọc dài theo hành lang.

"Thôi Kiệt về đi, chiều tôi sẽ ghé qua nhà." Tôi vỗ về Kiệt.

Tôi biết những cánh cửa vất vả và khổ nhục đang mở ra trước mặt chúng tôi. Nhưng vất vả khổ nhục như thế nào thì tôi không rõ. Phải đợi đến nửa tháng sau tôi mới biết viên thuốc độc đầu tiên họ cho và bắt chúng tôi uống là lòng hoài nghi. Nó là một thứ "sinh tử phù". Nó mở đầu cho một mùa nghi hoặc. Và nạn nhân đầu tiên chính là tôi.

CHƯƠNG HAI

Người ta gọi các giáo sư có họp sáng nay ra sân sau phòng Giám thị phân chia nhu yếu phẩm, gồm gạo nước mắm, đường và thịt. Những miếng ăn đầu tiên tưởng thưởng cho những kẻ ngoan ngoãn. Tôi nhìn thấy các nữ đồng nghiệp xinh đẹp của chúng tôi đang xăn tay áo cắt và chia ra từng phần. Và chúng tôi, những người đàn ông không đến nỗi bệnh tật, đang mở to mắt nhìn vào những thứ mà mới hôm nào chúng tôi không hề xem nó là hàng đầu của đời sống, những thứ đó đang bắt chúng tôi nghĩ rằng nó đang là hàng đầu của nỗi khổ nhục. Túm tất cả những thứ nhu yếu phẩm kia để dưới chân xe, tôi bần thần trở về nhà. Nhưng cái hình ảnh người học sinh ngồi cô đơn trong lớp học nói về cái chết của người cha là một chiến sĩ, nó càng làm cho những thứ nước mắm, đường, tiêu, cá, thịt dưới chân tôi thối ngược lại trong thân thể và trí óc tôi sự hèn mọn. Hèn mọn? Chữ đó có đủ nghĩa chưa? Ti tiện, nhỏ nhoi, thấp kém, tầm thường, bạc nhược, khiếp nhục... có lẽ gần gũi hơn với thịt cá muối dưới chân tôi... Cái chết của người sĩ quan dù, ba của Kiệt, câu chuyện bốn người lính dù trang bị đại liên và *bazooka* đã bắn đến viên đạn cuối cùng trước khi lập thành vòng tròn tự sát bằng lựu đạn ở ngã tư Hồng Thập Tự - Lê Văn Duyệt... Những hình ảnh đẹp đẽ và hào hùng ấy tôi rất ngưỡng mộ. Nhưng tôi đã không biết cách lựa chọn. Tại sao? Có thể tôi là một người hèn nhất. Sự hèn nhát luôn luôn có cái giá của nó.

Căn nhà "nhỏ như cái lỗ mũi" của tôi sau cùng không phải chỉ chứa có hai người là Quỳnh và tôi, mà còn thêm một cháu bé mới chào đời cùng với mười người nữa. Một đứa cháu trai tên Dũng là đại úy cảnh sát chưa lập gia đình, thằng Hùng, em của Dũng, là trung úy Quân tiếp vụ, Khiết, em rể, trung sĩ an ninh quân đội chạy từ Phan Thiết vô dẫn theo vợ và hai con, sau cùng là ông anh cả tôi, trung tá Biệt Động Quân bị thương trong một trận đánh, bán thân bất toại phải ngồi xe lăn, cùng bà chị dâu và hai cháu gái!

Chừng ấy con người chia nhau một căn phòng mười sáu thước vuông, nghẹt thở vì thiếu không khí giữa một thành phố cũng chẳng còn không khí đâu để thở nữa.

Một buổi sáng Chủ nhật, Tuấn - luật sư - đến thăm Quỳnh. Hắn bỏ áo sơ mi ngoài quần, chân đi dép râu, tay xách túi vải kaki. Chỉ có chiếc kính cận tròn nhỏ kiểu John Lennon là còn nguyên màu sắc Saigon trên mặt hắn, phần còn lại cho tôi thấy một Tuấn khác, rất khác với cái vẻ diêm dúa của hắn trước đây.

"Cháu tao đâu?" Hắn hỏi tôi khi mới vừa đặt chân lên thềm cửa. Và không đợi tôi trả lời, Tuấn đi thẳng vào buồng trong. Cả nhà nằm la liệt dưới đất. Lúc đó Quỳnh đang bế con ngồi trên chiếc giường độc nhất trong phòng.

"Trời đất! Nhà gì mà đông dữ vậy? Quỳnh, em có khỏe không?" Hắn hãi hùng ra mặt trước cảnh tượng nhà tôi.

"Cám ơn anh, em khỏe!" Quỳnh trả lời chậm rãi. Nhưng tôi thấy mắt cô ngó chăm vào quần áo và dép râu của Tuấn như nhìn một người từ hành tinh khác xuống.

"Anh làm cái gì vậy?" Quỳnh hỏi không kềm được ý nghĩ trong đầu.

"Tao làm cách mạng!" Hắn trả lời nhanh, gọn, tỉnh bơ như không.

"Hồi nào vậy?" Quỳnh hỏi tiếp. Tôi thấy cô cười nửa miệng.

Tuấn không trả lời. Hắn quay sang tôi:

"Thăng, mày có nghe tên ông Mười Tân không?"

"Không. Mà chi vậy?"

"Mười Tân là con ông bác tao. Ảnh làm lớn lắm. Tao làm việc cho ảnh từ hồi Hòa đàm Paris tới giờ. Sao? Mày thấy tao có giống cán bộ không?"

"Giống, giống lắm!" Tôi nói cho qua chuyện.

Tuấn bỗng đập mạnh lên vai tôi, liếc mắt nhìn ông anh và bà chị và đám cháu tôi ra dấu hỏi.

"Ông anh tôi và gia đình từ miền Trung mới chạy vào. Còn hai đứa cháu tôi là sĩ quan vừa mới rã ngũ." Tôi giới thiệu.

Tuấn gật gù, nói giọng lên lớp.

"Tôi khuyên các anh nên đi trình diện ngay. Cách mạng vừa ban hành chính sách khoan hồng cho ngụy quân, ngụy quyền. Trình diện sớm, an tâm sớm. Rồi còn về nhà mà làm ăn sinh sống chớ!"

Cả nhà không ai nói tiếng nào. Mấy đứa cháu tôi nghiêm mặt lại. Ông anh tôi trở mình, đổi thế ngồi. Tuấn thở dài.

"Ghê quá! Cả một nhà ngụy rặt thế này thì làm sao..."

"Ông là loại người gì vậy?" Đột nhiên thằng cháu tôi đứng bùng dậy bước thẳng tới trước mặt Tuấn hỏi.

"Đừng Dũng!" Tôi ngăn. Nhưng Dũng đã nắm cổ áo Tuấn.

"Dép râu hả? Nói thêm một tiếng nữa, tôi không tha đâu."

"Đừng Dũng!" Tôi lập lại.

Dũng thả cổ áo của Tuấn ra, phủi hai tay vào nhau, trở lại chỗ ngồi. Quỳnh vẫn bế con ngồi trên giường, mắt mở lớn nhìn cảnh tượng bất ngờ. Tuấn vuốt lại cổ áo, sửa gọng kính trên mũi, mặt tái xanh.

"Anh về nghe Quỳnh." Hắn từ giã cô em gái giọng ngọt ngào. Và trước khi bước ra khỏi phòng, hắn nói trống trơn.

"Xin chào!

Tôi kéo chốt cổng nhường lối đi cho Tuấn, nhưng hắn không bước ra ngay.

"Mày cấp bậc gì trong quân đội?" Tuấn bất ngờ hỏi tôi.

"Chi vậy?"

"Hỏi cho biết vậy thôi!"

"Tôi chỉ là khóa sinh dự bị sĩ quan học chín tuần ở Quang Trung, rồi được biệt phái về Bộ!"

"Biệt phái?" Hắn chặc lưỡi. "Khó dữ. Sĩ quan tác chiến thì còn đỡ, chớ mà biệt phái thì gay lắm..."

"Tại sao?" Tôi hỏi.

"Sĩ quan thì chỉ biết đánh nhau thôi. Chớ còn biệt phái là dòm ngó người ta, là tình báo, là CIA... Tao sợ mày bị qui vào thành phần có nợ máu nhân dân..."

Tôi đứng cứng người. Gần nửa tháng nay, kể từ ngày Saigon đổi chủ, tôi có nghe người này người nọ nói điều này điều kia, phần lớn là suy giải chớ không có cái lối chĩa vào mặt như thế.

"Đừng lo, tao biết. Thứ người đi trên mây như mày thì CIA cái chó gì. CIA thứ thiệt cũng chẳng ngu gì xài mày. Thôi tao về. Bữa nào tao đưa *đồng chí* Mười Tân tới thăm Quỳnh."

Trời ơi *đồng chí* hắn làm tôi ngộp thở.

Bước xuống hẻm, hắn cúi đầu mở khóa xe đạp rồi leo lên yên nhún nhún.

Hắn làm tôi ngạc nhiên thêm một lần nữa. Chiếc xe Volswagen đời 75 của hắn đã giấu biến chỗ nào. Hắn làm tôi nhớ một truyện ngắn của nhà văn Tchekov có tựa đề là *Con Kỳ Nhông*, con vật có khả năng đổi màu da tùy thuộc vào nơi nó ẩn nấp. Tuấn giống con kỳ nhông cách gì.

CHƯƠNG BA

Nhà trường mới không biết phải cho các giáo sư Triết dạy môn gì. Sau cùng người ta họp bàn có thể cho chuyển sang dạy sinh ngữ hoặc Việt văn. Nhưng giáo sư sinh ngữ quá thừa, người ta cho tôi phụ trách môn Việt văn. Chúng tôi chia tổ ra họp nhau làm giáo án trước giờ đứng lớp. Bài giảng phải có "mấy bước", bước đầu nói gì, làm gì, "bước kế" hỏi gì, giảng gì... Nói chung là phải chuẩn bị bài giảng như một sinh viên Sư phạm mới ra trường lần đầu tiên đứng trên bục gỗ, run rẩy không biết mình phải nói gì, nên phải có dàn bài cho yên tâm. Trong cuộc đời đi học chúng tôi chưa bao giờ tốn nhiều giấy và mực như thế! Giáo án, đó là giấc mộng hài hước của người dạy học sau "cách mạng".

Chưa đầy một tháng sau, trường bắt đầu nhận "học sinh gái" và nhận thêm một số thầy cô giáo từ Bắc gởi vào tăng viện. Giữa giờ đổi lớp sáng thứ Bảy, Lê Hiên gọi tôi lên văn phòng nhận thư. Tôi không hiểu tại sao việc nhận thư phải do ông Hiệu Trưởng cho người gọi. Trước kia thư từ của giáo sư nhà trường để trong một hộp giấy đặt ở phòng thư ký, và mỗi buổi sáng ai đi ngang qua đấy tạt vào xem có thư mình thì nhận. Hiệu trưởng không phụ trách chuyện lặt vặt này. Dù sao tôi đã lên văn phòng. Người thư ký "cũ" chỉ tôi vào phòng hiệu trưởng. Tôi gõ cửa.

"Mời vào!"

Lê Hiên ngồi ở bàn làm việc. Y trầm lặng, chững chạc, từ tốn. Tôi ngồi xuống nhưng chẳng hiểu gì hết.

"Tôi có chuyện muốn nói với anh. Một là anh có cái thư riêng. Đây, anh cầm lấy." Y đưa thư cho tôi. "Hai là trong việc khai báo lý lịch để lập hồ sơ lưu dung những giáo sư của Saigon cũ anh khai thiếu và thừa..."

Tôi cầm lá thư trên tay, chữ đề ngoài phong bì rõ nét, trau chuốt... Tôi lật sau lưng bì thư và nhìn kỹ phần trước thư không để tên người gửi. Tôi không mở thư vội. Tôi xếp đôi bỏ vào túi áo.

"Xin lỗi, anh có thể cho tôi biết khai thiếu và thừa chỗ nào?"

"Thừa là vì anh không cần phải khai cha anh đi lính Pháp, vì không cần phải khai có cha nuôi là lính Lê Dương chết ở Điện Biên Phủ, cũng không cần phải khai cha vợ trước của anh làm Tổng Giám Đốc Ngân

Hàng. Mấy thứ này chúng tôi biết hết... Còn thiếu là vì anh không khai anh có cô em gái là Trung úy cảnh sát đã di tản đúng một tuần lễ trước ngày Saigon được giải phóng..." Ngừng một lát, Hiên tiếp "Vả lại tôi được biết anh có liên hệ khá nhiều với tên Phan một tay đại ngụy hiện ở Mỹ mà không thấy anh ghi trong lý lịch... Đây, anh cầm lấy xấp giấy này về khai lại."

Hiên đẩy mấy tờ giấy về phía tôi, nhưng đột nhiên y kéo lại.

"Có chỗ yêu cầu này xin anh lưu ý: anh nên ghi rõ là lưu dung chớ không phải lưu dụng, không có dấu nặng. Cách mạng khoan hồng người của chế độ cũ lưu lại và dung tha họ, chớ không phải lưu lại và dụng họ vì tài năng gì đâu. Cám ơn anh!"

Chỉ trong hai ngày anh ta hai lần giảng cho tôi nghĩa chữ *lưu dung*.

Ra khỏi phòng Lê Hiên, tôi đi như một người vừa bị ai cầm dao khoét sâu vào một vết thương đang mưng mủ.

Ngồi một mình trong phòng giáo sư tôi bóc thư ra đọc. Thư ngắn, chữ viết nắn nót. Đại khái nói không lâu đâu chế độ Cộng sản chắc chắn sẽ sụp đổ, cần nhất là mọi người - cụ thể là tôi - phải quyết tâm không hợp tác với chế độ mới. Người nhận thư cũng nên nói với các đồng nghiệp cũ lời nhắn nhủ này. Thư không ký tên. Tôi đọc đi đọc lại lá thư. Tôi cất vào túi áo. Rồi tôi lại lấy ra đọc. Tôi cầm trên tay, rồi nhét vào cặp. Tôi đi vào phòng vệ sinh xem lại một lần nữa. Tôi ra phòng giáo sư đúng vào lúc chuông reo đổi giờ. Tôi bỏ lá thư vào túi. Tôi có giờ.

Tôi bước vào lớp. Lớp vẫn là lớp cũ, nhưng không khí hôm nay khác lạ như thể lần đầu tiên tôi đặt chân lên bục gỗ. Tôi nhìn quanh. Kiệt vắng. Một số học sinh cũ không có mặt. Một vài cậu từ trường khác chuyển đến dồn hết lên mấy bàn đầu. Ngồi riêng một mình ở bàn thứ nhất là một học sinh gái. Cô bé ăn mặc không phải kiểu các nữ sinh Saigon. Chiếc áo ngắn may theo kiểu nửa sơ mi nửa bà ba làm cô khác hẳn. Cô có đôi mắt sắc sảo và một giọng nói rất đặc biệt, khác với giọng nói của những người miền Bắc di cư năm Năm Tư. Cô tên Nhị Hà. Tôi ngồi xuống ghế, mở rộng những trang giáo án đã được soạn sẵn. Tôi không quên đặt bên cạnh cuốn sách giáo khoa Việt Văn do nhà xuất bản Giáo dục ấn hành ở Hà Nội. Cuốn sách này tôi đã phải cậy cục mãi mới mượn được của một chị giáo viên cấp ba miền Bắc mới chuyển vào, từ nay không được gọi là giáo sư trung học như ta vẫn gọi trước Bảy Lăm mà phải gọi là giáo viên thôi. Tôi xem cuốn sách đang có như một thứ cẩm nang. Bởi vì tôi vốn mù tịt về môn Việt Văn - mặc dù trong tủ sách tôi gần như không thiếu tác phẩm nào của các nhà văn tiền chiến và hiện đại – tôi đâu phải là người được nhà trường đào tạo để phụ trách môn này. Vả lại, người giảng dạy môn Việt Văn của nhà trường ngoài Bắc tôi được biết trước hết phải là người có nắm trong tay một số nguyên lý căn bản về nền văn học hiện thực xã hội chủ nghĩa. Tôi làm gì có được thứ ấy. Tôi chưa được đọc một cuốn truyện nào của một tác giả nào "ngoài đó". Những nhà văn, nhà thơ thời kháng chiến chống Pháp mà tác phẩm của họ tôi có từng nghe qua như *Màu Tím Hoa Sim* của Hữu Loan, *Tây Tiến* của Quang Dũng, *Nhà Tôi* của Yên Thao... thì nay không thấy trong chương trình. Còn những tác giả khác cũng ở "ngoài đó", mà sau này tôi được biết qua vụ Nhân Văn Giai Phẩm như Phan Khôi, Trần Dần, Phùng Quán, Lê Đạt... thì đương nhiên lại càng không thể có trong chương trình.

Tôi lo sợ cũng là phải thôi.

Bài giảng hôm nay là một đoạn trích trong tiểu thuyết *Cái Sân Gạch* của người viết ký tên là Đào Vũ. Cả tên tác phẩm lẫn tên tác giả đều hoàn toàn xa lạ với tôi. Tôi đã đọc trước phần tóm lược lẫn phần giải thích ở nhà, nhưng không sao chia sẽ được những suy nghĩ của tác giả. Đây là một vấn đề thuộc nông thôn miền Bắc sau Hiệp định Genève. Nó không phải là vấn đề mà Bùi Hiển đưa ra trong *Nằm Vạ*, hoặc Nam Cao trong *Chí Phèo* hoặc Ngô Tất Tố trong *Tắt Đèn*. Tài liệu cho biết Lão Am, nhân vật chính trong *Cái Sân Gạch* có những nét điển hình của tầng lớp trung nông trên cánh đồng miền Bắc.

Tôi nói như đọc, mắt vừa nhìn vào giáo án vừa ngó xuống những con mắt phía dưới. Tôi dừng khá lâu trên mắt Nhị Hà muốn biết phản ứng của cô bé về những gì tôi đang nói đang đọc.

"Đây là một nhân vật có nội tâm phong phú", tôi đọc, "phức tạp và có cá tính khá độc đáo. Trong vấn đề vào hợp tác xã của Lão Am, Đào Vũ không chỉ phân tích mặt quyền lợi vật chất mà còn đề cập đến vấn đề tình cảm, thói quen và nhiều ràng buộc linh tinh khác trong đời sống của người nông dân. Lão Am đã có những suy nghĩ riêng khi phải vào hợp tác xã: Lão vào nhưng trong tâm hồn vẫn còn cái gì u uất chưa nguôi. Xuất thân là một cố nông làm thuê, Lão Am đã từng bỏ làng ra mỏ Đông Triều bảy năm, sau đó trở về lại với cái túi rỗng và hai lỗ mũi đầy những bụi than. Lão từng làm phó lý, tậu được một ít ruộng vườn và trong đợt cải cách ruộng đất, lão bị qui là phú nông cường hào. Lão là người trọng nho học và những lời dạy của thánh hiền..."

"Ai có ý kiến?" Tôi hỏi ngay khi vừa chấm dứt phần sơ lược. Cả lớp im lặng. Mấy cậu học trò cũ ngồi ở bàn chợt nhìn tôi bằng những đôi mắt thương cảm. Từ Socrates, Platon, Aristote... tôi không nhảy tới Heidegger, Sartre mà nhảy qua Marx, Engels một cách khó hiểu. Rõ ràng là tôi nói không suông sẻ lắm. Có lẽ tôi giống như một người đọc diễn văn do một người khác viết. Tôi là cây kim đồng hồ quay một góc một trăm tám mươi độ chăng? Tôi nhìn Nhị Hà. Mắt cô ngó thẳng vào mắt tôi. Tôi thấy cánh tay cô nhúc nhích. Rất chậm rãi, cô từ từ đưa tay lên. Cô không đưa một ngón tay kiểu Saigon. Cô đưa cao nguyên cả bàn tay.

"Thưa thầy, em có ý kiến!"

Tôi gật đầu.

"Thưa thầy, em nghĩ rằng nhân vật trong *Cái Sân Gạch* là một nhân vật lạc hậu..."

Tôi cúi xuống nhìn lại trang giáo án. Đúng, tôi quên nói cái chính trong bài giảng là phải nhìn cho ra tính cách lạc hậu trong nhân vật lão Am.

"Phải. Cám ơn Nhị Hà." Tôi liếc qua trang sách giáo khoa tiếp tục nói như đọc "Cái ưu điểm của Đào Vũ là đưa ra được một nhân vật có nội tâm phong phú, có cá tính – tôi biết mình lặp lại điều đã nói – nhưng viết về phong trào hợp tác hóa nông nghiệp mà lại chọn một trung nông sống bằng nghề thủ công làm nhân vật trung tâm thì không thuận lợi cho việc thể hiện tư tưởng chủ đề của tác phẩm..."

Cả lớp im lặng, lạnh lẽo. Mấy học sinh cũ lắc đầu. Các học sinh mới cũng không khá hơn. Nhị Hà cúi xuống cuốn tập đã xếp.

"Thưa thầy!"

Có tiếng nói từ cuối phòng. Người đưa tay lên, chỉ một ngón thôi, là Hiệp, bạn của Kiệt, một trong những học sinh giỏi của tôi.

"Em không hiểu gì hết! Ông nhà văn này viết những điều chẳng ăn nhập gì đến đời sống của chúng ta hết. Hợp tác hóa là gì? Tại sao lại phải vào hợp tác xã?"

"Em có ý kiến!" Nhị Hà lại giơ nguyên cả bàn tay lên. "Em không đồng ý với phát biểu của anh gì gì đó", cô quay đầu lại nhìn về phía Hiệp. "Nhà văn Đào Vũ viết những điều rất liên hệ đến nông thôn miền Bắc. Có thể nông thôn miền Nam chưa có cảnh này, nhưng nông thôn miền Bắc vào những năm sáu mươi nó là như thế."

"Em xin có ý kiến." Hiệp đưa tay lên.

Tôi đưa mắt ra dấu cho Hiệp cứ nói.

"Tôi muốn hỏi chị vậy chớ bây giờ ngoài Bắc vấn đề ấy ở nông thôn còn không?"

Nhị Hà không trả lời ngay. Một lúc, chị đưa cả bàn tay lên, nhìn tôi xin nói. Tôi gật đầu.

"Tôi nghĩ là vấn đề đó vẫn còn."

Tôi nhìn đồng hồ. Còn mười phút nữa đến giờ đổi lớp. Tôi ra dấu cho cả lớp ghi chú những điều cần làm ở nhà cho kỳ tới. Tôi cố ý không giải quyết vấn đề. Tôi xếp mấy trang giáo án và cuốn sách giáo khoa lại, buồn bã ngó xuống lớp học. Tôi chờ tiếng chuông đổi lớp, nhưng thời gian hình như đã ngừng lại ngay khi tôi không còn chút chữ nghĩa nào trong đầu để nói thêm về bài học trên. Tôi lẩn thẩn tự hỏi không biết mình sẽ làm gì trong những ngày sắp tới, nhưng tôi biết chắc chắn công việc đứng trên bục gỗ này không còn thuộc về tôi nữa. Bao lâu tôi còn đứng ở chỗ này, tôi sẽ còn tiếp tục nói dối. Nói dối đã là điều đáng khinh, nếu tất cả những điều dối trá ấy lại được thốt ra trong sự thành thật của tôi thì sự khinh bỉ ấy không biết cách nào đo lường được. Tôi đi tới dãy bàn cuối phòng, ngồi xuống chỗ ghế trống của Kiệt. Tôi hỏi Hiệp:

"Em có gặp Kiệt không?"

"Thưa thầy có!"

"Sao Kiệt không đi học?"

"Kiệt nói với em sẽ theo má về dưới quê." Hiệp ngập ngừng tiếp. "Mà thầy có biết là cha của Kiệt đã tự tử không?"

"Có, có!" Tôi nói.

"Thầy thấy ba của Kiệt đúng hay sai?"

Tôi nhìn thẳng vào mắt Hiệp. Ba của Hiệp là sĩ quan Biệt Động Quân, bạn của ông anh tôi. Thời đảo chính Ngô Đình Diệm ông là một trong những sĩ quan có công lớn. Cũng như Kiệt, Hiệp là người ít nói và là học sinh xuất sắc.

"Theo em thì sao? Ba Kiệt chọn cái chết là đúng hay sai?" Tôi hỏi ngược.

"Em không biết. Em muốn nghe thầy nói."

"Tôi cũng không biết. Có nhiều điều mới xảy ra đây, tôi không biết gì hết."

"Tại sao thầy không đi?" Đột nhiên Hiệp hỏi tôi.

"Tại sao mình không đi?" Câu hỏi ấy đâu phải đặt ra cho một mình tôi. Câu hỏi ấy đặt ra cho hằng triệu con người...ở Sàigòn và cả miền Nam. Những người của tháng Tư, Quỳnh chuẩn bị sanh con đầu lòng. Một tuần lễ trước ngày Saigon thất thủ, một người bạn ở tòa đại sứ Úc hứa cho hai vé và cho điểm hẹn. Tôi chở Quỳnh đến nơi đúng giờ, nhưng điểm hẹn không một bóng người. Quanh tôi người ta bắt đầu hôi của. Bàn ghế, rượu, xe, đàn dương cầm, gạo...ở mấy căn nhà bị kéo ra sân. Người ta ngang nhiên chở đồ đạc nhà người khác đi như một kiểu dọn nhà công khai. Quỳnh ôm bụng ngồi yên sau chiếc Lambretta. Đôi mắt Quỳnh thất thần, sợ hãi. Suốt buổi chiều chờ đợi không thấy bóng dáng tăm hơi, tôi đành chở Quỳnh trở về. Người ta bảo xuống bến Bạch Đằng. Tôi chở Quỳnh đi qua đường Tự Do. Cả dãy phố đóng cửa. Bến tàu đầy người chen chúc nhau. Quỳnh hỏi tôi có nhớ vụ di tản miền Trung không. "Chắc em chết. Chắc hai mẹ con em chết." Tôi hiểu nỗi lo sợ của Quỳnh. Tôi buồn bã quay xe trở về. Quỳnh đóng cửa, mở cuốn album của tôi ra và xé đốt tất cả những ảnh tôi chụp hồi ở quân trường Quang Trung.

"Còn gia đình em? Ba má em có tính gì không?"

Tôi không muốn trả lời trực tiếp câu hỏi của Hiệp. Trước ba mươi tháng Tư nhiều lần trong lúc giảng bài, tôi hay đưa ra thái độ vô chính trị của mình. Đối với tôi chế độ nào mở được nhiều nhà trẻ, nhà thương, nhà trường, dẹp bỏ được nhà tù, nâng cao được mức sống văn hóa và vật chất người dân, chế độ ấy là tốt. Trong khi giảng bài, có lần tôi nhắc đến Niccolo Machiavelli qua cuốn *Le Prince, Sứ Quân*, và tôi nói tôi rất sợ thủ đoạn trong chính trị. Tôi đọc truyện *Bác sĩ Zhivago* và tôi khó lòng chịu nổi nhân vật đối đầu, một Komarovski thủ đoạn và một Pacha Antopov khi đi theo cách mạng. Tôi ca ngợi Lara, người tình tuyệt vời của Zhivago. Khi vào quân trường Quang Trung, không có giờ nghỉ nào mà tôi không nghĩ ngợi đến Lara. Tôi cho rằng để bảo vệ một chế độ người ta phải dùng bạo lực và bạo lực không thể không đi kèm với nhà tù, chiến tranh và đổ máu. Nó có tính cách nhất thời và tiêu vong. Chỉ có tình yêu

mới làm cho con người hạnh phúc và tồn tại. Người ta
có thể sống mà không cần chiến tranh nhưng không ai
có thể sống mà thiếu tình yêu được.

"Gia đình em đi hụt. Suốt ngày chờ trên sân
thượng của một điểm hẹn nhưng không có chiếc máy
bay trực thăng nào đáp xuống cả."

"Nhà em bây giờ ra sao?"

"Ba em đã đi học tập cải tạo. Ổng có vẻ tin tưởng là
sẽ được sớm trở về. Ổng tin chính sách hòa hợp hòa
giải dân tộc."

"Còn em?"

"Em không rõ. Em không biết làm thế nào là đúng
trong lúc này? Có lẽ..." Hiệp ngập ngừng. Nhưng có
tiếng chuông đổi lớp bất ngờ reo lên đã chấm dứt câu
nói của Hiệp. Tôi đứng dậy đặt nguyên bàn tay lên
người học sinh. Tôi nghe câu hỏi của Hiệp dội lại lòng
ngực tôi, reo lên như một hồi chuông.

CHƯƠNG BỐN

Ở phòng giáo sư, mấy đồng nghiệp của tôi đang bàn tán về sự vắng mặt của Ký, Sum, và Tích. Ký, giáo sư Việt văn, tác giả tập thơ *Sầu Ở Lại*, tay nhậu không mỏi mệt của Chợ Đủi. Sum phụ trách môn Sử Địa, người mập mạp tròn trịa, vui nhộn. Khi nghe có tiếng cười ở đâu biết là có Sum ở đó. Tích dạy Pháp văn, vừa mới đổi về trường được năm nay. Ký đóng Đại Úy, còn Sum và Tích mang cấp Trung Úy. Cả ba đều bị gọi đi học tập cải tạo. Ở góc phòng, cô giáo Sâm, người luôn luôn có cặp kiếng đen trên khuôn mặt lạnh lùng đang nói chuyện với cô Thiên Hương về việc mua nhu yếu phẩm. Tôi đã bắt đầu quen nhìn cái cảnh chiều chiều ra sân sau, các thầy các cô chia nhau mấy con cá, con tôm, rau muống. Gần đó là Duy,

một trong những giáo sư dạy toán giỏi nhất cấp
Trung học Saigon, cựu giám học nhà trường, trước
Bảy Lăm bị tù vì tội tiết lộ đề thi Tú Tài, nay vừa trở
về trường cũ, đang ngồi chụm đầu nói chuyện với
Trần Nguyên, người nằm vùng và Vũ Anh Tuấn, người
tập kết từ miền Bắc mới về. Y luôn miệng nói giáo
viên ngoài Bắc nghỉ giữa giờ chỉ ăn cam chứ không
thèm uống nước trà. Và học sinh miền Bắc luôn đứng
đầu trong các kỳ thi toán quốc tế.

Tôi kéo ghế ngồi xuống cạnh Minh và Danh. Minh
là Hiệu trưởng cuối cùng của ngôi trường này trước
khi Saigon thất thủ. Minh có dáng người hơi thấp
nhưng da thịt đen nâu chắc nịch. Danh, giáo sư Đức
ngữ của Trung Tâm Văn Hóa Đức, đồng thời anh cũng
là giáo sư Triết của một số lớp. Hồi ở Đà Lạt, Danh
học khóa I còn tôi khóa II. Danh đang là đề tài tranh
luận tại các trường học sau ngày Ba Mươi. Mới tuần
trước, nhà trường tổ chức buổi họp bất thường. An
ninh vô cùng chặt chẽ. Cổng trước, cổng sau, công an
bộ đội đóng chặt không kẽ hở. Người đến thăm được
giới thiệu là một Ủy viên cao cấp của Bộ Chính Trị,
nhưng khi vào phòng họp người ta biết là ông Tổng Bí
Thư đảng Cộng Sản Việt Nam. Sau phần nói chuyện về
cái gọi là tình thương và thù hận trong việc giáo dục
học đường, ông ta mời mọi người tự do đưa ý kiến.

Chính trong lúc không ai chờ đợi và ngờ đến, Danh
đưa tay xin nói. Lê Hiền ngó Danh. Y thật sự lo ngại. Y
đã chuẩn bị cho Nguyên sẽ là người nói đầu tiên và
sau đó là Vạn, một giáo sư "ngụy" nhưng "giác ngộ
sớm". Nhưng thật là bất ngờ, Danh đứng dậy:

"Từ hồi giải phóng tới giờ, đúng là lần đầu tiên, tôi được gặp một người Cộng Sản thứ thiệt..."

Cả phòng "ồ" lên. Minh lo lắng nhìn tôi. Tôi lo sợ nhìn Danh. Hiên ngồi yên cắn ngón tay trỏ ngó lên bàn chủ tọa. Danh vẫn tự nhiên như không. Anh xin được phép phát biểu hai điều. Trước hết anh nhắc đến quan niệm giáo dục của nhà triết học Đức Emmanuel Kant. Anh nói giáo dục trước hết là tình thương, nếu không có tình thương người ta không thể đào tạo được con người tốt cho xã hội. Tình thương không phải chỉ là vũ khí chinh phục một tâm hồn, nó còn là điều kiện thiết yếu để xây dựng một tâm hồn. Thứ hai, Danh tiếp, một số bạn bè tôi hiện đang nằm trong các trại học tập cải tạo cùng với các sĩ quan, công chức chế độ cũ. "Tôi nghĩ đó là một việc làm vô ích. Tôi không tin rằng công việc cải tạo này đem lại kết quả. Bởi vì nó thiếu tình thương, thiếu cái hòa hợp hòa giải dân tộc." Tôi nhớ in hình như lúc đó người đứng đầu đảng Cộng Sản Việt Nam nói rằng: Ông là người mác xít và người duy vật mác xít không chia sẻ được lập trường duy tâm của Kant là một lẽ đương nhiên. "Còn những người bạn của *đồng chí*", ông ta gọi Danh là *đồng chí*. Tôi không hiểu tại sao, "ai bảo đảm rằng họ không phải là CIA? Tôi có một người cháu đeo lon Đại úy Ngụy và hiện nó đang học tập ở Phan Thiết. Tôi cho rằng đó là một biện pháp cần thiết của chế độ khi lấy được chính quyền trong tay."

Sau vụ này, người hiệu trưởng mới không nói gì với Danh. Y là người thâm trầm, kín đáo. Không ai nghĩ mình có thể chờ đợi một người chiến thắng như thế.

"Có gì lạ không ông?" Tôi hỏi Danh.

"Sao không? Bây giờ tôi phụ trách việc sửa tất cả bàn ghế hư của nhà trường."

"Sao? Ông làm thợ mộc?"

"Mà tại sao không chớ! Không chừng sắp đến lượt ông mà ông không hay!"

Minh rót trà vào ly, uống một ngụm, ngó ra sân. Anh nói khá nhỏ:

"Tôi nghĩ là mấy ông ít nói đi thì hay hơn."

Tôi nhìn Minh không hiểu. Tôi ngó ra cửa lớn nối liền hành lang với phòng hành chánh. Lê Hiên đang bước rất chậm về phía bàn nước.

Y hơi gật đầu chào chúng tôi, xong từ tốn kéo ghế ngồi xuống. Nhấc điếu thuốc ra khỏi môi, đặt lên cái gạt tàn, Hiên rót nước trà, uống chậm rãi. Tôi chờ Hiên nói, sau cùng đốt gần tàn điếu thuốc, Hiên mới mở lời:

"Tôi muốn gặp anh Thăng có chút việc riêng. Anh có rảnh không?"

Tôi nhìn Minh và Danh. Không ai nói gì.

Tôi gật đầu.

"Xin lỗi hai anh." Hiên đứng dậy. Tôi bước theo.

Tới trước cửa phòng giáo sư, Hiên đi chậm lại chờ tôi cùng bước song song.

"Ông bà Phan liên hệ thế nào với anh?"

"Ông bà Phan?" Tôi giật mình.

"Phải, ông Phan. Lâu nay anh có được tin tức gì của ổng không?"

"Không. Tại sao tự nhiên anh hỏi chuyện ông Phan?"

"Anh Thăng nên nhớ là không có việc gì trên đời này mà cách mạng không biết. Anh là người có cuộc sống như thế nào trước khi cách mạng về, chúng tôi đã rõ. Hôm qua tôi có được gặp đồng chí Mười Tân."

Hiên nhắc ông Mười Tân làm tôi nhớ lại hôm Tuấn đến nhà thăm Quỳnh mới sanh. Quỳnh nói ông Mười Tân là con ông bác và cho đến nay "em vẫn chưa gặp ảnh lần nào. Nghe nói ảnh đi theo Việt Minh hồi nhỏ, làm tới chính ủy trung đoàn, rồi từ đó không được tin tức gì cho tới nay."

"Tại sao hồi đó anh ở trong nhà ông Phan?" Lê Hiên hỏi tiếp. "Đâu có phải ai cũng vào nhà ông Phan ở được phải không?"

"Nếu anh muốn biết chuyện ông Phan thì đó là một câu chuyện dài."

"Không. Biết thì cách mạng đã biết hết rồi. Nhưng vấn đề ở đây là tôi muốn anh thành khẩn kể ra."

"Anh muốn tôi kể ra hay viết ra?"

"Theo tôi, anh nên viết thì tốt hơn."

Tôi nhìn kỹ Hiên. Y có gương mặt xanh mướt, hai gò má nhô xương, đôi mắt thỉnh thoảng nhấp nháy như người sợ ánh sáng, hai cánh tay dài lòng thòng. Cách phát âm từng chữ từng tiếng chậm rãi nhẹ nhàng của Hiên làm tôi sợ.

"Còn một điều nữa, tôi muốn nói với anh."

Hiên nhìn thẳng vào mắt tôi. "Tôi biết anh đang gặp khó khăn về việc *đứng lớp*. Xin anh cứ nói thẳng để tôi tìm cách giải quyết."

Tôi không ngạc nhiên gì về điều Hiên nói. Anh ta phải biết điều đó thôi.

"Cảm ơn anh. Tôi muốn xin anh giúp một điều."

"Anh cứ nói. Điều gì có thể làm được tôi sẽ không từ chối."

"Tôi muốn xin nghỉ dạy. Tôi muốn tìm một nghề khác để sống."

Hiên nhìn tôi bàn tay trái của y giơ lên gãi gãi mép tai.

"Tại...sao? Mà tại sao mới được chớ?"

"Tôi thấy quay một vòng tới một trăm tám mươi độ khó quá!"

"Tôi không nghĩ như vậy đâu. Cách mạng sáng rỡ như mặt trời. Có gì mà quay đến một trăm tám mươi độ. Đọc Sử anh không biết Ngô Thì Nhậm sao? Không ai nói Ngô Thì Nhậm quay tới một trăm tám mươi độ. Ngô Thì Nhậm là một kẻ sĩ tức thời..."

"..."

"Tôi nghĩ là anh bất mãn với chế độ mới. Để tôi gặp *đồng chí* Mười Tân đề nghị đồng chí ấy trao đổi với anh."

Câu trả lời làm tôi chán ngán. Tôi giơ tay xem giờ.

"Xin lỗi. Có lẽ tôi phải xuống lớp."

"Chuông chưa reo mà!" Hiên nói, "Nhưng thôi, cũng được."

Khi tôi bước chân ra tới cửa, Hiên gọi giật lại:

"Anh Thăng, dù sao anh cứ viết đơn. Tôi sẽ chuyển cho anh. Đồng chí Mười Tân là thủ trưởng của tôi, chắc anh biết rồi phải không?"

"Xin cảm ơn!" Tôi trả lời như một cái máy.

Trên hành lang trở về phòng giáo sư, tôi đi như một người bị thương. Mùi khói thuốc của Hiên như theo đuổi tôi tận chỗ ngồi giữa Danh và Minh.

CHƯƠNG NĂM

Người đầu tiên cho tôi hay rằng tôi đã được Sở Giáo dục thành phố cho phép "thôi việc" là Sự, "hiệu phó" của Hiên. Sự người Nam, tập kết ra Bắc từ năm Năm Tư, lấy vợ Bắc. Cả hai đều là giáo viên cấp ba. Chồng dạy toán vợ dạy Việt văn. Sự nói tiếng Nam trăm phần trăm, giọng không lơ lớ như những người tập kết đã "sống ngoài Bắc *hai mươi nhăm năm.*" Chị Tâm thì khác hẳn chồng. Chị là người Bắc rặt, Hà Nội thứ thiệt. Chị là cháu cụ Ngô Tất Tố: Chậm rãi, nhỏ nhẹ, dịu dàng, chị biết lắng nghe người khác nói và cũng biết nói điều gì khi cần nói. Sự thì xốc vác, năng động, cởi mở.

"Đơn xin thôi của anh đã được chị Sáu Nở, giám đốc sở Giáo Dục chấp thuận. Anh nghĩ sao mà xin thôi?"

Tôi nhìn Sự dò xét ý nhĩa câu hỏi của anh ta. Tôi chưa biết trả lời sao. Có nên nói rằng tôi không thể là loại người làm công việc xoay một vòng một trăm tám mươi độ trên chính nơi bục gỗ mà trước kia tôi đã từng làm chủ? Có nên nói rằng trước kia tôi chỉ là một người dạy học bất đắc dĩ, giờ đây việc đó còn bất đắc dĩ hơn, một triệu bất đắc dĩ hơn trước chăng? Phải chi tôi là người dạy Toán, Lý Hóa, Sinh vật, thì có thể tôi sẽ dễ dàng hơn khi đứng nói trước mặt các em những điều trắng mà mới hôm qua mình còn nói là đen?

Đứng ở lan can hành lang, chúng tôi cùng ngó ra sân trường. Tôi thấy mình sao quá xa lạ ngay giữa khung cảnh quen thuộc từ bao nhiêu năm nay. Từ sau ngày Ba Mươi Tháng Tư đến nay, lòng tôi không bao giờ yên, trái tim tôi không bao giờ ngưng lo âu hồi hộp. Tôi sợ những câu hỏi, và tôi thấy mình lúng túng khi tìm câu trả lời.

"Mừng quá phải không?" Sự hỏi tiếp khi thấy tôi lặng thinh hơi lâu.

"Cảm ơn anh đã cho biết tin. Nhưng bao giờ thì tôi được chính thức nghỉ?"

"Giấy đã về chỗ ông Hiên rồi. Có lẽ nội sáng nay ông Hiên sẽ đưa cho anh. Và từ ngày mai anh có thể... có thể..."

Sự không nói hết câu. Tôi không hiểu ý anh ta muốn gì. Tôi quay lại, nhìn Sự. Sự hơi thấp hơn một người Việt Nam trung bình. Da mặt anh đen sạm, hai con mắt sáng, giọng nói rổn rảng.

"Có một điều tôi muốn nói với anh, ông Hiên đã làm một bản báo cáo về anh cho Sở. Bản báo cáo không tốt về anh, nhưng có lẽ nhờ đó anh đã được cho nghỉ việc theo ý muốn của anh."

Bất ngờ, Sự mở cặp đưa cho tôi tờ "pelure" của bản lót giấy than đại khái viết rằng tôi là một người "phóng đãng", cuộc sống của tôi không thể thích ứng với một nhà giáo, và càng không thể thích hợp với một nhà giáo xã hội chủ nghĩa trong chế độ cách mạng. Nhà trường cách mạng không cần một nhà giáo kiểu Trần Lâm Thăng. Bản báo cáo còn ghi sự liên hệ của tôi với gia đình ông Phan, một nhân vật phản động của chính trị tại miền Nam. Tôi không chờ đợi những lời tốt đẹp của Hiên viết về tôi. Tôi hiểu tôi là "thứ" người gì. Nhưng tôi không ngờ y viết về tôi kiểu đó.

"Nếu không ở được thì nên tìm cách đi đến một chỗ tốt hơn."

Sự nắm cánh tay tôi giật giật rồi bước đi.

Tôi nhìn theo anh không biết có phải thật là chính Sự nói những lời đó không. Tôi ngó xuống tay mình. Tờ giấy pelure vẫn còn đó.

Thật tình tôi có mừng khi hay tin được nghỉ việc, nhưng đồng thời tôi cũng cảm thấy lòng mình xót xa, như thể có một con dao nào khá bén lịm đang cứa từ từ một phần thân thể mình.

Tôi đi chậm rãi dọc theo hành lang, trở lại phòng giáo sư. Tôi ngồi xuống chiếc ghế sát bên cửa hông. Đám đất nhỏ vừa được mấy thầy cô giáo xới lên trồng rau. Một chuồng heo vừa mới được rào giậu. Những cái đó thật xa lạ với ngôi trường mà tôi đã từng có mặt hơn mười lăm năm nay, từ một đứa "học trò nhưng không sách cầm tay" ngồi ở dưới bàn học kia, đến lúc đứng trên bục gỗ này nhìn lại tuổi trẻ của mình. Hai câu đối trước cổng trường, cây phượng trong sân che mát trạm của người gác dan, nơi có chú Phẩm hiền lành cục mịch như một củ khoai mở cửa cho chúng tôi mỗi sáng. Phòng y tế nơi có bác Thử làm việc người gầy nhom gầy nhách, nhưng lúc nào cũng tươi cười chăm lo sức khỏe cho cả trường. Thầy Ái dạy Pháp văn ăn nói lưu loát hoạt bát, ông Tổng giám thị Chương ưa nói chuyện thời sự, và còn bao nhiêu kỷ niệm đang quanh quẩn ở góc sân, ở vòm cây, ở mái ngói, ở đợt nắng sắp vào hè, ở cơn mưa dầm, ở khói lựu đạn cay tỏa đầy sân trường khi các em xuống đường. Không, có thể tôi không phải là một người dạy học hội đủ những điều kiện của một người thầy tốt theo quan niệm Khổng Tử, nhưng tôi chắc chắn là lòng tôi tràn đầy niềm yêu mến công việc của tôi. Tôi hiểu tôi phải làm gì khi đứng trên bục gỗ. Tôi biết tôi cung cấp điều gì cho học sinh của tôi: những kiến thức tối thiểu cho việc thi cử và những bất đồng giữa trang sách và đời sống. Tôi yêu các bạn đồng nghiệp của tôi, các em học sinh mà tôi chỉ gặp mỗi năm một lần rồi đi qua ngưỡng cửa vào đại học, rất ít khi ngoái đầu lại. Chắc chắn các em đã mang theo trong lòng những điều đồng ý và bất đồng ý với tôi qua những gì tôi trình bày. Nhưng điều đó có hề gì. Điều mà lòng tôi muốn gửi đến các em là con người và những giới hạn của nó: sự đau khổ, nghèo đói, dốt nát, bệnh tật và nhất là cái chết. Tôi muốn các em chia sẻ cùng tôi bài học làm người. Bài học ấy chúng tôi cùng học, không ai dạy ai.

Nhưng mà tôi vui, vì tôi biết rằng từ nay tôi sẽ không còn phải đứng trên bục gỗ nói những điều hoàn toàn trái nghịch với những gì tôi đã từng nói trước đây cũng trên cái bục gỗ ấy. Tôi sẽ không còn phải đêm đêm chong đèn biên chép cái gọi là "giáo án" để sáng mai vào lớp đọc từng chữ như một học sinh không thuộc bài. Tôi sẽ không còn phải..., không còn phải..., không còn phải...

Ở lớp ra, tôi không về thẳng nhà như mọi khi. Danh biết tôi được nghỉ việc, hẹn tôi ra quán cà phê, uống mừng một ly. Quán cà phê vỉa hè lúc sau này, mọc khắp đường phố Saigon. Ở đường Trần Quý Cáp trước trường Tư thục Tân Văn, Danh hỏi tôi:

"Này, ông định làm gì?"

"Tôi chưa biết làm gì bây giờ. Có lẽ tôi sẽ về quê. Tôi muốn nhân dịp này thăm ông anh hiện bị bệnh nặng."

"Tôi thì không về quê. Gia đình tôi không còn ai ở dưới. Tất cả bây giờ đều tập trung ở nhà tôi. Tôi đã liên lạc được với tòa đại sứ Tây Đức. Tôi đang hi vọng sẽ được đưa cả gia đình đi Đức. Tôi tin tưởng và chờ đợi."

"Thật tình là tôi chưa biết mình sẽ làm gì. Về quê thì được, nhưng sống bằng cách nào? Từ trước tới giờ tôi có nghề ngỗng gì đâu ngoài cái nghề đứng trên bục gỗ! Ông có khuyên tôi được gì không?"

"Tôi không dám khuyên ông điều gì đâu. Nhưng tôi nghĩ, sống ít lâu ở vùng biển cũng là điều hay. Đó là nơi dưỡng sức lý tưởng."

Tôi hiểu ý Danh. Người Saigon bây giờ không ai là không mơ ước một chiếc ghe, một người tài công giỏi và một "bãi đổ quân" an toàn.

Tôi nghĩ đến điều đó. Nhưng tôi không thể không nghĩ đến Quỳnh và đứa con chúng tôi hãy còn quá nhỏ. Tôi cũng chờ đợi những tờ giấy bảo lãnh từ Pháp và từ Mỹ. Quỳnh bắt liên lạc với một người làm ở tòa Tổng Lãnh sự Pháp mua tờ khai sanh và cái thẻ của một công dân Pháp – đã chết - để ra vào tòa lãnh sự cho dễ. Chúng tôi muốn đi Pháp theo ngã có "giấy tờ của người đã chết" này nhiều hơn.

Tờ khai sanh tôi mua là của một người mang tên Jean Francois Didier có cùng tuổi tôi, con của bà Trần Thị Ba và ông Maurice Didier nào đó khá mơ hồ và không có chi chắc chắn. Tôi chờ đợi để xin vào tòa lãnh sự, dù chỉ một lần thôi. Công an áo vàng đứng đầy ở cổng, còn chặt chẽ hơn bức tường cao có những mảnh ve chai nhọn. Người bán khai sanh bảo chúng tôi nên chờ. Chờ đến bao giờ? Không thấy nói.

Chúng tôi ngồi như vậy khá lâu và không biết nói gì thêm. Ly cà phê đen đã hết, chúng tôi được châm cho một bình trà. Đến xẩm tối, chúng tôi chia tay.

"Coi như kể từ ngày mai, ông không bước chân tới trường nữa, phải không?" Danh leo lên xe đạp hỏi tôi câu cuối cùng.

Tôi gật đầu. Tôi lên xe. Tôi may mắn chưa bán chiếc Lam màu bạc. Quỳnh nhất định bắt tôi phải giữ lại để làm chân chạy chỗ này chỗ nọ. Nhưng lên xe rồi tôi vẫn chần chờ. Tôi không muốn trở về nhà. Tôi chạy ngang qua Chợ Đủi. Dựng xe ở dưới gốc cây. Chợ Đủi tối tăm lạnh lẽo. Chợ Đủi đã không còn như xưa. Tôi không thấy cái bàn quen thuộc của chúng tôi: Nhật đã đi học tập cải tạo. Cả Ký và Lộc nữa. Chỉ còn Nghĩa, nhưng từ hôm Saigon mất đến nay tôi chỉ gặp Nghĩa có một lần trong một quán cà phê vỉa hè trên đường Tự Do. Nghĩa dạy môn Kinh tế ở trường Luật và bây giờ chuẩn bị thất nghiệp. Tôi không gặp lại Giang, nhưng hôm Saigon vừa mới bị tiếp thu tôi có nghe một ca khúc của anh vang qua làn sóng điện. Đình vẫn ốm yếu bệnh tật, và mặc dù chỉ gặp có một lần tôi thấy mình càng yêu Đình hơn. Tôi thèm nghe vô cùng giọng nói của anh qua chương trình nhạc chủ đề mỗi tối thứ Năm.

Tôi chỉ gặp lại Tâm và Phùng. Vẫn Tâm khuôn mặt sạm đen, vẫn Khô-Khốc-Thiền-Sư, vẫn thở thuốc lá đen như ống khói tàu... Còn Phùng vẫn đôi kính cận màu nâu nhạt, vẫn giọng nói gấp gáp đuổi nhau từ tiếng này sang tiếng khác. Chúng tôi chỉ là thứ lính chín tuần ở Quang Trung. Chúng tôi không là sĩ quan, nên chúng tôi không phải đi học tập cải tạo. Hai người cháu trai tôi, một Trung úy, một Đại úy, cậu em rể Thiếu tá bị thương ở chân, tất cả đã bị bắt đi trại tập trung, trừ ông anh Trung tá Biệt Động Quân "may mắn" bị bán thân bất toại được nằm nhà chờ chết khỏi phải trình diện.

Tôi lại lên xe, tiếp tục chạy quanh thành phố. Quán Cái Chùa trên đường Tự Do đã trở thành tiệm ăn. Givral cửa kính dầy vẫn có khách ngồi, nhưng tôi biết không còn đám bạn của tôi trong đó. Tôi chạy xuống bờ sông Saigon. Đêm lạnh lẽo. Chiếc phà chở người về Thủ Thiêm vừa tách bến. Tôi đến ngồi trên chiếc ghế đá nhìn ra chiếc tàu đang bỏ neo. Ước gì gia đình mình được một chỗ trên tàu kia. Tôi thấy trước mặt tôi một bóng đen, một người đàn bà đang tỳ hai tay trên sợi xích sắt, nhìn xuống mặt nước đen. Hình như tôi nghe cả tiếng khóc. Hai bờ vai bóng đen rung lên. Tôi vẫn ngồi yên, không nghĩ ra cách nào để can thiệp nếu người kia nhảy xuống nước. Tôi cúi xuống, ngó dưới chân mình. Tôi biết mình đang làm một cử chỉ vô nghĩa. Nhưng tôi phải làm gì bây giờ? Tôi nhìn quanh quất. Bến tàu thưa người. Tay tôi bỗng chạm một túi vải, như là một túi đựng quần áo. Tôi rụt tay lại. Hình như phía trên còn có một mảnh giấy. Tôi cầm lên, nhưng ánh sáng mờ của ngọn đèn công cộng trên cao phía xa không soi rõ chữ. Tôi cầm tờ giấy trên tay phân vân không biết nên để lại trên túi vải kia hay mang đến chỗ sáng đọc xem trong đó viết gì. Sau cùng, tôi quyết định cầm đến chỗ đèn sáng. Tờ giấy viết:

Chồng tôi đã bỏ đi.

Con tôi đã chết.

Tôi không muốn sống.

Xin cho ba má tôi ở địa chỉ... đường Cống Quỳnh, quận nhì, Saigon biết.

Con bất hiếu,

Trần Thị Lan

Tôi chạy trở lại chỗ ngồi. Bóng đen vẫn còn đứng tỳ tay trên sợi xích sắt.

Tôi bước tới. Tôi đặt tay lên vai người đàn bà:

"Chị Lan!" Tôi kêu tên người đàn bà nhưng thầm mong chị ta không phải là tác giả bức thư trên. Nhưng bóng đen đã quay phắt lại:

"Ông... là ai?"

"Có phải chị là chị Lan không? Chị đừng làm như vậy!"

Tôi nắm chặt tay người đàn bà kéo về phía chiếc ghế xi măng.

Người đàn bà mềm như sợi bún.

"Tại sao chị phải làm như vậy?" Tôi biết mình hỏi một câu hỏi thừa.

"Trời ơi, sao tôi khổ thế này?"Người đàn bà vật vã khóc, hai tay vồ lấy túi vải ôm chặt vào lòng. Tôi đứng nhìn chị, nhưng chị không buồn nhìn tôi. Lưng người đàn bà tựa vào thành ghế, nghiêng về một phía như một thân cây bị bão thổi dạt theo chiều gió.

"Nhà tôi ở gần chỗ nhà chị. Chị có muốn tôi đưa chị về không?" Tôi nhận ra đường Cống Quỳnh này gần góc Nguyễn Cư Trinh, nghĩa là gần khu Mã Lạng với khu nhà tôi.

"Cám ơn! Ông đi đi. Tôi không có nhà có cửa gì hết." Chị nói thều thào như một người hết hơi, kiệt sức.

Chắc chị không biết là tôi đã đọc lá thư trên túi vải của chị.

Tôi quay ra mặt đường, muốn tìm một chiếc xích lô đạp. Đường vắng. Một chiếc xích lô đang nằm dưới trụ đèn đường. Một vài chiếc xe đạp đang đi ngược trên đại lộ Tự Do, nay là đường Đồng Khởi. Tôi bước đến trụ điện. Người phu xích lô đang ngồi trong xe đọc báo. Ánh sáng chiếu rõ tờ tạp chí *Lettres Soviétiques*. Tôi dụi mắt. *Lettres Soviétiques* là một tập chí văn học của Nga viết bằng tiếng Pháp. Tôi rụt rè:

"Ông..., xin lỗi, ông có nhìn thấy người đạp xích lô đi đâu không?"

"Ông đi đâu?"

"Tôi muốn tìm người đạp xích lô!"

"Là tôi đây!" Ông nói nhẹ nhàng.

"Xin lỗi..." Tôi ấp úng.

Người "phu xe" xếp cuốn tạp chí lại. Tôi thấy một khuôn mặt xanh mướt. Chiếc kính cận che một đôi mắt khá sắc sảo. Đó là một khuôn mặt quen, hình như tôi đã gặp đâu đó một đôi lần. Một khuôn mặt rất trí thức.

"Đi đâu?" Người "phu xe" leo lên yên, sau khi đã đặt cuốn sách dưới nệm ghế ngồi.

"Tôi muốn nhờ ông đưa dùm một người đến đường Cống Quỳnh, góc Nguyễn Cư Trinh." Tôi trả lời, nhưng mắt vẫn không ngưng nhìn ông ta.

"Mời ông lên!" Người "phu xe" giục.

"Không phải tôi! Ông có thể đi vào phía trong một chút được không?"

Tôi đi trước, người đàn ông đạp xe theo sau. Tôi thấy ông ta rướn lên khi nhấn chân trên bàn đạp, dù xe không có ai ngồi. Đến chỗ ghế đá có người đàn bà, tôi nói:

"Ông làm ơn đưa dùm người này về địa chỉ... ở đường Cống Quỳnh..." Người "phu xe" nhìn người đàn bà nằm rũ trên túi vải.

"Tôi muốn gửi tiền trước. Từ đây tới đó bao nhiêu?"

Người "phu xe" bước xuống, không trả lời câu hỏi của tôi.

"Chuyện gì vậy?"

"Tôi không biết. Tôi nghĩ rằng người đàn bà này đang đau khổ cùng cực. Tôi sợ bà ấy đi tìm cái chết."

Tôi đến bên ghế, đặt tay lên vai người đàn bà. Tôi có cảm tưởng như tôi đang sờ một xác chết.

"Ông là gì của bà này?" Người "phu xe" hỏi.

"Không, tôi không là gì của bà ta hết. Ông giúp giùm tôi được không?" Tôi đưa lá thư tuyệt mệnh cho người "phu xe".

Ông cầm đến chỗ có ánh đèn đường chăm chú đọc, xong lặng lẽ xếp bỏ vào túi.

"Tôi biết chỗ này. Thôi để tôi đưa bà ta về cho. Đừng nói chuyện tiền bạc."

Ông ta đứng sau ghì yên cho xe khỏi chổng gọng khi tôi đỡ người đàn bà lên chỗ ngồi. Không còn cách nào khác, tôi cho máy xe nổ, chạy thật chậm sau chiếc xích lô. Đường phố vắng, rất nhiều bóng tối. Tiếng máy xe của tôi, vang vang trong sự im lặng chết chóc làm tôi sợ. Tôi ước phải chi mình đang đi một chiếc xe đạp. Sự lặng lẽ nhiều khi cũng cần thiết. Như chiếc Lambretta nặng nề của tôi với tiếng nổ ầm ĩ của nó càng đi tốc độ chậm tiếng kêu càng to. Đôi lúc tôi phải chạy phóng về phía trước một quãng, dừng lại, chờ cho chiếc xích lô đi qua, rồi mới lại chạy tiếp. Tôi thấy mình không thể nào để người đàn bà kia ở giữa đường. Chẳng thà mình không nghe, không thấy, không biết, đằng này... đi ngang qua những "kiosques" bán hoa đường Nguyễn Huệ, tôi thấy cửa đóng then cài. Vòng trái đường Lê Lợi, còn một vài xe bán bánh mì đêm với ngọn đèn leo lét. Và chợ Bến Thành, bùng binh có tượng Quách Thị Trang, tôi thấy sao mà lạnh lẽo. Trạm ga xe lửa ở đường Lê Lai vẫn đầy những người ngủ trên thềm xi măng. Một vài túp lều dựng sơ xài vội vàng bên hông hãng xe Vespa. Băng qua một đường rầy xe lửa đường Võ Tánh. Rạp Khải Hoàn đang chiếu một cuốn phim có cái tên kỳ lạ: *Sáu Người Từ Trên Trời Rơi Xuống.* Bên kia là chợ Hòa Bình. Còn một chiếc xe mì xực tắc của người Tàu. Lòng chợ tối om. Quẹo trái là Cống Quỳnh. Tôi chạy trước dò đường. Số chẵn bên trái. Tôi đếm từng số nhà.

"Đây rồi!" Tôi dựng xe trước một căn nhà có cửa sắt, chờ chiếc xích lô.

"Có phải nhà này của chị không?" Tôi bước tới nghiêng đầu hỏi, trong khi người đạp xích lô rướn mình kéo cần thắng.

Người đàn bà mở mắt, ngồi thẳng dậy, ngó chăm vào mặt tôi, không buồn trả lời. Tôi không hiểu cái nhìn đó có ý nghĩa gì. Bà ta bước xuống. Đến trước cửa sắt, bà ta luồn tay vào trong bấm cái nút chuông. Và không lâu, tôi nghe tiếng lách cách, cánh cửa trong mở ra, một cái đầu tóc bù xù bạc trắng ngó người đàn bà:

"Trời ơi! Trời ơi!..." Tiếng kêu nhỏ run rẩy, hai bàn tay của người già cũng run rẩy loay hoay với chiếc chìa khóa.

"Má ơi! Má ơi!..."

Sau cùng tôi nghe tiếng người đàn bà thảng thốt.

Tôi cảm thấy có một bàn tay ai đặt lên vai tôi. Tôi quay lại, người đạp xích lô nhìn thẳng vào mặt tôi:

"Tôi tên là Nam."

"Tôi tên là Thăng." Tôi trả lời như một phản xạ tự nhiên đến nỗi tôi không hiểu tại sao mình đã nói nhanh như vậy.

Và chúng tôi chia tay.

CHƯƠNG SÁU

Khi tôi về đến đầu ngõ, cả khu Mã Lạng bỗng tắt điện bất ngờ. Tôi nghe tiếng người nói ồn ào ở rạp Quốc Thanh. Hồi sáng, khi chạy xe ngang, tôi thấy rạp dựng bảng đoàn kịch Kim Cương trình diễn vở *Dưới Hai Màu Áo*. Có lẽ khán giả đang bực mình vì vở diễn bị ngưng nên túa ra trong vòng cửa sắt hút thuốc, uống nước, tìm chút không khí. Tôi tắt máy xe, dắt bộ xuống con hẻm. Hai dãy nhà ngó mặt nhau trong đêm với những cánh cửa sổ như được mở đồng loạt kiến tôi có cảm tưởng là mình bị những cặp mắt vô hình dòm ngó, soi mói. Dựng xe ở hiên nhà, tôi ngạc nhiên thấy cửa không đóng. Phòng khách tối, nhưng bên trong, nơi được dùng làm phòng ăn và buồng ngủ, tôi thấy ánh sáng loe lét của một ngọn đèn dầu.

"Ảnh về đó kìa!" Tôi nghe tiếng Quỳnh nói. "Vô đây anh."

"Chào chú mày!" Tôi nghe tiếng nói của một người đàn ông, giọng cứng và lạnh.

Tôi đến cửa hông, dừng lại.

"Chào ông." Tôi trả lời, hơi bỡ ngỡ không hiểu người đó là ai.

Anh Mười. Đây là anh Thăng, chồng em." Quỳnh giới thiệu tiếp, "Anh Mười Tân, bữa trước em có kể anh nghe rồi!"

"Thưa anh." Tôi chào thêm lần nữa, bối rối.

"Đi đâu cả ngày bây giờ mới về, mậy?"

Bất ngờ, tôi nghe tiếng nói của Tuấn. Hắn ngồi trong ghế sát cửa sổ, mở ra sàn nước, nhưng vì ngọn đèn dầu không đủ ánh sáng, nên tôi không nhìn ra hắn.

"À, đi lăng quăng..." Tôi trả lời.

Ông Mười Tân vẫn ngồi yên, chỉ có đốm lửa đỏ trên đầu điếu thuốc sáng rực lên và dịu xuống từng lúc.

"Thời này không phải như hồi trước đâu, đừng có la cà theo bọn phản động, có ngày tù rục xương, chết không kịp ngáp!" Tuấn nói, vẫn cái giọng lên lớp.

Tôi đến chỗ Quỳnh nằm, bế con lên. Đứa bé trở mình khóc. Cả thân thể nó nóng hâm hấp. Tôi ôm con vào lòng. Thuốc men hồi này khan hiếm. Hoặc giả nếu có thì đã quá hạn kỳ, hoặc tủ lạnh mất hơi vì thiếu điện nên không giữ được dược tính của thuốc.

"Tại sao xin nghỉ dạy?" Ông Mười Tân hỏi tôi một câu trống trơn.

Tôi ngồi xuống mép giường. Quỳnh đưa tay bế con. Tôi chưa biết trả lời sao cho ông Mười Tân rõ. Tôi biết người đang nói chuyện với tôi là một đảng viên Cộng sản, một cán bộ cao cấp của chế độ mới. Tôi cũng biết, theo như cách nói của Hiên, hiệu trưởng của nhà trường "cách mạng". Mười Tân là "thủ trưởng của thủ trưởng" của y nữa kia. Có lẽ, Mười Tân đã được báo cáo về trường hợp xin nghỉ của tôi, theo một cách nào đó như kiểu tờ trình của Hiên gửi lên Sở Giáo Dục Thành Phố mà Sự đã cho tôi một bản sao. Tôi không nghĩ là ông ta đang nói như một người anh họ của người đàn bà đang sống với tôi. Ông Mười Tân đang nói như chính cái chế độ của ông nói:

"Thưa anh,…" tôi chậm lại, "tôi thấy công việc dạy học không thích hợp với tôi."

"Không thích hợp tại sao trước đây chọn nó?" Mười Tân tiếp tục hỏi trống trơn, giọng nhẹ nhàng.

"Chắc mày dạy cái môn triết lý bá láp này cũng hơn mười năm rồi phải không?" Tuấn chen vào, giọng đắc thế. "Duy Tâm! Duy Tâm! Hỏng hết!"

"Em không hiểu sao anh Tuấn hồi này nói năng lung tung quá!" Quỳnh đứng dậy đặt con vào nôi, vừa buông màn vừa nói, "Ở đời ai chẳng chọn lựa, chọn sai thì đổi, có sao đâu!"

Mười Tân không nhìn tôi. Ông vừa liếc mắt về phía Quỳnh vừa châm một điếu thuốc. Có vẻ ông là người hút thuốc nhiều.

Em có biết là cái thái độ xin nghỉ việc của thằng Thăng trong tình hình củng cố và xây dựng chính quyền cách mạng là một thái độ mang ý nghĩa phản kháng chế độ này hay không?" Mười Tân nói giọng nhỏ nhẹ mềm mỏng hơn, mặc dù nội dung không phải là như thế. "Vả lại," Mười Tân tiếp, "rồi tụi bây sẽ làm gì để sống trong những ngày sắp tới?"

"Em sẽ đi buôn bán như hồi má em còn sống!" Quỳnh trở lại giường, ngồi sát chỗ tôi."

"Hừ! Buôn bán! Chế độ này không có chỗ cho cái bọn con buôn cân thừa bán thiếu đâu. Bây giờ mà má còn sống, má cũng phải dẹp tiệm chứ đừng nói em!" Tuấn nói như một nhà cách mạng thứ thiệt.

"Chớ anh quên cái bọn con buôn cân thừa bán thiếu kia lâu nay nuôi anh ăn học nên người như thế này à? Chớ anh tưởng ba đang được tự do như anh với tôi, với anh Thăng à?" Quỳnh bất ngờ xẵng giọng.

"Quỳnh!" Tôi nắm tay vợ, chận không muốn cô nói nữa.

"Anh theo cách mạng hồi nào vậy?" Quỳnh tiếp tục nói, "bộ anh là con kỳ nhông sao đổi màu mau quá vậy?"

"Thôi em!" Tôi choàng tay qua vai Quỳnh.

"Thì anh cũng để em nói với ảnh một lần cho ảnh biết chớ!"

"Thôi em!" Tôi ôm chặt Quỳnh. Bàn tay tôi bóp bóp vai vợ. Tôi biết là mình không thể ngăn chặn được điều Quỳnh nói.

Khi mới quen Quỳnh, tôi không mấy rõ về gia đình cô. Tôi lấy Quỳnh chớ tôi đâu lấy gia đình của Quỳnh. Tôi chỉ biết Quỳnh có ông anh là Tuấn. Hắn là bạn học cũ của tôi. Khôn vặt. Láu cá. Ranh mãnh. Tuấn là đứa ưa gây mâu thuẫn giữa bạn bè, rồi làm ra vẻ người tốt đứng ra dàn xếp hòa giải đôi bên. Tôi chưa bao giờ gặp ba Quỳnh, ngay cả khi chúng tôi đã chung sống với nhau. Tuy vậy, tôi biết rõ trong gia đình của Quỳnh, không một người nào muốn cô lấy tôi. Nhưng mọi người đều biết là không ai có thể ngăn cản được Quỳnh một khi cô đã quyết định, nên đành để mặc cô chọn con đường cô muốn đi. Chúng tôi sống với nhau, dọn vào ở chung với nhau, vì thấy không còn con đường nào khác. Hãng hàng không Trung Hoa CAL cho Quỳnh nghỉ có lương vì lúc đó chờ ngày sinh, không ngờ tháng Tư đổ ập xuống, CAL cũng đóng cửa luôn và Quỳnh thất nghiệp. Nhưng làn sóng đỏ trước khi tràn ngập Saigon vào tháng Tư, nó đã cuốn qua miền Trung từ tháng Ba. Gia đình Quỳnh có một tiệm bán thuốc tây và trong cơn hỗn loạn, bọn hôi của đã dọn sạch thuốc men không còn để lại một thứ gì ngoài căn nhà trống. Ba Quỳnh sau đó bị bắt đi học tập cải tạo vì thuộc thành phần tư sản. Hơn nữa việc ông quen biết lớn trước Bảy Lăm cũng làm ông mang thêm cái tội giao du "toàn bọn đầu sỏ phản động."

Mười Tân ngồi im lặng khá lâu, bập bập điếu thuốc trên môi. Tôi thấy ông hết nhìn Quỳnh lại nhìn Tuấn. Khi Quỳnh nói xong, mắt ông ngó xuống mặt bàn, những ngón tay ông gõ nhịp đều đặn trên thành gỗ. Tôi có dịp nhìn kỹ ông. Một mái tóc gần như đã bạc trắng. Một khuôn mặt nhô xương. Hai con mắt vẫn còn sáng. Một vết sẹo lớn trên trán kéo xuống tận mắt trái chẻ ngang đường chân mày.

"Về trường hợp của chú", ông Mười Tân ngừng lại một lúc, "anh muốn nói ba của mấy đứa, việc học tập cải tạo là rất cần thiết. Đồng chí Bí Thư Tỉnh Ủy Phú Khánh là bạn của anh, nhưng anh không muốn can thiệp vụ này. Muốn làm việc lớn người ta phải biết đặt tình cảm cá nhân qua một bên. Vả lại đối với cách mạng chú còn nhiều lợn cợn cần phải làm cho sạch. Chánh sách nhà nước là luôn luôn khoan hồng đối với những ai biết nhận ra lẽ phải..." Tiếng nói ông Mười Tân dịu mà mạnh. Tôi thấy rõ mắt ông tiếp tục chiếu thẳng về phía Quỳnh.

"Vậy theo anh Mười thì điều anh Tuấn nói là đúng hay sao? Buôn bán là một tội lỗi à? Cả cái thế giới này đều là tội lỗi hết trơn hết trọi sao? Còn mấy người trong sạch sống với ai?" Quỳnh nói trong tiếng khóc. Tôi nghe tiếng cô gọi rất nhỏ. Đầu Quỳnh tựa lên vai tôi.

"Tất nhiên buôn bán không phải là cái tội. Nhưng vấn đề là buôn bán như thế nào, buôn bán cái gì, ai buôn bán, buôn bán với ai, thì mới có thể nói là có tội hay không có tội. Dù sao tư sản đã là có tội. Nhưng thôi..." Ông Mười Tân ngập ngừng, "chẳng lẽ anh phải nói là chính các em cũng nên đi học tập cho thông suốt đường lối chính sách của Nhà Nước."

"Em đã vào sinh hoạt trong Hội Trí Thức Yêu Nước. Em tin là em hiểu rõ đường lối chính sách của Đảng và Nhà Nước." Tuấn nói chen vào giọng kể lể, "còn mày, Thăng, tại sao tao không thấy mày xuống Hội sinh hoạt với anh em?"

"Tôi à?" Tôi cố nhướng to mắt nhìn xem Tuấn nói với một vẻ mặt như thế nào, nhưng bóng tối đã cho hắn chiếc mặt nạ quá tốt. "Bộ anh nghĩ tôi xứng đáng là một người trí thức sao?"

"Đây không phải là lúc để cãi nhau." Ông Mười Tân ngừng gõ tay lên mặt bàn, lấy điếu thuốc ra khỏi môi. "Anh nghĩ là Tuấn chưa biết gì về chính sách Đảng và Nhà Nước ta đâu. Chính mấy ông Chủ Tịch và Phó chủ tịch của Hội cũng cần phải sinh hoạt nhiều mới nắm được đường lối chính sách của Đảng ta. Nhưng thôi...", đột nhiên ông Mười Tân đổi giọng, "hôm nay anh đến đây cốt để thăm Quỳnh, để xem mấy đứa bây sinh sống ra sao. Anh mừng vì thấy Quỳnh không dính líu gì với chế độ ngụy, không phản động, không có nợ máu với nhân dân..." Ngừng một đỗi lâu, Mười Tân tiếp, "nhưng trường hợp Thăng tôi muốn nói một điều..." ông đổi giọng, bất ngờ xưng là *tôi*, tôi nhận rõ điều đó, "đời sống của Thăng là không tốt. Tôi biết rõ tên Lý, cha vợ trước của Thăng là một tay tư sản mại bản có cỡ. Tôi cũng có trong tay báo cáo đầy đủ về những liên hệ gia đình tên Phan, một trong mấy tay phản động gộc của ngụy quyền. Tôi không nghi ngờ hành vi của Thăng. Một người như cậu Thăng đây không làm được cái tích sự gì ngoài cái *thẩm mỹ học* của cậu đâu…"

Tôi không hiểu ông Mười Tân ám chỉ điều gì khi nói đến chữ *thẩm mỹ học*, "Tuấn có nói với tôi về đám bạn bè văn nghệ của Thăng. Thật tình, tôi không hiểu tại sao Thăng đi dạy học mà chỉ chơi với đám văn nghệ là thế nào? Toàn một bọn phản động đồi trụy. Dù sao tôi muốn nói với Thăng một điều: xã hội mới này không dung nạp cách sống phóng đãng đó đâu. Cải tạo lại nếp sống cũ là điều rất tốt!" Ông Mười Tân bất ngờ đứng dậy ngay khi vừa dứt câu, "Có lẽ tôi phải đi. Tôi có một buổi nói chuyện ở Thành đoàn."

Tuấn cũng đứng dậy đi theo ông Mười Tân. Tôi thấy Tuấn mặc sơ mi trắng bỏ ngoài quần, cái "mốt" khá thịnh hành sau ngày Ba Mươi Tháng Tư. Tôi nhắm mắt cũng biết thêm là Tuấn đi dép râu.

"Tao phải theo anh Mười." Tuấn nói tự nhiên.

"Anh không cần nói tôi cũng biết mà!" Quỳnh mỉa mai. Cô đứng dậy kéo tay tôi, tiễn ông Mười Tân ra cửa.

Cả khu Mã Lạng vẫn còn chìm trong đêm Saigon thiếu điện.

Khi đặt chân xuống con hẻm, ông Mười Tân quay lại phía chúng tôi.

"Rất tiếc! Rất tiếc!"

Và ông quày quả bỏ đi. Tuất lọt tọt theo sau. Ngay lúc đó, tôi thấy có hai bóng đen ở cuối ngõ hẻm đi nhanh tới, một người lách ra trước ông Mười Tân, và một người đi sau lưng ông. Như một yếu nhân của một chế độ, Mười Tân được bảo vệ quá cẩn mật. Và bỗng nhiên chữ "rất tiếc!" của Mười Tân vọng lại làm tôi nổi da gà. Tôi mơ hồ hiểu những gì sẽ chờ đợi tôi.

"Thôi mình vào đi em!" Tôi ôm vai Quỳnh.

Tóc Quỳnh đã dài, khá dài. Tôi nghe mùi bồ kết tỏa ra từ mái tóc quen thuộc của người đàn bà đã chia sẻ cùng tôi da thịt. Hai tay Quỳnh vòng qua lưng tôi. Chúng tôi ôm lấy nhau quấn quít như ngày mới quen nhau. Tôi nghe tiếng âm nhạc bay trong gió. Có lẽ rạp Quốc Thanh đã có điện riêng và vở diễn lại tiếp tục. Chúng tôi hôn nhau dưới một bầu trời đêm của Saigon đổi đời. Nhìn sâu vào mắt Quỳnh tôi như thấy lại tất cả cái khu phố nghèo nàn này. Bên tay trái tôi, sâu trong hẻm Mã Lạng này, trước kia chui rúc một số con người nghèo khổ, lợp nhà trên những nấm mồ vô chủ, giờ đây những con người còn cùng cực hơn chen chúc nhau trong những căn nhà che bằng những tấm tôn lỗ chỗ những đầu đinh tựa lên những tấm ván ép nát, cất tạm bợ trên những mồ mả không người thừa nhận. Mấy đứa bé con anh chị Sáu sửa xe đạp đầu hẻm, bụng ỏng ở trần chạy dưới mưa, lội bì bõm trong nước đục bẩn thỉu, thứ nước vọt lên từ những ống cống thành phố.

Chị Tư bán xôi, trốn từ vùng kinh tế mới về, không "hộ khẩu", sống bất hợp pháp trong một túp lều lưu động. Bảy Thẹo, du đăng chợ Cầu Muối, được thả ra sau ngày Saigon thất thủ, cũng đang chiếm một chỗ trong nghĩa địa của những người sống. Đầu hẻm là nhà một ông tên Tòng, sau Ba Mươi Tháng Tư, y sống bằng nghề bán tivi, radio, cát-sét đủ loại. Người ta nói trước Bảy Lăm, y tốt nghiệp đại học khoa học Sài Gòn nhưng sống bằng nghề thi tú tài mướn. Mặc dù chỉ nhận tiền khi nào đương sự có tên trên bảng những thí sinh trúng tuyển, y cũng có một đời sống khá giả. Bây giờ y sống bằng nghề bán chợ trời. Y quen lớn nhiều cán bộ, từ cấp phường đến cấp quận, cấp thành. Y chả có bà con nào làm cách mạng, nhưng y biết cách mua những người cán bộ nào y cần mua, tất nhiên là có giới hạn thôi. Y nói muốn mua cán bộ nào "tôi chỉ cần đến nhà gắn cho hắn một cái tivi hay một máy cát xét bốn loa là xong." Tòng sống có phần thoải mái hơn xưa và hơn hẳn nhiều người. Bên cạnh nhà tôi là gia đình chị Tuyết, giáo sư trường Trưng Vương. Anh Bằng chồng chị là giáo sư đại học Khoa Học đi tu nghiệp bên Pháp trước 75 hiện đang làm giấy tờ bảo lãnh cho chị và hai cháu đoàn tụ, chéo nhà tôi là bác Kỳ, công chức Bưu Điện hồi hưu, bác Kỳ là người Hà Nội, vào Nam làm việc đâu từ những năm Bốn Lăm, gặp bác gái ở Mỹ Tho. Hai người có hai cậu con trai nói tiếng "Nam rặt", không pha chút giọng Bắc nào. Ngay đối diện nhà tôi là gia đình bác Tốt, nhân viên ngân hàng. Tên y như người. Bác Tốt không làm mích lòng bất cứ một ai trong cái xóm nhỏ bé này. Bên cạnh nhà bác Tốt là gia đình ông bà Ngô, chạy từ miền Trung vào. Cũng như bác Kỳ, ông bà Ngô có hai cậu con trai. Cả hai đều học trường Pháp. Đó là những thanh niên có chí và thuần hậu như cha mẹ. Quỳnh và tôi yêu nhất ông bà Ngô. Chúng tôi thương yêu hai ông bà như cha mẹ. Chúng tôi coi hai cậu trai như hai đứa em ruột mình. Và chúng tôi được che chở đùm bọc như thể mình là những đứa con được nuông chiều, nhưng vì đã lớn, được dựng vợ gả chồng nên phải ra riêng.

Đó là cái thế giới của Quỳnh từ khi cô về sống với tôi trong cái xóm nghèo nàn ổ chuột ngay giữa thành phố đầy những sự giàu có này. "Em thương cái xóm Mã Lạng này quá!" Nhiều lần Quỳnh nói với tôi khi chúng tôi dự tính dọn đi một nơi khác. Bởi vì mùa mưa Saigon luôn luôn là một cực hình của chúng tôi. Đang nửa đêm mà Saigon giáng một trận mưa thật to điều đó có nghĩa là cả khu xóm chúng tôi sẽ phải đồng loạt thức dậy, mở toang cửa ra, bước xuống giường và tát nước. Hôm nào đi xi nê, quên bỏ giầy dép lên kệ, mà gặp trận mưa to, coi như bữa đó nhà cửa lềnh bềnh những đồ vật giữa một biển nước. Nhưng mà Quỳnh yêu cái xóm ấy. Tôi cũng vậy. Tôi yêu vô cùng cái khu phố nghèo khốn này. Căn phòng sang trọng trong nhà ông Phan làm sao bằng được căn nhà chung vách chung mái này khi chúng tôi có nhau.

Tôi ôm Quỳnh. Thân thể của một người đàn bà, sau khi sanh nở đứa con đầu lòng, tròn hẳn ra. Quỳnh rúc đầu và ngực tôi:

"Em lo cho anh quá!"

"Đừng lo! Anh sẽ không làm sao đâu!"

"Em sợ những ngày sắp tới của anh!"

"Bao nhiêu bạn bè của anh, trừ một số đồng nghiệp, còn tất cả đều đã phải đi cải tạo hết. Anh được tự do không bị tù tội như thế này em còn lo sợ gì chớ." Tôi an ủi Quỳnh.

"Em sợ, dù em không hiểu mình sợ cái gì. Em không biết chính trị, không ưa chính trị, nhưng em biết anh và em, chúng ta không thích hợp với đời sống này, với cái xã hội mới này."

Quỳnh nhắc lại chuyện tối qua, khi cả xóm bị khích động bởi tiếng kêu la giữa khuya của căn nhà đâu lưng bên kia hẻm. Một phụ nữ và một thanh niên bị trói thúc ké dẫn về đồn công an. Cả hai không một mảnh vải che thân. Người ta nói công an đã xông vào nhà bắt khi hai người này đang làm tình, vì họ không phải là vợ chồng. Chế độ mới nhân danh đạo đức, bài trừ tệ đoan xã hội, nhưng người ta nói chính tên công an áo vàng theo tán tỉnh người phụ nữ kia không được, nên quyết tâm theo dõi tìm cách trả thù người đàn bà này. Quỳnh nhắc lại chuyện tuần trước khi tôi chở hai mẹ con đi bác sĩ bị một tên công an bắt ngừng xe lại trình giấy tờ chỉ vì tôi là người đeo kính. Trình giấy tờ xong vẫn bị "lên án" vì sao dám đeo kính trong khi nói chuyện với người nhà nước. Chờ cho hắn ngưng nạt nộ, Quỳnh hỏi tại sao xét giấy chúng tôi, tên công an trả lời giản dị: "Bởi vì anh chị có vẻ ngụy quá!"

"Ngụy quá!" Đó là lý do đủ để chận xe một gia đình có con ốm phải chạy nhanh đến bệnh viện!

Tôi nghe hơi thở rất nhẹ của Quỳnh. Mùi bồ kết trên tóc Quỳnh tỏa ra thanh khiết. Tôi nhớ mẹ tôi. Mùi bồ kết thơm giản dị như cuộc sống của bà, cuộc sống của một phụ nữ ít học nhưng trong sạch như bầu trời không một gợn mây. Trong lúc này, lòng tôi cảm thấy cần bà biết là chừng nào. Tôi nhìn lên bầu trời đêm không một ánh sao. Đêm Saigon im lặng đầy bóng tối. Tôi ước gì trời mưa một trận lớn thật lớn để được nghe tiếng gọi nhau của cả xóm ra tát nước.

Tôi không nhìn thấy chút ánh sáng nào trong cuộc sống của chúng tôi vào những ngày sắp tới.

CHƯƠNG BẢY

"Cậu Thăng! Cậu còn nhớ em không?"

Cô gái đứng trước mặt tôi đặt cái bọc lớn xuống thềm nhà, lột chiếc khăn rằn quàng cổ cầm tay.

"Tám phải không? Em đi đâu mà biệt tăm biệt tích vậy?"

Tôi nhận ra ngay cô gái ở Cái Sắn từng giúp việc nhà cho chúng tôi gần một năm trời từ khi Quỳnh về sống chung với tôi ở khu Mã Lạng này. Tôi không nhớ ai đã giới thiệu Tám cho Quỳnh, chỉ biết một hôm ở sở về, tôi thấy một cô gái nhỏ nhắn, sạch sẽ đang dọn cơm.

"Anh, em mới mượn được Tám đến phụ em." Quỳnh giới thiệu.

"Chào cậu." Cô gái nhỏ thó mặt tròn bầu, hai con mắt sáng, lễ phép.

"Chào Tám." Tôi chào và có phần ngạc nhiên vì trước đó không hề nghe Quỳnh có ý mượn người giúp. Vả lại, nhà nhỏ như một ngón tay út thế này thì còn chỗ đâu cho một người nữa.

"Tám ở dưới Cái Sắn. Bà Sáu xóm trong thấy em nặng nhọc nên tìm giùm em. Dì Út của Tám là bạn của bà Sáu."

Quỳnh tóm tắt mất nét về lai lịch của cô gái nhỏ này. Tôi không hiểu gì mấy ngoài bà Sáu có bà bạn là bà Út, dì của một cô bé tên là Tám.

Đối với tôi, Tám là một người giúp việc sạch sẽ gọn gàng, ngăn nắp. Tôi coi Tám như một đứa em trong nhà. Bởi vì công việc không có chi nhiều ngoài việc giặt giũ, nấu nướng và sắp xếp cho khỏi luộm thuộm trong một căn nhà nhỏ, quá nhỏ, của hai người vừa mới lấy nhau, nên Tám có nhiều thì giờ rảnh rỗi. Thỉnh thoảng tôi thấy Tám đọc sách, những cuốn mà đám bạn tôi ký tặng mỗi khi in xong. Nhiều lần tôi hỏi Tám có muốn đi học lớp đêm không, cô gái từ chối. Suốt trong thời gian đó, tháng nào Tám cũng nhờ tôi hoặc Quỳnh mua giùm thuốc tây nhiều loại, đặc biệt là trụ sinh, nói là gửi về dưới quê vì có người nhà bị bệnh cần. Tôi còn nhớ đâu vào khoảng gần Tết ta, đầu năm Bảy Lăm, Tám nhờ Quỳnh mua một số lượng thuốc trụ sinh khá lớn, nói là nhân dịp về quê ăn Tết mang một lần cho bõ công. Sau đó không bao giờ Tám quay lại. Chúng tôi không biết tin tức gì, mà hỏi bà Sáu thì bà cũng mù tịt nói không biết đâu mà lần.

"Cậu, cô có khỏe không?"

"Vào đây Tám. Cô có em bé rồi!" Tôi mở rộng cánh cửa cho Tám vào.

"Em mang gạo lên cho cô và cậu." Tám ngăn khi tôi cúi xuống kéo cái bọc. "Đừng, cậu để em."

"Trời ơi! Tám đó hả?"

"Cô Quỳnh!"

Hai người phụ nữ ôm chầm lấy nhau.

"Cô có khỏe không? Em bé tên gì vậy cô? Em dễ thương quá!" Tám ẩm bé lên, áp má mình vào má bé.

"Trời ơi, nó giống cô cách gì!"

"Tám lên đây hồi nào?" Quỳnh hỏi.

"Em vừa mới lên. Em cứ sợ cô cậu đã đi mất tiêu rồi. Em mừng thấy cô cậu vẫn còn ở đây."

"Vậy chớ Tám tưởng là tụi này đi đâu?" Tôi làm bộ hỏi.

"Em tưởng cô cậu đã đi Mỹ. Trên này nhiều người đi Mỹ lắm mà!"

"Ừ, thì cũng có người đi, cũng có người không." Bỗng nhiên tôi khựng lại. Tôi cảm thấy có gì khác lạ nơi cô gái nhỏ nhắn này.

Sau ngày Saigon thất thủ, nhiều gia đình không còn người giúp việc. Bà tổ trưởng dân phố trong một buổi họp nói rằng chế độ này không chấp nhận cảnh "người bóc lột người", "không có chủ và tớ", không còn "chủ nhân và nô lệ", muốn ăn thì phải lăn vô bếp, không ai được phép ngồi một chỗ chỉ tay năm ngón sai khiến người khác. Bà tổ trưởng nhà ở đầu xóm, cũng là dân Saigon, trước đây làm nghề móng tay.

"Tám ở trên này chơi với em bé mấy bữa được không?" Quỳnh hỏi.

"Dạ!" Cô gái ngập ngừng, "em cũng muốn lắm, nhưng bà chị em làm việc ở dưới quận Năm bắt em phải về với chỉ." Tám nói nhỏ nhẹ.

"Bà chị của Tám làm việc gì ở quận Năm?" Quỳnh hỏi lại giọng ngạc nhiên.

"Chị Hai em làm chủ tịch quận. Với lại em cũng không ở trên này lâu được. Em có việc ở dưới quê. Nghỉ lâu lúc này không được. Em sợ bị kiểm điểm lắm!"

"Như vậy Tám cũng là cán bộ?" Tôi biết mình hỏi một câu hỏi thừa.

"Dạ... Em... đem gạo lên cho cô cậu. Gạo ngon lúc này hiếm. Chắc lâu lâu khi nào có dịp em sẽ lên thăm em bé." Tám nói lảng sang chuyện khác. "Mà cậu vẫn đi dạy phải không?"

"Không. Tôi đã nghỉ dạy lâu rồi."

"Vậy cậu có tính làm gì không?"

"Chưa. Bây giờ thì chưa, nhưng có lẽ đầu tháng này tôi sẽ đi Sóc Trăng. Tôi sẽ làm việc ở một công trường dưới đó."

"Còn cô? Cô mà đi làm nữa thì ai coi em bé?"

"Tôi chưa tính được. Nhưng có lẽ cũng phải kiếm việc chi làm, chớ ở không thế này cũng đâu có được." Quỳnh nói.

Tám đặt bé xuống nôi, lấy gạo trong bao ra trút vào khạp.

"Trời ơi, khạp không còn một hột gạo. Cô chưa mua gạo lấy gì nấu cơm?" Tám ngạc nhiên kêu lên.

"Thì tôi cũng định đi chợ sáng nay đó chớ. Từ hồi cậu nghỉ dạy đâu còn mua được nhu yếu phẩm của cơ quan nữa."

"Em thấy cô có vẻ mệt. Để em nấu cơm cho cô một bữa. Chiều em xuống chị Hai cũng được." Tám nói nhanh nhẹn.

Tám làm cơm giỏi, chỉ một loáng là đâu ra đó. Tôi biết bữa ăn đạm bạc đâu có gì phải nấu nướng lâu lắc chi, nhưng dù sao "con bé này giỏi thật", tôi nghĩ vậy.

Trong suốt bữa ăn, Tám ngồi xới cơm và kể chuyện dưới quê. Hồi còn giúp việc nhà cho Quỳnh, Tám vẫn ăn cơm cùng lượt với chúng tôi, chớ không mâm trước mâm sau gì cả.

"Em làm cán bộ mà tới chức gì lận?" Quỳnh ngừng đũa hỏi Tám.

"Ối, không có gì đâu cô", Tám có vẻ mắc cỡ "thì mấy chú, mấy bác, mấy ảnh biểu sao em làm vậy mà. Em có biết ất giáp gì đâu."

Tôi cố tin là Tám nói thật. Cô bé chưa kịp lớn để có một suy nghĩ độc lập, tất cả những gì Tám làm là cho "mấy ảnh, mấy chú, mấy bác" sắp đặt.

"Chừng nào cậu đi Sóc Trăng?" Tám vừa xới cơm cho Quỳnh vừa hỏi.

"Chưa biết, có thể đầu tháng tới."

"Mà cậu sẽ làm cái gì ở dưới đó?"

"Tôi lái xe ủi đất ở công trường An Biên."

"Cậu mà lái xe ủi đất?" Tám hỏi giọng ngạc nhiên.

"Ừ, lái xe ủi đất thì đâu có gì khó."

"Nhưng mà… sao cậu không tìm cái việc gì khác trên này mà làm, thiếu giống gì việc làm, sao lại đi lái xe ủi đất?"

"Thôi đừng bàn chuyện đó nữa." Quỳnh cắt ngang "Tám nhất định không chịu ở chơi vài bữa phải không?"

"Không được đâu cô! À, mà có tiếng ai gõ cửa kìa cô!" Tám đứng dậy bước ra phòng khách. Tôi cũng có nghe tiếng động như có ai bước hẳn vào trong nhà.

"Xin lỗi ông hỏi ai?"

"Tôi muốn biết đây có phải nhà ông Thăng không?" Giọng một người đàn ông.

"Dạ phải. Xin mời ông ngồi."

Tám quay vào bàn ăn. Không cần hỏi khách là ai, gặp tôi có chuyện gì. Tám nói.

"Cậu có khách, cậu à?"

"Ai vậy?" Quỳnh hỏi.

"Em không rõ."

Tôi đặt bát cơm xuống, đứng dậy, bước ra. Tự nhiên cảm thấy có một cái gì nôn nao khác lạ.

"Chào ông!" Tôi nói với người khách lạ.

"Ông là ông Thăng?" Khách hỏi.

"Dạ phải, tôi là Thăng!" Tôi nhìn khách.

Đó là một người đàn ông gầy ốm, khuôn mặt nhô xương, quần áo đúng là của bộ đội, màu vàng do bị nắng và mưa làm phai nhạt đi, mép áo đã sờn. Ông cầm chiếc nón cối trên tay, xoay qua xoay lại. Cả quần lẫn áo đều nhăn nhúm. Đôi dép ông mang làm bằng một thứ nhựa trong màu vàng đục.

"Tôi tên là Phú." Khách tự giới thiệu.

"Chào ông Phú." Tôi nhắc lời chào thêm một lần nữa và vẫn chưa hiểu khách là ai. "Xin mời ông ngồi."

Tám tự động mang bình trà và rót hai ly để trên bàn. Khách đã yên chỗ.

"Tôi chờ đợi."

"Tôi là bạn của anh Thúc." Khách nói.

Thúc là anh tôi.

Năm Bảy Hai, anh Thúc tôi đóng lon thiếu tá Thủy quân Lục chiến. Anh bị thương nặng trong một trận đụng độ với Việt Cộng ở Đông Hà. Ở Tổng Y viện Cộng hòa ra, anh được lệnh giải ngũ. Anh Thúc ngồi xe lăn, không nói được, muốn trò chuyện với ai phải ra dấu

hoặc viết xuống mặt giấy, mà phải viết bằng tay trái,
chữ lăn quăn rất khó đọc. Bạn bè đồng đội anh khá
đông. Nhiều người đến thăm anh. Phần lớn tìm cách
giúp chị và các cháu. Sau Bảy Lăm, con trai lớn anh
đóng lon đại úy, bị bắt đi học tập cải tạo. Thằng kế
đóng lon trung úy, cũng bị đưa đi trại tập trung. Anh
liệt giường, thuốc men lúc có lúc không. Đôi khi có
thuốc thì không đủ tiền mà mua.

Khi chạy vạy được tiền thì thuốc không có. Chị
Thúc vừa nuôi chồng, vừa bới xách quà thăm nuôi hai
đứa con trai ở hai trại cách xa nhau hàng mấy trăm
cây số. Chị đầu tắt mặt tối, tất tả ngược xuôi như một
bà già, mặc dầu tuổi tác chị chưa đến nỗi nào như vậy.
Tháng trước chị biên thư cho tôi nói bịnh tình anh
Thúc bây giờ hết thuốc chữa. Anh đau đớn lắm. Cả
nửa thân người tê liệt, trăn trở không được, da thịt bị
tấy lên, hôi thối. Cả nhà thương anh và khổ vì anh.
Anh nói anh chỉ muốn chết cho xong, không phải
phiền lụy ai. Tôi có bàn với Quỳnh có lẽ mình phải về
quê một chuyến thăm anh chị Thúc.

"Anh là bạn anh Thúc?" Tôi hỏi lại.

"Vâng, tôi là bạn học của anh Thúc từ hồi nhỏ kia.
Tôi tập kết ra Bắc năm Năm Tư..." Khách nói, mắt
chiếu thẳng vào mắt tôi. "Hơn hai mươi năm tôi mới
gặp lại anh ấy. Tôi vừa đi thăm anh Thúc trên đường
vào Saigon. Chị Thúc nhờ tôi đến gặp chú." Khách đổi
cách xưng hô, "cho chú hay là cô chú cố gắng thu xếp
về thăm anh Thúc một lần cuối." Khách ngập ngừng,
"có lẽ anh Thúc không qua khỏi."

Tôi ngồi nghe, lặng người. Tôi biết tình trạng sức khỏe của anh tôi kéo dài từ Bảy Hai đến nay đã là những ngày nằm chờ chết. Có lẽ anh đã chết từ những ngày Saigon vừa mất, khi các con anh bị bắt đi học tập cải tạo, và cả chính anh cũng bị chính quyền mới cho người đến tận nhà điều tra xem bệnh thật hay giả, có đủ sức đi học tập cải tạo không.

"Tôi nói vầy sợ không phải, nhưng chú nên hiểu, anh Thúc thế là may. Nếu anh ấy không bị bán thân bất toại, nằm chờ chết trong nhà bên cạnh vợ con, thì có lẽ anh ấy cũng nằm chờ chết trong một trại cải tạo nào đó ngoài Bắc."

Tôi nhìn khách, không rõ lắm ý anh ta. Anh nói như vậy là đứng từ góc độ nào ngó về cái sống và cái chết của anh Thúc. Bệnh tình như chỉ mành treo chuông, không biết đứt lúc nào mà vẫn còn may(?). Hóa ra có những cái còn tồi tệ hơn cái chết sao.

"Tại sao chú không đi?" Khách đột ngột hỏi. Và đó là lần thứ hai trong ngày tôi nghe câu hỏi này.

Tôi chưa biết trả lời sao. Tôi chưa hề quen người khách lạ này, mặc dù tôi biết rõ chắc chắn một trăm phần trăm khách là cán bộ. Chiếc nón cối đã cũ, vải bị tưa ra ở mép, bộ quần áo vàng bạc màu, đôi dép nhựa trong, khách đã có sẵn nơi anh ta tấm lá chắn mà người Saigon phải đội lại khi trò chuyện.

"Tôi có người em tên Quý, nó mang cấp bậc đại úy Hải quân, đã đi được rồi. Cũng may, nếu nó còn kẹt lại, coi như vô phương cứu chữa."

Tôi có hiểu ý nghĩa thật lời nói của người khách. Tôi bưng ly trà lên uống một ngụm. Khách cũng bưng ly nước lên môi. Và tôi nhìn kỹ ông ta một lần nữa. Ông khá gầy, người nhỏ thó, xương hàm bạnh ra, hai gò má hóp. Tôi thấy ông ngó chăm về phía trái tôi, phía có một kệ sách. Sau vụ gọi là tịch thu "văn hóa phẩm phản động và đồi trụy" của chế độ cũ, tôi còn giữ lại được một số sách, loại khảo cứu. Thật ra lúc đến xét nhà, những người Ba Mươi Tháng Tư đồng loạt tịch thu hết, bất cứ ấn loát phẩm nào do Saigon in lẫn sách của Tây phương, nhưng do trong nhóm này có một học sinh cũ của tôi, tôi được cho lại một số. Những cuốn sách này tôi vừa muốn giữ lại vì tiếc nuối, vừa muốn thải đi vì thân mình còn không giữ được nói gì những cuốn sách.

"Chú có nhiều sách quý quá!"

Khách vừa nói vừa đứng dậy bước gần kệ, mắt dán sát vào các gáy sách. Ngón tay rà lên từng đề tựa, thỉnh thoảng dừng lại ở một cuốn. Bất thình lình, khách rút ra một quyển, lật từng trang, ngó chăm chú vào một tấm ảnh rồi xếp sách lại, đặt vào chỗ cũ.

"Anh có thích những cuốn này không?" Tôi hỏi.

"Có nhiều cuốn tôi thích lắm. Quyển tự điển những nhà văn Pháp viết bằng tiếng Pháp, đây là quyển tôi rất cần."

"Nếu anh muốn xin anh cứ tự nhiên." Tôi nói

"Chú cho tôi mượn được chừng bao lâu?"

"Anh cứ lấy và giữ luôn cũng được." Tôi nói dửng dưng.

"Cảm ơn chú Thăng! Cảm ơn chú Thăng! Trời ơi, tôi định đi chợ trời kiếm mấy cuốn này đấy. Xin cảm ơn chú!"

Phòng khách tôi vốn đã quá nhỏ, cái kệ sách choán hết chỗ, có lẽ dọn quách đi trống chừng nào đỡ chừng đó, để còn có chỗ cho con bò quanh quẩn.

Có tiếng đứa bé khóc. Tôi nghe tiếng Quỳnh lắc lắc chiếc nôi. Tôi sực nhớ bữa cơm ăn dở chừng. Tôi nói với khách.

"Gặp bữa, xin mời anh dùng cơm với tụi này."

"Cảm ơn chú. Tôi cũng đang đói quá. Đi bộ từ ga xe lửa tới đây. Tôi chưa kịp ăn gì." Khách tự nhiên.

Tôi xấu hổ vì quên mời khách. Tôi đứng dậy, khách đứng lên theo.

"Em, đây là anh Phú, bạn của anh Hai. Và đây là Quỳnh nhà tôi." Tôi giới thiệu khách.

"Chào cô! Cô chú có căn nhà xinh xắn quá!"

"Không dám. Xin chào anh." Quỳnh ngẩng đầu lên, tay vẫn không ngừng lắc lắc chiếc nôi cho thằng bé ngủ.

Khách ngồi xuống ghế.

Tám dọn bàn ăn, đặt bát đũa mới cho chúng tôi.

"Hình như cô Quỳnh có ông anh là đồng chí Mười Tân?" Khách hỏi, mắt hướng về phía Quỳnh.

"Dạ phải. Anh Mười Tân là con của ông bác tôi." Quỳnh trả lời bình thường, không hăng hái lắm.

"Đồng chí Mười Tân là người trong Mặt Trận, một cán bộ lãnh đạo cao cấp lắm, cô chú có biết không?"

"Không. Tụi em đâu biết gì. Hôm trước ảnh có ghé thăm, nhưng không nghe ảnh nói gì." Quỳnh nói.

"Ở ngoài Hà Nội, chúng tôi thỉnh thoảng có đọc bài của đồng chí Mười Tân. Theo tôi, đồng chí ấy là một người rất sâu sắc và rất cực đoan" khách ngừng một lúc, ngó tôi rồi tiếp "đồng chí Mười Tân là một người không biết đi lui..."

Cả Quỳnh và tôi bỗng rụt lại, im lặng chờ nghe khách nói.

"Trung ương không đánh giá cao đồng chí Mười Tân. Tính cực đoan quá khích của đồng chí ấy khiến nhiều khi cánh cửa của Ủy Ban Trung Ương vừa mới mở ra định cho đồng chí ấy vào, đã phải đóng lại."

"Tôi không hiểu gì hết." Tôi nói, tay cầm đũa lên mời khách.

"Rồi cô chú sẽ hiểu thôi. Liên hệ ruột thịt với đồng chí Mười Tân có thể là cái may, cũng có thể là cái rủi, dù cô chú sống ở đâu." Khách tiếp "Mời chú!" Khách cầm đũa lên.

Khách ăn tự nhiên, ăn nhiều, món nào khách cũng khen ngon.

"Chú tính bao giờ thì về quê thăm anh Thúc?" Khách ngừng đũa.

"Tình hình này chắc tôi phải đi ngay. Quỳnh có cháu bé chắc đi xe lửa không tiện. Tôi sẽ đi một mình."

"Có lẽ em cũng phải đi, mang con theo. Nếu chẳng may anh Thúc qua đời, em sợ bị gia đình anh trách." Quỳnh quay lại nói.

"Theo tôi cô chú nên đi về một chuyến. Nha Trang là thành phố có biển. Cũng tiện đôi ba bề." Khách nhắc nhở một câu mà tôi cho là đầy ẩn ý.

Tôi cầm đũa tiếp khách, nhưng không cách nào nuốt nổi chén cơm. Chỉ trong một ngày tôi tiếp hai người. Một cô bé nằm vùng, cứ cho là như vậy đi, và một ông cán bộ tập kết. Người nào cũng hỏi một câu tại sao không đi, tại sao chưa đi. Đi hay ở? Ở lại trong sự ngột ngạt. Ra đi trong sự mơ hồ. Ở khắp nơi người ta gạt gẫm nhau. Toàn là những người quen hoặc có quen biết chút ít gạt mình chứ đâu có ai xa lạ. Màu áo vàng của người công an khu phố luôn luôn là một ám ảnh tôi. Tiếng gõ cửa ban đêm làm vỡ toang lồng ngực. Những giọt nước mắt của Kiệt báo tin cho tôi biết là ba cậu đã tự tử vẫn còn đọng lại trong trí nhớ của tôi. Đi đâu khi mà đứa bé chưa đầy tuổi tôi, thuốc men thiếu thốn. Biển cả mênh mông, ghe thuyền như hạt cát, công an đầy dẫy như ruồi muỗi. Hôm qua, tôi nhớ, gặp Tâm – Khô Khốc Thiền Sư - ở quán nước bên chái nhà bà luật sư Đại, thấy bạn gầy càng gầy hơn. Hai con mắt sâu hoắm, yết hầu lộ ra, những ngón tay vàng khói thuốc, nhìn tôi như nhìn vào khoảng không. Hai đứa uống với nhau ly nước trà để giữ lại, - không, đúng hơn là để đánh tan cái "hậu" của cà phê đã bắt đầu pha trộn cơm rang và nước vỏ măng cụt. Đắng nghét như cuộc sống trước mặt. Nhật đã bị bắt đi mất tích. Đình và Phùng phải xuống hội Văn nghệ học tập, một hình thức cải tạo tại chỗ. Định Thủy quân Lục chiến, sau ngày bị chế độ mới tống ra khỏi Tổng Y viện Cộng hòa với vết thương ở chân chưa điều trị xong đã phải chống gậy đi tập trung cải tạo. Xung quanh tôi là một bầu không khí đầy những "hơi gió" nghi ngờ. Mặt nạ! Mặt nạ! Mặt nạ!

"Tại sao không đi?"

Trước những câu hỏi loại đó giữa một bầu không khí ngờ vực, người ta thường phải trả lời, "đi chi, đi đâu, đất nước đã hòa bình thống nhất, ở lại xây dựng tổ quốc chớ", hoặc "tôi xuống tàu rồi mà trở lên vì thấy dầu sao quê nhà vẫn hơn"... vân vân và vân vân. Và trong lòng thì trời ơi, tôi muốn đi biết là chừng nào, nhưng không tìm ra lối. Những nơi đi được thì đã nghẹt người, đành quay lại. Tôi đã chờ trước tòa đại sứ Mỹ suốt một ngày trời. Tôi đã leo lên sân thượng của một ngôi nhà bỏ trống mà người ta đồn là sẽ có máy bay trực thăng của Đệ thất Hạm đội đáp xuống. Tôi đã chạy quanh chạy quẩn như con chuột chạy trong một cái hộp. Tôi đã làm mọi cách, nhưng vô ích, nơi nào tôi ghé vào tạt qua cũng gặp một rừng người chen chúc xô đẩy nhau, đạp lên nhau. Đó là lúc Quỳnh đi đứng nặng nề, chờ giây phút sanh nở. Giá mà Quỳnh không có cái bụng bầu. Ừ, giá mà Quỳnh không có cái bụng bầu thì dễ cho tôi biết là bao nhiêu. Có lẽ chúng tôi đã xuống tàu, đã lên máy bay, đã ở một nơi nào khác không phải ở đây. Không phải ở lại đây, để thở một bầu không khí lo sợ, ngột ngạt, để chờ đợi một điều không may đổ ụp xuống bất cứ lúc nào, để như một người mua vé số hồi hộp chờ đợi cái lô độc đắc là một chỗ tại một nông trường cải tạo. "Giá mà"... không, không giá với hành gì hết. Ý nghĩ ấy dù chỉ thoáng qua óc tôi thôi, tôi cũng không đáng giá một đồng xu teng, chứ đừng nói chi một đồng bạc cắc. Sao tôi lại không nghĩ rằng giá mà không có tôi, có lẽ Quỳnh đã đi khỏi đất nước này từ lâu. Giá mà không có tôi, Quỳnh đã không xé cái tấm vé máy bay của hãng hàng không CAL ngay giữa một Saigon giới nghiêm, một Saigon chênh vênh bên bờ vực của một cuộc chiến sắp hạ màn?

CHƯƠNG TÁM

Chúng tôi đến nơi không kịp. Anh cả tôi đã qua đời, khi chiếc xe đò thổ tả chở chúng tôi nằm bẹp dí ở Phan Thiết. Dù sao chúng tôi cũng còn được nhìn mặt anh trước khi liệm. Ngôi nhà đó, nơi ba lần trở về tôi đã làm ba cuộc chia tay với những người thân yêu nhất đời tôi. Cha tôi chết trong cơn say. Mẹ tôi qua đời khi đứng giữa sân vươn tay hái chùm nhãn. Giờ đây ông anh cả tôi nằm chết ngay trên chiếc giường cha tôi đã nằm. Cả ba lần trở về quê, không lần nào tôi kịp nắm tay những người ruột thịt ấy nghe được một lời trối trăn.

Còn có gì thê thảm hơn nhìn một người chết. Và còn có gì đau xót hơn nhìn một người thân yêu nằm đó nhưng đã mất sự sống. Khuôn mặt ông anh tôi lúc này sao giống hệt khuôn mặt cha tôi ở cái ngày ra đi vĩnh viễn.

Tôi không khóc, không cách nào khóc được. Xung quanh tôi mọi người rì rầm sụt sùi. Ngôi nhà tràn ngập không khí lạnh lẽo. Mùi tử khí xông tận mũi tôi. Người chị dâu tôi hai con mắt đỏ hoe nhưng bình tĩnh. Hai đứa con trai lớn vẫn còn trong trại học tập chắc là chưa kịp hay tin cha các cháu đã qua đời.

Tôi ngồi xuống chiếc ghế đặt cạnh cửa sổ. Bên kia hàng rào là ngôi trường nữ tiểu học đâu lưng với ngôi trường nam tiểu học, nơi mà tôi từng cắp sách đến đó trong suốt thời thơ ấu. Sân cát sủi bụi mù trời trong những giờ ra chơi. Bọn con trai bên này, bọn con gái bên kia. Chúng tôi lớn dần lên, lớn dần lên mỗi ngày mà không biết. Một thầy giáo già chết. Một cô giáo qua đời. Một ông hiệu trưởng đổi đi. Tôi lớn lên mỗi ngày nhìn bao nhiêu biến cố tấp giật rồi tan biến, không khác nào những cơn sóng biển cứ đánh vào bờ cát dưới kia.

Đó là một ngôi nhà không mấy khang trang. Chỉ có cái sân trước là coi được nhờ mấy cây mãng cầu, hai cây nhãn lồng và những tấm gạch thẻ màu đỏ. Tôi lớn lên rồi đi xa, nhưng cây cối trong sân nhà sao vẫn cứ như vậy hoài. Những tấm gạch thẻ màu đỏ trong sân có mòn đi, bóng lưỡng, nhưng ngôi nhà kia mỗi ngày một nhỏ đối với tôi. Lần trở về này, tôi thấy hình như nó còn nhỏ và chật hơn những lần trước.

Quỳnh đốt nén nhang đưa tận tay tôi ra dấu lạy trước quan tài người anh cả. Tôi thấy mắt Quỳnh ướt sũng đỏ hoe.

Đám tang ngoài tiếng khóc chỉ là sự im lặng. Chị dâu tôi chít khăn cho cả nhà, xếp đặt từ đầu đến đuôi. Còn tôi, cứ ngồi đó. Tôi thấy mình đã kiệt. Như máu không còn chảy trong cơ thể tôi. Trong nhiều năm nay, tôi coi ông anh cả tôi như là người cha. Mặc dầu anh chị còn có cả một đàn con, và mặc dầu tôi có công ăn việc làm, nhưng tôi không làm gì mà không hỏi anh. Và nếu anh có làm điều gì trái ý anh, chỉ là vì tôi. Anh rộng lượng bao dung, anh hào phóng như một công tử. Khi chưa bị bệnh, anh là một sĩ quan mà không một thuộc hạ nào ghét. Anh yêu những người lính của anh như yêu anh em ruột thịt mình. Bạn bè anh mỗi lần gặp tôi đều nói tôi là người may mắn có một ông anh khí khái. Anh phản ứng nhanh trong tình cảm, nhưng anh là người nguội lạnh nhanh trong giận dữ. Anh yêu tất cả mọi người. Đám em của anh, trong đó có tôi, chẳng đứa nào bằng gót chân anh về tính bao dung. Trong đám con cái anh, chẳng có đứa nào bằng móng tay anh về lòng quảng đại.

Đám tang anh tuy vậy mà đông người đưa ngoài sức tưởng tượng của tôi. Những bà bạn của chị dâu tôi chiếm chật sân nhà, đám bạn học nhỏ của mấy đứa con anh bu quanh dưới gốc cây nhãn. Không có một đồng đội nào của anh đến tiễn đưa. Tất cả đều nằm ở một nơi nào đó trong lao tù của chế độ mới.

Ngôi mộ anh nằm trên lưng chừng một ngọn núi đá thấp ngó ra biển xanh. Gió biển tạt vào mát lạnh. Quỳnh ôm cánh tay bà chị dâu tôi. Tôi bước sang ngôi mộ bên cạnh, ngồi lên một tảng đá ngó xuống con đường phía dưới. Tôi có cảm tưởng như thiên nhiên cũng đang chết trong sự quạnh hiu. Cả mặt biển xanh đằng xa kia cũng đứng lại như trong một bức tranh, và con đường không bóng xe như một nét vẽ vô tình của người họa sĩ bị rơi một vệt màu sáng trên nền thẫm kéo dài thành một con đường bất ngờ. Đến như ngọn gió cũng đông lại không còn thổi nữa. Tôi bứt một cọng cỏ cho vào miệng. Ngọt. Tôi có cảm giác ấy. Trời ơi! Tôi nghe tiếng kêu của chính tôi, và tôi thấy mình khóc.

"Không được! Không được!" Tôi nghe trong tôi có tiếng ai đó nói, "Đừng khóc! Đừng khóc!" Tôi khám phá ra những lời căn dặn ấy trong đầu tôi. Nhưng mà nước mắt tôi cứ ứa ra, ràn rụa, ướt đẫm mặt mũi tôi. Như một người đứng bên trong cửa kính ngó ra, cảnh vật bên ngoài dưới một trận mưa tầm tã, tôi thấy chị dâu tôi lăn lộn bên mộ chồng. Hai tay chị cào cấu đất cát như muốn đòi anh lại, đòi lại con người đã từng ăn nằm với mình bao nhiêu năm tháng, đã từng chia ngọt sẻ bùi với mình, đã từng cho mình những đứa con, đã gửi máu xương mình vào một cuộc chiến tranh không biết bao giờ mới kết thúc và lao tù của chế độ mới đang giam giữ những hòn máu của chị, kể cả đứa con rể của mình, một giới chức hành chánh của chế độ cũ, chỉ để lại cho gia đình một nhà toàn đàn bà con gái. Tôi thấy bóng Quỳnh nhoà nhạt cúi xuống ôm cánh tay chị. Bên cạnh là cháu Thùy, con gái lớn chị, cũng đang ôm chặt lấy mẹ. Cả ba người đàn bà bên một ngôi mộ mới đắp, dưới một bầu trời chiều chập chùng mây, trên lưng chừng một ngọn đồi ngó ra biển ngoài kia vẫn xanh như đã từng xanh…Nhưng tất cả đều như bị mềm nhũn, gẫy ra, tan thành những lượn sóng.

"Không phải! Không phải!"

Tôi đưa tay chùi nước mắt. Không có trận mưa nào đang xối xuống đám tang của anh tôi. Chỉ là một chút nước trong ly làm sóng sánh đại dương. Chỉ là một hạt bụi hoá thân làm thành một kiếp nhân sinh tàn lụi. Tôi đứng dậy, đến gần bà chị dâu, đặt tay lên vai chị. Tôi biết mọi lời nói của mình lúc này là thừa thãi.

"Mở cửa! Mở cửa mau!" Tôi nghe tiếng kêu cửa dồn dập, có cả tiếng đập khá mạnh vào mặt gỗ. Cả nhà đang ngồi quanh phòng khách, nơi mà hồi sáng đây còn chiếc quan tài của ông anh tôi đặt ở giữa. Bà chị dâu tôi đang nhắc tới những kỷ niệm của chồng, những nỗi khổ đau mà anh đã để lại cho chị trong suốt những tháng năm làm vợ của một người đàn ông hào sảng. Chị kể lể những lỗi lầm của người chồng với một giọng tha thứ chua xót.

Tiếng đập cửa khiến không khí ngừng lại. Tôi đứng dậy, đến áp tai vào mặt gỗ.

"Ai đó?" Tôi hỏi.

"Công an đây. Mở cửa kiểm tra hộ khẩu."

Tôi kéo chốt cửa, mở hé, nhìn ra ngoài, nhưng một bàn tay đã xô mạnh làm bật tung cánh cửa. Ba người bước vào nhà. Ngoài sân có tiếng người nói chuyện. Mấy đốm sáng của đầu điếu thuốc lập lòe dưới gốc cây nhãn.

"Chú Hòe! chuyện gì vậy chú Hòe?"

Bà chị dâu tôi đứng dậy tiến đến gần một người đàn ông nhỏ con, da xanh mướt.

"Trước hết, chúng tôi đến chia buồn với gia đình."

Người đàn ông tên Hòe giọng không chút tình cảm, hai tay y chắp lại thả xuôi. Hai người đứng bên cạnh, mặt lạnh như tiền, ngó quanh phòng, quan sát.

Cả nhà bỗng nhiên, không ai bảo ai, đồng loạt đứng dậy. Cháu Thùy nói vào tai tôi:

"Nó là công an khu vực đấy".

Quỳnh ôm con đứng sát vào chị Thúc.

"Xin cám ơn!" Chị Thúc trả lời. "Mời chú Hòe và các ông ngồi!"

Chị nói nhưng nhìn quanh phòng khách không thấy có chiếc ghế nào. Tất cả đều được dời ra phòng sau để lấy chỗ cho mọi người họp gia đình và ngủ luôn trên sàn nhà.

"Không sao!" Hòe trả lời. "Chúng tôi đứng cũng được. Tôi muốn hỏi anh chị này là ai?" Hòe hướng ánh mắt về phía tôi và Quỳnh.

"Đây là chú Thăng và vợ con chú, Thăng là em ruột nhà tôi." Chị Thúc trả lời, giọng bình tĩnh.

"Sao chị không khai báo với công an là nhà có khách?" Y quay về phía tôi, "Anh chị cho coi giấy đi đường!"

Tôi nhìn Quỳnh đang ôm chặt con vào lòng. Quỳnh cũng đang nhìn tôi. Chúng tôi đi gấp quá, không kịp xin giấy đi đường. Chúng tôi mua vé xe đò chợ đen. Để xin được cái giấy đi đường, thường phải chờ một ngày. Và lại xin giấy đi đường cho cả gia đình về miền biển, công an phường còn phải điều tra, có khi phải đưa lên công an quận xét mới cấp được. Như vậy làm sao tôi về nhà cho kịp.

"Tôi không có giấy đi đường." Tôi ngập ngừng thú nhận.

"Vậy anh chị đi bằng cách nào? Có phải anh chị là người ở thành phố Hồ Chí Minh không?" Hòe hỏi dồn.

"Phải." Tôi trả lời.

"Hiện nay anh chị công tác ở cơ quan nào?" Hòe hỏi tiếp.

"Tôi dạy học, nhưng nay đã chuyển ngành." Tôi không muốn nói là mình xin nghỉ. Tôi không hiểu tên Hòe này muốn gì.

"Tôi hỏi hiện nay anh đang công tác ở cơ quan nào?" Hòe không buông tha tôi.

"Tôi lái xe ủi đất ở một công trường dưới Minh Hải." Tôi nói.

"Cho tôi coi giấy tờ?" Người đàn ông mặt lạnh như tiền đứng bên cạnh Hòe chìa tay về phía tôi.

Tôi cho tay vào túi tìm cái bóp.

"Đây mà anh!" Quỳnh đưa cái xắc tay cho tôi. Giấy tờ anh trong đó!" Tôi nhớ cái thẻ công nhân viên do Công cấp. Ông Công là một nhà thầu xây cất trước Bảy Lăm. Khi Saigon mất, ông mang tất cả các dụng cụ máy móc xe cộ hiến cho chế độ mới, nghĩ rằng sẽ được yên thân. Tại Bạc Liêu, một nhà thầu xây cất chung cư dang dở đã xuống thuyền ra khơi. Tỉnh ủy khuyến cáo ông Công nên tiếp tục công việc mà người thầu trước bỏ dở. Cả gia đình ông kêu gọi người quen, người có nghề hay người không nghề, họp nhau lại - xuống Bạc Liêu tìm chỗ nương thân. Trước khi tôi xin nghỉ dạy, Quỳnh đã tìm cho tôi chỗ tá túc này. Đầu tiên là mua một thẻ công nhân viên qua một trung gian giá một trăm sáu chục đồng, tiền của chế độ mới. Kế đó là cầm thêm trong tay tờ giấy đi đường Saigon - Bạc Liêu, ghi sẵn là thành phố Hồ Chí Minh - Minh Hải. Ông Công thường tổ chức cho bọn công an ở đây ăn nhậu. Ông chuẩn bị những chuyến vượt biển, lúc đầu hơi e dè và sau gần như là công khai. Ông chia chác với bọn chúng, đúng ra ông đã mua gần như tất cả bọn biên phòng. Tuy vậy cũng có nhiều chuyến ông bị trở mặt. Hai đứa con ông bị bắt trong một chuyến được coi là an toàn nhất. Ông Công đã chạy vạy khắp nơi vay vàng chuộc cả đám. Tôi đi hụt hai chuyến, và đó là những chuyến ông Công cho thấy tài tổ chức tuyệt vời của ông.

Tôi mở xắc tay của Quỳnh lấy tấm thẻ công nhân viên đưa cho tên đứng cạnh Hòe. Y cầm lấy nhưng không buồn ngó đó là giấy tờ gì, Tôi càng ngạc nhiên khi thấy y bỏ tấm thẻ của tôi vào túi.

"Tôi cần kiểm tra lại giấy tờ của anh chị. Đến mai mời anh chị xuống công an phường làm việc." Ngừng một giây, không cần đợi phản ứng của tôi, y tiếp: "Thay mặt tỉnh ủy, tôi xin thông báo cho chị Thúc biết là kể từ hôm nay, ngôi nhà này được đặt dưới quyền quản lý của nhà nước."

Hòe đứng lui về phía sau. Bà chị dâu tôi hơi rùng mình. Hai tay chị bám lên vai Quỳnh như sắp ngã.

"Trời ơi!" Tôi nghe tiếng kêu thảng thốt của chị.

"Chú Hòe, sao có chuyện gì lạ vậy?"

Tôi bỗng nghe thấy chị gượng lại không đầy một tích tắc. Chị đứng sững.

Tên cán bộ đứng bên Hòe lên tiếng.

"Hồ sơ bên công an gửi lên Sở Nhà Đất cho biết ngôi nhà này do chồng chị, một sĩ quan ngụy, đã bóc lột, tham nhũng hối lộ của nhân dân xây cất lên. Tài sản của nhân dân phải trả lại cho nhân dân. Lẽ ra khi cách mạng về, nhà nước đã phải tịch biên ngôi nhà này, nhưng do chủ trương khoan hồng của đảng và nhà nước ta trong tình hình bệnh tật của chồng chị, chúng tôi đã để yên cho anh chị có chỗ tá túc. Bây giờ anh ấy đã chết, ngôi nhà này cần phải được thu hồi để trả lại cho nhân dân."

"Ông nói cái gì của nhân dân? Nhân dân nào?"

Chị dâu tôi hỏi, mặt tái đi vì giận. "Mấy ông có biết vợ chồng tôi lấy nhau, làm việc trong bao nhiêu năm trời mới mua được miếng đất này không? Mấy ông có biết bao nhiêu năm dành dụm chúng tôi mới cất được cái phòng khách này, căn bếp kia không? Mấy ông có biết các con tôi, mỗi đứa đã nhịn ăn nhịn mặc như thế nào để góp cho chúng tôi mua từng viên gạch lót nhà này không? Mấy ông đuổi mẹ con tôi ra khỏi cái nơi do mồ hôi và nước mắt của gia đình tôi đổ xuống để dựng lên mà nói là của nhân dân hả? Nhân dân nào?..." Chị Thúc nói, mắt ráo hoảnh, hai bàn tay nắm chặt.

"Chị nên nhớ, cả gia đình chị là một ổ phản động. Chồng chị và hai con trai chị đều là sĩ quan ngụy, có nợ máu với nhân dân. Rể chị, chồng của cô Thùy đây là một viên chức ngụy quyền. Làm tới phó quận mà không hối lộ tham nhũng à? Con chị làm tới đại úy cảnh sát mà không ác ôn à? Nhưng chị không thấy là chính quyền cách mạng đã khoan hồng hay sao khi để cho chồng chị một sĩ quan ngụy mang cấp tá mà không phải đi học tập lấy một ngày?"

"Khoan hồng?" Chị hỏi. "Bộ mấy ông muốn khiên một người sắp chết, tay chân tê liệt, không cử động được đưa vào tù mới là đúng sao? Bộ mấy ông giam cả những người tù hấp hối sao?"

"Chị Thúc!" Tiếng Hòe kêu, "Chị có im đi không! Có phải chị muốn chống lại chính quyền cách mạng không?"

"Mấy ông nói như vậy là thế nào?" Tôi hỏi.

"Anh không được quyền phát biểu." Tên cán bộ giữ tấm thẻ công nhân viên của tôi trong túi nói như ra lệnh. "Chúng tôi sẽ làm việc với anh sau."

"Nhưng gia đình chúng tôi có tội tình gì chứ?" Quỳnh hỏi, hai tay ôm chặt con vào lòng.

"Một gia đình phản động chưa đủ là cái tội sao?" Hòe nói.

"Trời ơi! Trời ơi!" Tôi nghe tiếng bà chị dâu rên rỉ.

"Nhà nước có đuổi gia đình chị ra đường đâu mà chị kêu trời. Chúng tôi đã tìm cho chị một căn nhà nhỏ dưới chợ. Tạm thời chị cứ dọn về đó. Ngày mai phường sẽ mang giấy tờ lại cho chị ký. Còn anh chị đây," y tiếp, mắt nhìn về phía tôi, "mai xuống công an phường làm việc. Chúng tôi muốn biết anh chị có ý đồ vượt biên hay không?"

Cả ba quay lưng bước ra cửa sai khi Hòe chấm dứt lời đe dọa.

Tôi đứng ở cửa ngó ra sân đêm. Những đốm lửa của đầu điếu thuốc dưới gốc cây nhãn đã biến mất. Tiếng nói cười của đám công an cán bộ xa dần tan loãng ngoài mặt đường.

Bên trong nhà mấy ngọn bạch lạp cháy bập bùng. Mọi người đã tắt tiếng khóc. Không khí chùng hẳn xuống như thể một chiếc bong bóng bị xì hơi.

Những người chết đã chết.

Những người sống đang phải cúi xuống gánh tiếp những tai ương còn đầy rẫy trong một thời đại của "Chủ Nghĩa".

CHƯƠNG CHÍN

"Hỏi ai?" Tên công an áo vàng chận tôi ở cửa khi thấy tôi lớ ngớ chưa biết có nên bước vào hay bỏ đi.

"Tôi muốn gặp ông Hòe!" Tôi trả lời.

"Đồng chí Hòe đi công tác ở Quận rồi. Có chuyện gì tôi giải quyết."

"Ông Hòe có hẹn với tôi sáng nay."

"Chuyện chi?" Tên công an hỏi dấm dẳng.

"Tôi không rõ. Hôm qua ông ấy đến nhà tôi và hẹn tôi sáng nay đến đây."

"Nhà ở đâu?" Y hỏi giọng trịnh thượng.

Tôi nói địa chỉ. Tôi cũng cho y biết là tôi từ Saigon ra. Tôi đưa đám ông anh tôi.

"Tôi biết! Tôi biết." Y tiếp. "Xin mời anh vào đây!"

Y đưa tôi vào bên trong kéo ghế ngồi xuống.

Trước mặt y là một tờ giấy màu vàng xỉn mỏng.

"Có phải anh là Trần Lâm Thăng?"

"Phải."

"Đồng chí Hòe nói anh cư trú bất hợp pháp, không có giấy đi đường và có ý đồ vượt biên. Anh có biết vậy không?"

"Tôi về đây là để làm đám tang cho ông anh tôi."

"Tôi biết. Nhưng có gì bảo đảm anh không có ý đồ vượt biên."

Tôi có nghĩ đến chuyện vượt biên nhưng dù sao cũng chỉ là trong ý nghĩ thôi. Tôi chưa hiểu ý tên này muốn gì.

"Anh mang theo chuyến này bao nhiêu lạng vàng?"

"Tôi không có vàng."

Tôi trả lời thật nhanh. Tôi bỗng nhớ Quỳnh trước khi đi có mua được năm chiếc nhẫn vàng để đóng góp trong chuyện ma chay với bà chị dâu, luôn tiện, nếu mà gặp chuyến đi, Quỳnh nói thòng, "anh cứ đi trước, em ở lại với con tính sau." Bà chị dâu tôi mấy lần biên thư đều cho biết có tổ chức đưa người đi, đến nơi rồi chừng nào có tin về, người nhà mới phải chồng tiền, như vậy không phải bị gạt.

Trạm công an buổi sáng vắng. Tên công an hỏi chuyện tôi còn khá trẻ, nhưng hút thuốc dữ, chưa hết điếu này đã châm ngay điếu khác. Y ngồi kiểu nước lụt, hai chân bỏ cả trên ghế, hai đầu gối sát nách, đầu chồm về phía trước.

"Không có gì qua mắt được chúng tôi đâu. Anh có quen biết thằng Tư xích lô Mã Vòng không?" Y hỏi một câu bất ngờ.

Tư Xích Lô Mã Vòng là ai? Tôi chưa nghe bao giờ. Gần mười lăm năm trời xa quê, tôi chỉ về nhà có đôi ba lần. Mỗi lần về là để đưa tiễn người thân ra đi vĩnh viễn. Thành phố này chỉ còn trong trí nhớ tôi như một kỷ niệm. Nó là tuổi thơ tôi. Biển xanh. Rừng dương xanh. Những bụi cây dọc ven đường từ nhà bưu điện xuống Cầu Đá cũng xanh. Bầu trời xanh.

Thành phố này chứa trong tôi cái thời xanh xao vàng vọt của một đứa bé bị hất hủi. Tôi muốn quên nó đi. Tư xích lô Mã Vòng? Không, tôi không thể nào nhớ ra một cái tên kỳ lạ như vậy.

"Tôi không biết ai là Tư xích lô Mã Vòng."

"Nhưng mà Tư xích lô Mã Vòng biết anh thì sao?

Mã Vòng. Tôi nhớ ra ngôi nhà lợp mái dừa của dì tôi nằm trên một con đường hẹp gần chùa Nha Trang. Mã Vòng là đầu con đường vào thành phố. Nơi tôi đã sống với dì tôi, một người đàn bà luống tuổi, ăn mặc nâu sồng, sống khắc khổ, không bao giờ đụng đến chất tanh. Bữa cơm của dì chỉ có rau, rau và rau. Có lần tôi ngồi nhìn dì ăn, trước mặt là hai con thằn lằn bò quanh những hột cơm dì rải xuống. Thỉnh thoảng tôi nghe tiếng dì nói như thể đang trò chuyện với một người nào đó nhưng tôi không nhìn thấy ai. Ngoài hai con thằn lằn. Những hột cơm rải trên mặt bàn. Một tô rau luộc. Một hũ chao. Hai con thằn lằn. Đó là tất cả cuộc đời dì tôi. Một lu nước mưa đẳng sau nhà, dưới một cây khế ngọt. Cây chùm ruột sai quả phía trước sân. Hàng rào là những bụi dâm bụt. Những chùm hoa tỉ muội trắng và nhỏ như chiếc bông tai của các cô gái quê, hương thơm ngào ngạt. Sau lưng nhà dì tôi là một ngọn đồi, trên cao là Tháp nước của thành phố. Con đường leo lên Tháp đi lòng vòng theo trôn ốc. Một vài ngôi mộ, có lẽ của người Chàm, dọc theo đường đi với những lùm cây dại. Đó là Mã Vòng thời tuổi nhỏ của tôi. Thơ mộng. Tôi nghĩ như vậy. Đó là thời kỳ tôi quen Goering, Lưu, Lân, Trung, Odette Bouquet, Marthe Thúy, Bạch Mai... Có buồn cười không? Nhưng mà Tư xích lô Mã Vòng là ai? Tôi không cách nào biết được, nhớ ra được.

"Chúng tôi vừa bắt được một tổ chức vượt biên. Tư xích lô Mã Vòng khai có tên anh và gia đình sẽ đi trong chuyến này."

Tư xích lô Mã Vòng là ai? Không. Tôi chắc chắn là không bao giờ có một tên người như thế, hay gần gần như thế, trong mối quen biết tôi.

Tên công an cúi xuống tờ giấy màu vàng xỉn mỏng đọc những hàng chữ nhỏ li ti. Tôi có cảm tưởng như hắn đang xem tờ cẩm nang vẽ cách bức bách tôi như thế nào cho có hiệu quả. Một lúc, không lâu lắm, hắn ngửng mặt lên:

"Anh nên khai báo thành thật, chuyến vượt biên này, gia đình anh đóng cho Tư Mã Vòng mấy lượng?"

"Không. Tôi không biết Tư Mã Vòng là ai cả. Tôi về đây là để làm lễ chôn cất ông anh tôi. Tôi không có vượt biên."

"Ông Thăng. Ông tưởng ông ngoan cố, chúng tôi không làm gì ông được hay sao?"

Hắn bỗng đổi cách ngồi, thả một chân xuống ghế, mặt chồm về phía tôi. Hơi thở hắn nồng nặc mùi thuốc lá nặng.

"Cái thẻ công nhân viên của ông là thẻ giả. Chúng tôi đã hội ý với nhau tối hôm qua. Đồng chí bên Ban Kiểm Tra đi với trưởng công an quận và đồng chí Hòe đều nhất trí thẻ công nhân viên của ông là thẻ do bọn phản động ngụy tạo nhằm phá rối cách mạng. Ông Thăng, nếu ông nhất định không khai báo số vàng mang theo, chúng tôi được lệnh trên bắt ông."

"Bắt tôi?" Tôi ngạc nhiên. "Tôi phạm tội gì?"

"Ông thật tình không biết tội gì à? Di chuyển ra thành phố miền biển mà không có giấy phép đi đường. Cư trú bất hợp pháp vì không khai báo công an khu vực. Xài thẻ giả do bọn phản động cấp! Tổ chức cho người khác vượt biên để lấy vàng và bản thân có ý đồ sẽ vượt biên. Sao? Từng đó đủ tội chưa? Ông có muốn tôi kể thêm vài thứ nữa không? Mà ông có biết vượt biên là phản quốc không?"

Tôi giận run lên, nhưng cố đè nén cơn tức xuống. Hai bàn tay tôi đan chặt vào nhau. Tôi là người có miệng mà cũng như không. Lúc đầu hắn nói tôi có ý đồ vượt biên, bây giờ hắn gán thêm cho tôi cái tội tổ chức vượt biên. Tuy nhiên hắn trói tôi bằng một sợi dây tội lỗi mà không phải là hắn không có vài chút sự thật để bám vào. Không có giấy đi đường? Đúng quá chớ còn gì nữa. Thành phố này là nơi có nhiều người tìm đường vượt biên. Đúng chớ có sai đâu. Nhưng mà ý đồ vượt biên? Ai mà chẳng có. Tôi cũng có ý đồ đó thật, Quỳnh chẳng bàn với tôi trong ngày lên đường hay sao? Bất giác tôi nhìn ngó xung quanh. Đồn công an phường này là một ngôi nhà khá rộng nằm ở góc ngã tư đường, có lẽ đây là biệt thự của một người di tản trước ngày quân cộng sản lấn tới vào tháng Ba Bảy Lăm. Chỗ tôi ngồi là phòng khách. Hai bên là phòng ngủ. Một dãy ghế sắt xếp được đặt dọc sát tường, đã có khách ngồi chờ. Tôi thấy mấy ông già bà già kẻ ngồi người đứng, trên tay người nào cũng cầm một tờ giấy. Thỉnh thoảng cánh cửa phòng bên mở, một người bước ra với khuôn mặt buồn thảm, đầu cúi thấp. Một tiếng gọi tên người từ bên trong vọng ra. Một người bên ngoài nhổm dậy, hấp tấp đi vào. Tôi thấy mình như một thằng câm. Tôi ngó tên công an áo vàng. Hắn ngó tôi. Sau cùng hắn đứng dậy ra lệnh:

"Đi theo tôi!"

Hắn làm gì mình đây? Hắn muốn gì mình chớ?

Hắn bước lên cầu thang. Mặt gỗ xỉn đen. Tay vịn nhớp nhúa. Hắn đưa tôi vào một căn phòng nhỏ trống trơn. Không bàn ghế giường tủ. Cửa sổ lá sách có khóa. Ngọn đèn bóng giữa trần nhà chiếu cái ánh sáng vàng vọt xuống mặt sàn một vòng tròn. Hắn đưa cho tôi một tờ giấy mỏng vàng xỉn, như tờ hắn đọc ở nhà dưới, và một cây bút bic đã nhòe mực.

"Viết lời khai báo vào tờ này. Cần giấy thêm cứ gõ cửa tôi đưa thêm. Nếu thành thật sẽ được trên xét khoan hồng."

Và hắn bỏ đi. Cánh cửa sau lưng khép lại. Tôi nghe tiếng tra chìa vào ổ khóa. Tiếng kêu lách cách của một vòng quay. Tôi đứng ngay giữa phòng, dưới ngọn đèn bóng tròn vàng vọt, cầm trên tay một cây bút và một tờ giấy cũng vàng như ngọn đèn, như màu tường, như những tháng ngày tôi đang sống.

Tôi ngó lên trần nhà. Trần nhà thấp quá. Tôi đặt tờ giấy và cây bút xuống sàn gạch bông. Tôi thọc hai tay vào túi quần. Tôi ngó xuống đôi dép dưới chân. Tôi không hiểu mình sẽ phải làm gì. Tôi không hề chờ đợi chuyện sẽ xảy ra sáng hôm nay. Tôi không tìm ra lý lẽ để cắt nghĩa những diễn biến mà tôi đang phải đương đầu. Tôi khai gì? Tôi có gì mà khai? những ngọn đèn bạch lạp còn cháy trên bàn thờ người anh tôi. Tiếng đọc kinh của những nhà sư còn vang động trong trái tim tôi. Tiếng khóc của bà chị dâu tôi và các cháu gái tôi còn thổn thức trong lồng ngực tôi. Những giọt nước mắt của Quỳnh khi thấy bọn ruồi nhặng hoạch họe xông vào nhà đang có tang chay. Tôi thấy tôi hèn nhát. Sách vở trong bao nhiêu năm chỉ cung cấp cho tôi một mớ kiến thức "lùn tịt". Sách vở không làm cho một kẻ hèn nhát trở thành cam đảm. Nếu tôi là người nằm trong nấm mồ kín, và anh Thúc là người đứng đây, cái gì sẽ xảy ra? Ừ, cái gì sẽ xảy ra? Tôi chưa biết, nhưng tôi tin là nó sẽ không xảy ra giống y cái cảnh tượng mà tôi đang chịu đựng. Cha tôi đã chết. Mẹ tôi đã chết. Anh tôi đã chết. Tôi có cần sống không?

Dù sao tôi không thể đứng đây như trời trồng được. Tôi đi dọc đi ngang, đếm từng viên gạch dưới chân. Tôi đi xéo đi xiêng, đếm từng bước nhỏ. Tôi tính nhẩm những bài toán cộng trừ. Rồi tôi chia, tôi nhân. Tôi không biết cả nhà đang nghĩ gì. Cả nhà có biết là tôi đang bị giam trong trạm công an khu vực này không? Tôi không biết Quỳnh sẽ ra sao khi tôi biệt tích. Tôi thấy nhiều hình ảnh đang chiếu trên tấm màn trí tưởng tôi. Tuấn luật sư, nhà cách mạng Ba Mươi Tháng Tư, thầy giáo Nguyên "nằm vùng", Hiên hiệu trưởng của chế độ mới, cô nữ sinh Nhị Hà từ Bắc vào... Tôi cũng thấy Kiệt, người học sinh xuất sắc nhất lớp, hai con mắt đỏ hoe báo tin cha cậu đã tự tử, Tâm "khô khốc thiền sư" ngồi uống ly cà phê với tôi ở lề đường Nguyễn Du, nói về vợ con đã mất tích trên biển nhưng phải viết một bản "thu hoạch" chính trị phản tỉnh về những gì mình đã cầm bút trước đây. Tôi cũng thấy khuôn mặt Mười Tân lạnh lùng sắt thép. Rất tiếc! Rất tiếc! Như một lưỡi dao đe dọa không ngừng lơ lửng trên đầu tôi. Những tên công an áo vàng gọi tôi là "ngụy" không cho phép đeo kính cận khi nói chuyện với chúng. Cả một thời phong kiến trước đây trong các tác phẩm của Ngô Tất Tố, Bùi Hiển, Nam Cao... bây giờ đang sống lại một cách rực rỡ như chưa từng thấy, Đời sống mới mẻ minh họa cho những trang tiểu thuyết của xã hội trước năm Bốn Mươi Lăm. Cai tổng, Lý trưởng, ông Cò, thầy đội... tái sinh trong những bộ quần áo mới, ngôn ngữ mới.

Tôi mỏi chân. Tôi ngồi bệt xuống sàn gạch bông, thứ gạch bông đã từ lâu không được lau chùi đang rít nháp xỉn đen cáu bẩn. Tôi thấy thèm một điếu thuốc. Tôi nghe thoảng mùi cà phê. Tôi đứng dậy bước đến cửa cầm tay nắm vặc thử, Cửa đã khóa trái. Tôi đi về phía cửa sổ. cửa lá sách có chấn song, nhưng đã lốc bằng một ổ khóa. Tôi hé ngó xuống phía dưới mặt đường. Bất ngờ tôi ngó thấy Quỳnh đứng bên cạnh chị dâu tôi và cháu Thùy. Cả ba người đàn bà đang chụm đầu vào nhau. Tôi biết chỗ họ đứng là trước cửa trạm công an. Tôi muốn kêu to lên cho Quỳnh biết là tôi đang ở đây, Tôi muốn đập bể cánh cửa sổ này ra, nhảy xuống phía dưới kia "Không được! Không được! Phải bình tĩnh! Rất bình tĩnh!" Tôi nghe tôi tự nói với mình như vậy.

Tôi bước lại giữa phòng, cúi xuống lấy tờ giấy và cây bút trên sàn. Phải cho Quỳnh biết ngay là tôi ở đây. Tôi viết nguệch ngoạc mấy chữ:

"Q. Anh đang ở trong căn phòng ngay trên chỗ em đứng."

"T."

Tôi xếp tờ giấy làm tư, đến bên cửa sổ, nhìn xuống. Cả ba người đàn bà vẫn còn đứng đó. Ba cái đầu không còn chụm vào nhau. Cả ba khuôn mặt đều nhìn về một phía cánh cửa chính của đồn công an khu vực. Tôi đẩy tờ giấy qua kẽ lá sách. Tờ giấy mỏng chao lượn trong không làm trái tim tôi cũng chao lượn theo. Rất chậm, nó đáp xuống gần chân của bà chị dâu tôi. Đó là lúc cả ba cái đầu vừa chụm lại. Không ai nhìn thấy tờ giấy tôi vừa thả xuống. Một đỗi lâu, cả ba mái đầu mới rời ta. Quỳnh sửa thế, quả quyết bước thẳng. Bà chị dâu tôi và cháu Thùy theo sau. Tôi thấy chân bà chị dẫm lên tờ giấy của tôi.

"Cả thế giới này đã bỏ quên tôi rồi."

Tôi nghĩ trong đầu như vậy. Hai tay tôi nắm chặt. Tôi muốn đập nát cánh cửa này. Tôi vò đầu vò tóc. Tôi đi qua đi lại, đếm từng viên gạch. Tôi đi xéo đi ngang, đếm từng bước chân. Tôi ngó lên trần nhà. Tôi ngồi bệt xuống sàn. Tôi thấy mình như một con thú bị cái bản năng chật chội hành hà. "Bình tĩnh! Bình tĩnh!" Tôi nhớ lại lời nói của giáo sư Linh mục Alexis Cras ở Viện Đại học Đà Lạt. Ba năm trời học với Cha, tôi nghiệm ra một điều: môn Siêu hình học mà Cha dạy bọn tôi có thể đã trôi tuột như nước chảy qua kẽ bàn tay, nhưng cái dáng điệu khoai thai, trầm tĩnh, từ tốn của cha, cái cách nhìn mọi vấn đề dưới con mắt không chút thành kiến của một tấm lòng bác ái như Cha Cras, vẫn còn đọng lại mãi trong trí nhớ tôi. Thật ra bình thường nó có vẻ như đã tan chìm biến mất trong tôi, nhưng vào một lúc nào đó, những biến cố đến với tôi như một cây kim chọc thủng cái trí nhớ mưng mủ kia, làm vọt ra những điều không thuộc về tôi: Cái dáng điệu khoan thai trầm tĩnh của Cha Cras trước mọi vấn đề là bài học mà tôi sẽ phải thuộc lòng và giữ gìn mãi. Cha Cras thuộc dòng Đa Minh, áo chùng trắng, tóc trắng thưa, nụ cười hiền. "Ông Cố đạo", cha hay tự gọi mình như vậy, giảng triết học hiện sinh rất hay, nói chuyện *Hồn Bướm Mơ Tiên* của Khái Hưng như một nhà phê bình văn học chính cống, đọc *Truyện Kiều* giọng Tây, bình thơ Đỗ Phủ, kể chuyện *Esope* theo một tác phẩm *Con cáo và chùm nho* của một kịch tác gia Nam Mỹ. *Esope* trong vở kịch là một người nô lệ nhưng đồng thời cũng là một nhà ngụ ngôn. Theo Cha Cras, ngụ ngôn không phải là một câu chuyện bịa đặt. Ngụ ngôn là chân lý. Mà chân lý là mục tiêu duy nhất chúng ta sống vì nó, chết cũng vì nó. Đó là một bài giảng rất hay của Cha về nô lệ và tự do. Trong vở kịch, người "nô lệ" Esope bị buộc tội vì đã giấu cái chén vàng trong bọc của mình. Theo luật pháp Hy Lạp, nếu kẻ phạm tội là người tự do thì sẽ bị đưa lên núi cao đẩy xuống nơi vực thẳm sâu nhất. Nếu kẻ phạm tội là nô lệ thì người chủ sẽ cân nhắc tội phạm mà trừng phạt. Người chủ của Esope muốn cứu tính mạng của ông, muốn xác nhận "giả vờ" ông là người "nô lệ", mặc dù người chủ này đã biên giấy cho Esope "tự do" rồi. Nhưng, Esope nói, "Đối với tình yêu và đời sống ta còn trẻ quá, còn xanh non qua. Nhưng đối với tự do thì ta đã chín rồi. Vực thẳm mà các ông đã chọn sẵn cho người tự do ở đâu? ở đâu? ở đâu?" Người ta thường chỉ nhớ Esope với chuyện ngụ ngôn cái lưỡi là món ngon nhất cũng là món dở nhất. Người ta cũng thường nhớ Esope với chuyện Con Cáo thấy Chùm Nho trên dàn cao, muốn hái nhưng không với tới bèn nói "Nho hãy còn xanh", nhưng ít ai nghe nói Esope và tự do.

Tôi không phải và không bao giờ là Esope. Tôi thấy mình hèn nhất. Tôi lo sợ. Một mình giữa bốn bức tường. Cái mụt nhọt mưng mủ đã bị phá. Cái trí nhớ đã được phục hồi. Nhưng tôi không đủ trầm tĩnh để cái đầu tôi có phút giây yên ổn. Như một trận động đất lớn cả một đất nước sụp xuống, sụm xuống, lún xuống, chìm xuống. Và ngôi nhà tôi ở cũng bị chôn vùi trong lòng đất. Cha mẹ tôi lần lượt qua đời. Các cháu tôi bị đưa vào trại cải tạo. Anh tôi vừa nằm xuống. Cả gia đình vừa đưa anh ra nghĩa địa về đã bị đuổi nhà. Và tôi bị giữ ở đây, gán ghép cho tôi một thứ tội mới chỉ nhú trong đầu tôi. Cả một dân tộc không ai nghĩ một điều gì khác hơn là con thuyền và biển cả. Làm mồi cho cá mập, làm nạn nhân cho bọn hải tặc Thái, làm người tù trong các nông trường... hoặc là đến bến bờ tự do! Trời ơi, tôi hiểu ra rồi, cả một đất nước chúng ta đầy những Esope. Thời cổ Hy Lạp có một Esope, còn thời đại của chúng ta biết bao nhiêu là Esope. Tự do hay là chết! Không phải người ta bỏ nước ra đi vì muốn làm một cuộc phiêu lưu. Người ta phải ra đi vì người ta không thể ở lại. Đi hay là ở? Câu hỏi ấy là câu hỏi lớn nhất chiếm đầy đầu óc mọi người.

Cánh cửa bỗng bật mở. Tên công an áo vàng đứng ở ngưỡng cửa.

"Ông Thăng. Có người nhà muốn gặp." Hắn nói.

Tôi đứng dậy. Tôi biết là ai rồi.

"Theo tôi!"

Hắn đi trước, bước từng bước xuống cầu thang.

Quỳnh, bà chị dâu tôi và Thùy đã ngồi sẵn quanh bàn làm việc của hắn.

"Ngồi xuống đây!" Hắn ra lệnh cho tôi.

Hắn ung dung châm một điếu thuốc, ngồi xuống chiếc ghế phía sau bàn. Hắn hết nhìn bà chị tôi, đến nhìn Quỳnh rồi nhìn tôi. Sau cùng hắn đẩy cây bút và tờ giấy trước mặt hắn về phía chị.

Chị Thúc nhìn tờ giấy và nhìn tên công an như thể mắt chị đang đo lường cái chiều dài của hai sự vật. Rồi chị nhìn tôi và nhìn Quỳnh, cái nhìn như hỏi phải làm sao bây giờ. Chị cầm cây bút lên, xoay qua xoay lại, xong đặt cây bút xuống.

"Như đã nói với chị..." Tên công an có vẻ sốt ruột, "Tình trạng của anh Thăng đây hoàn toàn tùy thuộc vào một chữ ký của chị. Nếu chị không đồng ý giao trả căn nhà chị đang ở cho nhà nước quản lý thì trước sau gì nhà nước sẽ quản lý nhà chị thôi. Chị phải khẩn trương lên, tôi còn phải giải quyết biết bao nhiêu là công chuyện. Nếu chị ký sớm sẽ có hai điều lợi: Thứ nhất là anh Thăng đây sẽ được trở về ngay, nếu không chúng tôi buộc lòng phải giải anh lên quận để trên làm việc và giải quyết. Thứ hai là chị có thể được trên cấp cho một chỗ ở dưới Chợ Đầm, nếu không..." - hắn ngập ngừng – "trong tình hình nhà đất khan hiếm như hiện nay, mặc dù rất nhiều người phản quốc bỏ nước ra đi, vẫn không đủ nhà đất cung cấp cho cán bộ đang còn xếp hàng dài chờ đợi..."

Hai tay đặt lên trên mặt bàn, chị Thúc nhìn chăm vào tờ giấy. Tôi có cảm tưởng như chị không còn nghe thấy gì ngoài những dòng chữ trên tờ giấy đã viết sẵn kia đang ám ảnh đầu óc chị.

"Rồi mẹ con tôi phải sống làm sao đây?" Chị nói rất nhỏ.

Tôi nghiêng người qua vai chị Thúc. Tay tôi nắm tay chị.

"Chị không nên ký. Nhà của chị thì chị cứ ở. Phần em, em thấy mình không có tội gì, không việc chi mà chị sợ cho em."

"Thăng không nên nói như vậy!" Quỳnh chen vào. "Để chuyện này cho em và chị Thúc giải quyết."

Tên công an đứng bật dậy. Hắn dụi điếu thuốc đang hút giữa chừng xuống cái gạt tàn. Hắn cầm tờ giấy và cây bút, kéo học bàn bỏ vào trong đóng lại.

"Được thôi. Chị và cô đây có thể về. Công an chấp pháp quận sẽ làm việc với ông Thăng. Phận sự của tôi tới đây coi như là xong."

Chị Thúc vẫn ngồi yên. Quỳnh đứng dậy, vòng ra sau lưng chị.

Tôi nhìn chị Thúc.

"Đừng ký. Không việc gì mà chị phải ký."

"Anh làm gì mà nóng nảy vậy. Chuyện đâu còn có đó. Anh có để yên cho chị Thúc và em giải quyết được không?"

"Tôi muốn coi lại tờ giấy!" Chị Thúc nói.

Tên công an chống hay tay lên mặt bàn, chồm về phía chị, gay gắt:

"Tôi muốn nghe câu trả lời dứt khoát của chị là ký hay không ký. Vậy thôi. Tôi có nhiều việc phải giải quyết."

"Tôi ký!" Chị Thúc trả lời nhanh đến nỗi tôi không kịp phản ứng.

"Đừng, chị Thúc, đừng!"

Tôi nói cho đủ một mình chị nghe, nhưng chị Thúc dường như không muốn nghe tôi.

Tên công an kéo học tủ, lấy tờ giấy và cây bút đẩy về phia chị:

"Chị ký vào đây!" Ngón tay hắn trỏ một chỗ phía dưới trang giấy.

Chị Thúc chụp cây bút nguệch ngoạc mấy nét. Và chị đứng dậy quày quả bỏ đi như chạy trốn.

Tên công an cầm tờ giấy lên săm soi sát mặt. Tôi thấy hắn mỉm cười xếp tờ giấy làm bốn bỏ vào túi áo. Bàn tay phải của hắn đập nhẹ vào túi có tờ giấy! Và khi hắn đụng vào mắt tôi, tôi nghe tiếng hắn hét lên:

"Anh kia, sao chưa đi về đi còn chờ đợi gì nữa? Hay là muốn tôi giải anh lên quận làm việc?"

"Cám ơn!"

Tôi không hiểu tại sao tôi nói cám ơn với cái tên vừa mới ăn cướp ngôi nhà của anh chị tôi.

Tôi bước ra khỏi trạm công an. Quỳnh đang ôm chị Thúc đứng chờ tôi trước cửa. Tôi nhìn thấy khuôn mặt bà chị dâu tôi ràn rụa nước mắt:

"Chú Thăng ơi, sao đời tôi khổ quá!"

Tôi không dám nhìn chị. Tiếng nói của chị như những mũi tên bắn vào trái tim tôi. Tôi nghe như thể trăm ngàn con dao chém xuống da thịt tôi.

Tôi ngước mắt nhìn lên căn phòng mà mấy phút trước đây tôi bị giam giữ trên đó.

CHƯƠNG MƯỜI

Sau cùng chúng tôi cũng trở lại được Saigon, trở lại căn nhà trong khu Mã Lạng, con hẻm hẹp hôi hám và nhớp nhúa.

Chuyến về thăm nhà của tôi để đưa người anh đến nơi an nghỉ sau cùng không ngờ là chuyến đi đầy nước mắt.

Khi đưa tôi lên xe đò, chị Thúc nói:

"Chú đừng buồn, không có chú, nó cũng lấy nhà tôi, nó nhắm lâu lắm rồi, trước sau gì nó cũng chiếm thôi."

Tôi nghĩ là chị an ủi tôi. Quỳnh thì không nói năng chi. Suốt những ngày còn lại ở Nha Trang, cô bé con ra biển ngồi trên bờ cát nhìn màu xanh của trời và nước. Lần đầu tiên khi Quỳnh nói muốn đi biển, tôi theo cô thả bộ xuống bãi. Tôi chỉ cho Quỳnh biết những nơi ngày xưa tôi thường hay đến. Cây dừa này hình như lúc nào cũng vậy, không có vẻ gì như bị già đi vì năm tháng. Những lùm cây này cũng vậy hình như mới vừa hôm qua tôi chui vào trong đó núp trốn những thằng bạn học ở trường về réo gọi tên tôi vì bị thầy giáo nhắc trong lớp học. Nhà "giây thép" này thì có vẻ như nhỏ hơn, cọ đơn nữa. Nó đứng một mình. Xung quanh trống trơn không thấy nhà cửa cây cối nào để che đỡ. Sau lưng là biển. Trước mặt là con đường trải hắc ín vắng tanh. Tôi nói cho Quỳnh nghe những kỷ niệm của tôi về cái quán ăn mang tên Fregate, nơi tôi và Bouquet Odette chui dưới gậm bàn nhìn những người lớn nhảy nhót. Và bụi dương, cái khách sạn Hotel Beau Rivage này, trường Hải quân, Cầu Đá, Hải học Viện, Đồng Đế... chỗ nào tôi cũng thấy có chút dấu vết tôi... Quỳnh đã nghe tôi nói với một nỗi lạnh lùng mà trước đây chưa bao giờ tôi nhìn thấy. Những lần sau Quỳnh đi biển một mình. Tôi để cô tự do với thiên nhiên. Quỳnh nói đứng bên bờ biển tâm hồn mình rộng lượn hơn.

Cô trầm lặng suốt những ngày còn lại ở Nha Trang cho đến khi trở về. Chúng tôi như bị ngăn lại bởi một tấm màn voan mỏng. Tại sao? Tôi chưa hiểu. Tôi đi tìm ông Công. Tôi muốn xuống Bạc Liêu xem tình hình ra sao. Bác Ngô trước nhà cho biết ông Công có đến tìm tôi mấy lần. Có lẽ sắp có chuyến đi. Ông Công có hứa với tôi là bao giờ ông cho hai đứa con ông đi, ông sẽ dành cho gia đình tôi một chỗ thôi, số còn lại cứ đóng vàng tính theo đầu người.

Tôi ra quán cà phê vỉa hè trước nhà bà luật sư Đại. Nơi đây tôi chắc chắn thế nào cũng sẽ gặp mấy "đệ tử" của ông Công. Nhưng khi đến nơi, tôi mới biết là không có đứa nào cả, mặc dù quán vẫn đông khách như thường lệ. Những người trẻ và cả những người sồn sồn mỗi người trước mặt một ly cà phê đang nói về những người khác hiện đã đến được bến bờ tự do. Một người kể chuyện tiếu lâm thời đại. Ông ta nói nhỏ cho vừa đủ mấy bàn nghe. Và cả đám cười. Những câu chuyện tôi đã từng được nghe, nhưng lần nào nghe lại cũng phải cười cay đắng. Mỗi lần tôi như thấy cây chuyện có thay đổi thêm bớt. cắt xén đôi chút... nhưng nội dung thì vẫn là một. Đại khái một đoàn xe chở đám cán bộ cao cấp trong đó có thủ tướng Phạm Văn Đồng trên đường đi Long An, Gần tới cầu Bến Lức thì thấy một người nằm giữa đường xe không cách nào lách qua được. Công an áo vàng xách súng chạy tới, kể cả đám du kích đang gác cầu, dí súng vào đầu người đàn ông nằm giữa đường bắt tránh cho xe thủ tướng đi. Nhưng người kia sau khi ngước mắt lên nhìn mấy tên công an và đoàn xe, lại gục đầu xuống bám chặt chân tay lên mặt đường.

"Con người là vốn quý nhất! Phải trọng con người!" Thủ tướng thường dặn cán bộ công nhân viên như vậy. Không ai dám làm mạnh người nằm dưới đường kia. Sau cùng tên công an xếp xòng đến bên xe Phạm Văn Đồng: "Báo cáo đồng chí Thủ tướng, chúng tôi đã nói hết lời nhưng tên phản động kia không chịu đứng dậy đi. Xin đồng chí Thủ tướng cho phép dùng "bạo lực cách mạng" để triệt tiêu bọn phản động dám ngăn cản con đường tiến lên xã hội chủ nghĩa của chúng ta." Thủ tướng Đồng, sau một hồi trầm ngâm suy nghĩ, mở cửa xe bước ra, từ từ đến chỗ người đàn ông nằm. Và mọi người ngạc nhiên không hiểu Thủ tướng nói gì mà người đàn ông vụt đứng dậy chạy một mạch băng qua ruộng, xuống dưới chân cầu, mất hút. Tên xếp xòng công an ngơ ngác. Sau khi mở cửa xe cho Thủ tướng ngồi vào, hắn hỏi: "Báo cáo đồng chí Thủ tướng, xin đồng chí Thủ tướng cho biết đã nói gì khiến tên phản động phải bỏ chạy?" Thủ tướng Đồng ngó và mặt tên công an cười: "Tôi nói nếu anh không đứng dậy đi tôi coi như kể từ nay anh đã chính thức được kết nạp vào đảng Cộng sản Việt Nam."

Tôi ngồi nhâm nhi ly cà phê. Tôi nhớ lại mấy ngày ở Nha Trang. Cái chết của ông anh tôi. Bọn ruồi xanh ruồi vàng nhảy vào chiếm đoạt ngôi nhà của một người vừa mới nằm xuống. Chị dâu tôi và chữ ký trên tờ giấy viết sẵn của tên công an. Từ sau ngày mẹ tôi khuất núi, chị như một bà mẹ. Tôi biết chị lo sợ tôi bị tù tội. Nếu không có chuyện tôi bị bọn công an bắt làm con tin, chắc gì chị đã chịu thua. Nhưng chị cứu tôi mà chị không nghĩ là chị còn ba đứa con đang nằm trong các trại cải tạo. Những giọt máu của chị đang sống trong cảnh tù đầy và bầy con nheo nhóc của chị đang chờ ăn từng bữa.

"Thưa thầy."

Một người trẻ tuổi dựng vội chiếc xe đạp ở lề đường gọi chào tôi.

"Kiệt! Trời ơi, lâu dữ. Sao nghe nói em về dưới quê? Ngồi xuống đây!"

Kiệt kéo ghế ngồi cạnh tôi. Mới có mấy năm mà Kiệt đã lớn hẳn.

"Em ở dưới mới lên chừng tuần nay. Em vượt biên bị bắt ngã Mỹ Tho. Bị giam cả sáu tháng trời."

"Rồi lên trên này em ở đâu?"

"Em ở nhà dì em, ở khu Nancy. Mà lâu nay thầy có vô trường không?"

"Không. Tại sao?"

"Em cũng không vô trường, nhưng đứa em con bà dì của em nói trường cũng đã thay đổi thêm mấy đợt. Nhiều thầy, cô đã xin nghỉ hoặc vượt biên. Ông Hiên hiệu trưởng cách mạng cũng thôi rồi, thầy có biết không?"

"Ông Hiên bị mất chức sao?" Tôi ngạc nhiên.

"Dạ không. Người ta nói ông Hiên đã đổi ngành xin làm công tác sở giáo dục quận."

"Cô Loan dạy Sử địa là em ông Hiên có chồng làm tới Đại úy quân lực Việt Nam Cộng Hòa đã vượt biên với cả nhà. Người ta nói ông Hiên che chở cho chồng cô Loan khai gian không học tập, bây giờ trốn luôn."

"Thiệt vậy sao?"

"Đó là người ta nói vậy. Chớ em thì em nghe bà dì em nói bà vợ ông Hiên mới đây đã tự tử. Thành ra ông Hiên tuyệt vọng, không còn tha thiết cách mạng nữa."

"Tự tử. Bà vợ ông Hiên tự tử?"

"Dạ, dì em nói bả tự tử vì bên Thành ủy được bên công an báo cáo rằng trong thời gian ông Hiên bị tù Côn Đảo, bà Hiên ra vô Tổng Nha Cảnh Sát khai báo điềm chỉ chỗ ở của cán bộ nằm vùng để mong cứu chồng ra sớm. Hồ sơ đó vẫn còn nguyên trong Tổng Nha nên bên công an nắm được. Bà Hiên nói đó là vu cáo. Và bà tự tử. Ông Hiên bị hạ tầng công tác."

"Không thể hiểu nổi!"

Tôi nhớ lại cái hình ảnh Hiên gọi tôi vào văn phòng hiệu trưởng. Đó là một người đàn ông trung niên gầy ốm xanh xao. Hiên có dáng đi của một người lúc nào cũng như sắp ngã. Đôi mắt luôn luôn nhấp nháy như sợ ánh sáng. Bàn tay trái hay sờ lên lỗ tai. Hút thuốc nhiều và không biết cười. Hiên thuộc loại người có cái bề ngoài đau khổ. Tiếng nói nhỏ gần như mất hết sức sống. Điểm đặc biệt: y là người trầm tĩnh.

Tôi nhớ lời phê của Hiên trên tờ giấy xin nghỉ của tôi mà sau này vô tình hay cố ý Sự đã cho tôi một bản. Hiên xem tôi là một người phóng đãng trong một xã hội đồi trụy và phản động. Phóng đãng không phải là phóng khoáng. Tôi hiểu điều đó.

"Hạ tầng công tác?" như vậy là hạ tầng công tác sao?

Phóng khoáng hay phóng đãng, trắng hay đen, rốt cuộc rồi cũng vậy thôi.

"Chừng nào Kiệt về dưới?"

"Thưa thầy, cuối tháng."

"Em có tính đi nữa không?"

Kiệt mở to mắt nhìn tôi dò hỏi. Đi hay ở là chuyện bình thường của người Saigon. Vấn đề là có nên nói thật chuyện này với người đối diện hay không mới là điều đáng suy nghĩ. Bất cứ thứ gì ở Saigon lúc này cũng có thể xảy ra. Người ta yêu nhau vội vàng, sống vội vàng, giành giựt vội vàng... Người ta tố nhau, lường gạt nhau, đâm chém nhau... chỉ vì một lý do rất tầm thường. Người ta sống như thể chút nữa đây người ta không còn có mặt trên cõi đời này. Những lời trăn trối không nói ra nhưng ai cũng hiểu.

"Thưa thầy," Kiệt hơi ngần ngừ, "em có chuyến đi vào cuối tháng, ngõ Rạch Sỏi, Thầy có muốn đi với em không?"

"Tôi cũng đang tính. Một người quen hứa cho một chỗ. Ngã Bạc Liêu. Nhưng mấy hôm nay không gặp ông ta. Điều kiện trong chuyến đi của Kiệt ra sao?"

"Em nghĩ là em có thể dành cho thầy một chỗ được. Nếu cô và em bé cùng đi thì em có thể bàn với chủ ghe. Có thể không đòi hỏi gì thêm đâu. Em bảo đảm mà!"

Kiệt ngập ngừng bưng ly cà phê lên uống ực một hơi như uống nước lạnh.

"Có lẽ em phải đi mua thêm mấy thứ lặt vặt. Thầy suy nghĩ. Chủ nhật em sẽ đến nhà thầy."

Kiệt đứng dậy. Tôi đưa tay bắt. Kiệt nói đúng. Tôi cần phải suy nghĩ giữa hai chuyến đi. Ông Công hay Kiệt? Tôi sẽ lựa chọn nơi nào tôi tin hơn cả, và tất nhiên là phải rẻ hơn. Chuyến đi Nha Trang, Quỳnh đã mất hết mấy chỉ vàng phụ giúp cho chị Thúc. Quỳnh và tôi cũng đã thăm nuôi ông ngoại của con tôi. Ông gầy hẳn, da xanh mướt. Tôi ít có dịp gặp gỡ và nói chuyện với ba của Quỳnh. Trước khi lấy nhau đã thế, sau ngày lấy nhau tôi càng ít gặp ông hơn. Có vẻ như ông không ưa tôi. Phần tôi, tôi cũng không mặn mòi gì với ông lắm. Nhiều khi tôi tự hỏi là tôi có biết rằng mình có một gia đình và Quỳnh cũng đang có một gia đình không. Có chớ. Tôi có chữ trả lời, nhưng không có ý nghĩ trả lời. Tôi tự xa lánh mọi người trong ý nghĩ của mình. Kiểm điểm lại tôi thấy hình như mình luôn luôn sai trong mọi quyết định. Thành ra như một cách tự biện hộ tôi cứ để cho mọi việc lấp lửng. Thế mà hay! Không quyết định thì không bị sai gì cả.

Tôi cứ nghĩ lan man như thế vì không biết mình sẽ làm gì cho hết ngày hôm nay. Cà phê đâu có ngon lành gì. Chỗ ngồi tuy thoáng mát, nhưng cũng đâu có an toàn.

"Không nơi ẩn nấp." Tôi bật cười khi nhớ tới tên cuốn tiểu thuyết của Hà Nội in hiện đang bày bán ở các tiệm sách. Để giết thì giờ trong những ngày theo ông Công đi công trường Bạc Liêu, thỉnh thoảng tôi có mua một số tiểu thuyết mới của Hà Nội in. Nói chung cuốn nào cũng như cuốn nấy, giống như thuốc lá hiệu Phù Đổng vậy, giấy vấn và cọng thuốc rời rạc, bập một hơi đã thấy trống rỗng.

Tiểu thuyết quanh đi quẩn lại chỉ khai thác rặt đề tài "Chống Mỹ cứu nước", đến như Nguyễn Tuân, tác giả *Vang Bóng Một Thời, Chùa Đàn*, mà cũng chỉ viết được "Hà Nội Ta Bắn Mỹ Giỏi"... Thơ tình thì không mấy khi gặp được một bài hay trên báo. Nếu có thì đó là thứ thơ tình chiến đấu. Chỗ nào cũng vậy: chiến đấu! chiến đấu! và chiến đấu! Thơ văn đầy sắt, thép và máu. Tôi có cảm tưởng như nếu đem toàn bộ đống thơ văn ấy mà giũ xuống thế nào cũng làm được vô số súng ống xe pháo tàu chiến... "Ê, Thăng. Chờ ai vậy?"

Tâm "khô khốc Thiền Sư" kéo ghế ngồi cạnh tôi.

"Ông đến hồi nào mà tôi không biết?"

"Tao ngồi đằng kia. Mày đi đâu biến mất cả tuần nay?"

"Tao đi Nha Trang."

"À, à, tao nhớ rồi. Ông anh mày bịnh phải không?"

"Phải. Nhưng mà xong rồi. Chỉ có người sống là không khá thôi."

Tâm không nói. Anh cúi xuống, cầm cái muỗng quậy quậy ly cà phê của tôi. Tôi chợt nhận ra khi mình nói về cái chết của anh Thúc vô tình đã làm Tâm nhớ lại sự ra đi không vọng lại chút tăm hơi nào của vợ con anh.

Một lúc, Tâm ngửng đầu lên:

"Tao ngồi đằng kia với đám thằng Đình. Tao vừa viết xong một truyện ngắn."

"Mày viết truyện? Đăng ở đâu? Ở đâu đăng truyện mày?"

Tôi ngạc nhiên thật sự. Một phần vì Tâm trước đây là tay chuyên viết phê bình văn học chớ không phải là tay sáng tác; phần nữa báo chí của chế độ cộng sản Hà Nội vốn là một công cụ của chính quyền, đâu phải ai cũng viết mà đăng được. Ai viết? Viết cái gì? Đó là những câu hỏi cửa ải, coi vậy mà khó qua nổi.

"Mày không hiểu gì hết. Tao viết trong đầu tao chớ đâu phải viết ra giấy. Đứa nào muốn biết thì tao kể cho nghe, chớ khỏi đọc. Mày muốn biết không?"

"Thì cứ kể nghe coi!"

"Uống cà phê mà kể chuyện thì chán chết. Tụi mình tới quán Cây Lý lai rai đi. Tao mới bán được mấy trăm cuốn sách."

"Mày kêu thằng Đình đi luôn thể." Tôi nhắc.

"Không. Thằng Đình chỉ cà phê thôi. Rượu là không có nó. Mày quên rồi sao?"

Quán nhỏ, kê chừng bốn cái bàn thấp. Tất cả dựa lưng vào vách. Sàn nhà gạch, nhưng mặt vách bẩn. Khách ngồi chật. Tâm đi thẳng vào bên trong tự nhiên như người nhà, bê ra một chiếc bàn nhỏ.

"Mày lấy ghế đi!" Tâm chỉ tôi một chồng ghế ở sát chân quầy.

"Sao mày rành chỗ này quá vậy?"

"Thì ngày nào không đóng góp với chủ nhà này mà không rành."

"Mày với thằng Đình mà bỏ đi thì quán Cái Chùa coi như Chùa Bà Đanh rồi còn gì!"

Tâm không trả lời. Tôi nhìn bạn. Trước kia Tâm vốn đã xanh xao gầy nhom gầy nhách. Giờ đây anh còn tệ hơn nữa. Mặt sạm đen. Hai con mắt sâu. Mái tóc xơ xác. Những ngón tay gầy khẳng khiu. Quần áo nhớp nhúa tả tơi. Người chủ quán mang ra hai xị rượu, hai cái ly, một dĩa òng và nước chấm.

"Ông uống với tụi này một ly!" Tâm mời người chủ giọng thành thực.

"Tôi làm mấy trận rồi ông ơi. Cha nào tới đây cũng bắt tôi làm một ly. Sức đâu mà uống. Thôi cám ơn. Bữa nào tôi đóng cửa tiệm nhậu riêng với ông một bữa..."

"Rượu bất khả ép!" Tôi nói.

"Thằng cha này tên Thăng. Nó là bạn thân của tôi. Còn ông này là ông Cường, chủ quán."

Tôi bắt tay người đàn ông.

"In hình tôi đã gặp ông ở đâu một lần rồi." Người chủ quán nói.

"Tôi cũng vậy. Anh trông quen lắm. Chắc là mình có gặp nhau ở đâu rồi."

"Ê, ông chủ, cho mấy xị nữa coi!"

Tiếng một người khách gọi. Người đàn ông cầm tay tôi lắc lắc.

"Xin lỗi! Xin lỗi!"

Và ông ta quay vào nhà trong lấy rượu.

"Tay này uống dữ lắm!" Tâm giới thiệu.

"Bằng mày không?"

"Tao thì nhằm nhò gì. Cỡ Tạ Ký, Lê Tấn Lộc chớ không phải tay vừa đâu."

"Mày nhắc tao mới nhớ. Thằng Lộc bây giờ ở đâu?"

"Ở đâu? Nó bị đi cải tạo từ hồi nào tới giờ. Bộ mày không biết hả?"

"Sao không biết. Ký và Lộc bị gọi đi trình diện từ đợt đầu mà. Nhưng tao tưởng thầy giáo thì ra sớm chớ!"

"Thì cũng tại hai chữ biệt phái. Mấy tay quân quản cho rằng biệt phái là ghê gớm lắm. Chắc là nhân viên đặc biệt phái tới để theo dõi cô giáo thầy giáo trong trường nên phải giam lâu."

"Bộ mày với tao không phải là đám biệt phái sao?"

"Thì cũng biệt phái, nhưng tụi mình binh nhì. Học quân sự chín tuần ở Quang Trung thì đâu được sĩ quan. Thằng Lộc và ông Ký đi Thủ Đức, đều lên đại úy cả. Mà mày chưa nhận được giấy thăng cấp binh nhất à?"

"Hồi nào?"

"Tao nhận giấy đúng đầu năm bẩy lăm."

"Trường tao không thấy đưa. Mà như vậy là sao?"

"Là sao? Binh nhì hay binh nhất thì ăn nhậu cái mẹ gì. Cho nên mấy chả lờ. Chớ sĩ quan như Lộc với Ký thì nó ghim. Mà sĩ quan gì kiểu Lộc và Ký chớ. Có bao giờ được bóp cò súng đâu. Ít nhất cũng đụng trận vài ba lần chớ, đằng này..."

"Mày có hiểu đạo đức mới là gì không?"

"Sao tự nhiên nói chuyện đạo đức?"

"Tao nhiều lúc ngẫm nghĩ trong khi bạn bè mình thằng nào cũng tù tội, biệt tích, mà mình lại nhởn nhơ như thế này, thiệt là vô đạo đức."

"Tao cũng nghĩ vậy, nhưng có thiệt là mình đang nhởn nhơ không. Nhiều khi tìm cớ ngụy biện cho lương tâm yên ổn. Cứ cho là tụi nó ở trong một nhà tù nhỏ, còn bọn mình chẳng phải ở trong một nhà tù lớn sao? Cũng chỉ là tù, mà tù trong hay tù ngoài. Thế thôi!"

"Ờ, thì nói để mà nói vậy thôi. Bây giờ mày làm gì?"

"Tao lái xe ủi đất dưới Bạc Liêu. Còn mày?"

"Tao làm ở xưởng phim."

"Mày biết mẹ gì phim ảnh mà làm."

"Vợ con tao mày biết đã mất tích ngoài biển rồi. Ông già bà già tao cũng đã chết. Sách vở là tài sản của tao đã đem hết ra đường Bùi Quang Chiêu bán đổ bán tháo… Nếu tao có thể làm nghề chợ trời…"

"Nhưng mày biết mẹ gì phim ảnh mà làm."

"Thì cũng nhờ người này người nọ quen biết trong đó giới thiệu. Không biết cầm máy quay phim thì cũng xách đèn chiếu cho thằng ca-mê-ra-men. Nó hỏi tao viết truyện phim được không. Tao nói được. Nhưng mày biết được là được thế nào?"

"Vậy mày được cái gì?"

"Tao được phiếu mua gạo và nhu yếu phẩm hàng tháng. Bả đi còn để lại tao một đứa. Nhiều bữa hai cho con nhìn nhau chỉ có cơm và nước mắm kho quẹt."

"Tụi nó nói là hồi này mày nhậu dữ lắm. Phải không?"

"Tụi nó đãi. Phần tao chỉ biết uống. Chớ mày nghĩ tao phải làm sao bây giờ?"

Phải làm sao bây giờ? Tôi nghe câu hỏi ấy của Tâm sao mà giống câu hỏi trong đầu của tôi quá chừng chừng. Phải làm sao bây giờ? Nhìn trước, nhìn sau, nhìn quanh, nhìn quẩn, tôi thấy mình như một con heo trong rọ. Nhưng con heo còn có thể đem cân bán, chớ nhu mình quá không đáng một xu. Tôi chợt nhớ tới câu chuyện Tâm hứa sẽ kể. Tôi nhắc:

"Mày kể chuyện cái truyện gì của mày coi."

"À. Kể thì kể. Nhưng dzô cái đẹp mắt coi."

Rượu thuốc đục ngầu. Mùi khó thở. Tôi nhắm mắt uống ực như uống thuốc. Tâm cười.

"Mày nhất định không chịu bỏ nghề sao?"

"Bỏ nghề gì? Tao nghỉ dạy rồi mà!"

"Bỏ nghề phá-mồi. Bộ mày tưởng thời buổi này dư dả lắm sao mà chỉ phá-mồi?"

"Thôi cha. Kể chuyện nghe coi."

"Ờ, chuyện thì chuyện. Theo mày thấy thì lúc này làm nghề gì dễ sống nhất?"

"Sao mày cứ nói lãng?"

"Thể thao và văn nghệ. Đúng không?"

"Đúng. Nhưng nói rõ thể thao là đá banh, còn văn nghệ là âm nhạc."

"Ừ. Coi bộ lái xe ủi đất mà cũng rành sáu câu dữ. Tao viết một truyện ngắn về âm nhạc."

"Âm nhạc? Càng ngày càng làm tao chới với. Hết làm phim, bây giờ lại làm nhạc. Mày học nhạc hồi nào?"

"Thôi, đừng có giả mù sa mưa cha. Truyện tao viết đại khái vầy: Có một thằng cha đó năm nay bốn mươi hơn. Tóc đã bắt đầu muối tiêu. Thằng chả giàu nhờ mở một nhà hàng ăn bên bờ sông. Khách khứa ra vào nườm nượp. Đời chả chỉ biết tối tối đếm tiền. Càng giàu, càng đổ tật. Không biết mắc chứng gì mà chả mê âm nhạc. Chả thích chơi hồ cầm. Thích đứng giữa một dàn đại hợp xướng trên sân khấu. Chả suy đi tính lại, nhất quyết phải trở thành một tay hồ cầm có cỡ. Bạn bè nghe chả nói ý định ai cũng can. Lớn rồi, học nhạc phải học từ nhỏ, chớ từng tuổi, tay chân cứng đơ, âm nhạc gì. Chả không nghe, ghi danh đi học. Tiệm ăn thiếu người trông coi, mỗi ngày một mất khách, sa sút dần. Đến khi chả ra trường thì tiệm ăn coi như sụp. Không còn tiền bạc, không còn tài sản, chả bán nhà bán cửa, đi lang thang, cố xin một chân trong ban đại hòa tấu. Nhưng ở đâu người ta cũng từ chối. Nói là ngón đàn chưa ngọt, không đủ điêu luyện để hòa nhập vào ban đại hòa tấu. Cuộc sống chả ngày càng thê thảm. Chả rách rưới nghèo khổ, bẩn thỉu, lang thang, lếch thếch như một hành khất. Nhưng tấm lòng yêu âm nhạc của chả là thực. Chả cứ lui tới ở mấy nơi có các ban đại hòa tấu lớn chơi. Chả xin việc. Người ta nói ban nhạc đã đủ người. Sau cùng để thỏa lòng yêu âm nhạc, chả xin làm người dắt chỗ cho khách thưởng ngoạn..."

"Nhân viên dẫn chỗ ngồi?"

"Ừ, đúng. Chả làm nhân viên dẫn chỗ ngồi. Nhưng mà đừng tưởng làm nhân viên dẫn chỗ ngồi là dễ đâu nghe!"

"Mày muốn nói cái gì vậy?"

"Mày thông minh có thừa. Mày dư biết tao muốn nói gì rồi. Tuổi tụi mình đâu phải là tuổi bắt đầu đi làm cách mạng. Phải không? Vả lại..."

Tôi hiểu tâm sự bạn.

Tôi cầm đũa gắp một miếng lòng. Mùi rượu thuốc làm tôi khó chịu.

Tâm tựa lưng vào vách. Khuôn mặt anh bỗng nhiên nguội lạnh bất ngờ hai con mắt ướt như sắp khóc. Anh lặng thinh, bất động như một bức tượng.

CHƯƠNG MƯỜI MỘT

Chiếc xe đò đi Rạch Giá chật ních người. Kiệt đã lấy cho tôi một chỗ khá tốt: ghế đầu ngồi cạnh bác tài. Trong túi tôi đang có một tấm giấy công tác giả do ông Công cấp, ghi là tôi đi công trường An Biên nghiên cứu đào giếng. Trước mặt tôi, trên đùi tôi, là tờ báo Quân Đội Nhân Dân mô tả một trận đánh ở vùng biên giới Việt Nam – Cam Bốt. Tôi đọc thấy lời khai của một ten Khmer Đỏ: nay mai người Khmer dễ chiếm lại Saigon, vì Saigon là của dân tộc Khmer. Thế là thế nào? Khmer Đỏ là Cộng Sản, Hà Nội cũng là Cộng Sản. Trên một tờ báo ảnh của Hà Nội mà tôi tình cờ đọc thấy sau ngày mất Saigon có hình Pol Pot bắt tay Trường Chinh, trang trước đó nữa Sihanouk ôm hôn Phạm Văn Đồng... Thế là thế nào? Tôi xếp tờ báo lại. Tôi không cách nào hiểu được thời sự thời thế thời cuộc. Đối với tôi, những thứ ấy luôn luôn làm tôi rối trí. Bao giờ trong đầu tôi cũng nghĩ đến một chuyến đi. Đi để trốn thoát cái không khí trước đây vốn không cho tôi đủ khí trời để thở, và giờ đây phải đi vì không khí ngục tù và rờn rợn. Tôi mơ hồ cảm thấy có một tấm lưới lớn đang từ từ chụp xuống những con người Saigon, không khí không những đang bị rút dần mà sự đe dọa vô hình in hình như mỗi lúc một gần hơn, nặng nề hơn. Saigon đối với tôi giờ đây chỉ là những quán cà phê vỉa hè, những chiếc ghế bằng gỗ tạp thấp tè đóng vội vàng, và cơm nguội bắp rang, vỏ măng cụt trộn lẫn với cà phê tạo nên một thứ mùi kỳ quái. Chúng tôi sống trong thế giới của những tin đồn. Người đang bị tù thì tưởng đã đi rồi. Còn người đi rồi đôi khi cứ tưởng như còn lẩn quẩn đâu đây.

"Thầy nên đi coi ghe trước khi quyết định." Kiệt đã nói với tôi như vậy. Và cậu đã lấy vé chợ đen cho tôi, vẽ địa điểm sẽ gặp nhau ở chợ Rạch Giá, "ăn cái gì rồi mình đón xe Lam đi Rạch Sỏi, ghe ở đó."

Tôi nói với Quỳnh có lẽ tôi sẽ đi trong ba ngày: một ngày đi, một ngày coi ghe, một ngày về.

Buổi sáng dậy sớm, tôi bỏ theo trong túi xách một bộ quần áo, bàn chải và kem đánh răng, một cuốn sách... Và lên đường một mình. Đó là lần đầu tiên tôi đi Rạch Giá.

Xếp tờ báo lại, để dưới chân, tôi hỏi người lái xe bao giờ thì sẽ đến bến. Ông ta nhìn tôi cười khi tay vừa đẩy cần sang số:

"Vượt biên sao mà nôn nóng dữ cha nội!"

"Đừng nói giỡn, tù mọt xương ông à!"

"Thì nói giỡn mà! Đất nước độc lập thống nhất rồi ai ngu dại gì bỏ đi đâu chi cho nó cực." Ông ta vừa nói vừa nheo mắt nhìn tôi cười mỉm. "Nè, tui hỏi thiệt," giọng ông nhỏ hẳn lại, "đi Rạch Giá chi vậy?"

"Tôi đi công trường An Biên, đào giếng."

"Bộ ông là cán bộ à?"

"Không..." Tôi ấp úng.

"Tướng ông khó làm cán bộ lắm. Nhưng..." Ông ta lại cười.

Tôi thấy ông có chiếc răng cửa bị gẫy, khuôn mặt sạm đen, da sần sùi, chiếc cổ bạnh, bàn tay đặt trên vô lăng to bè. Tôi không muốn nói chuyện với ông ta. Tôi đoán ra ông ta định ám chỉ cái gì, nhưng tôi không tin lắm. Tốt hơn hết là đừng nói, kệ ông ta muốn gợi chuyện gì thì gợi. Ai biết đâu có công an giả dạng thường dân ngồi ở mấy ghế sau. Tôi đưa mắt lơ đãng ngó cảnh tượng trước mắt đang bị chiếc xe nuốt dần. Và tôi chợt thấy cái vẻ đẹp kỳ lạ vô cùng giữa thiên nhiên và con người. Cả một cánh đồng lớn đang chạy lùi dần là những ngôi mộ và trên mỗi ngôi mộ là những tờ giấy (hay vải?) ngũ sắc cắt dài như những cái tua bay phất phới.

Một bức tranh hoành tráng với những màu nóng phơi dưới một mặt trời chiều đỏ ối. Nơi yên nghỉ của người chết cũng đẹp đâu thua gì lâu đài của những người sống. Tôi nghĩ vậy. Đẹp. Trời ơi, sao tôi cứ bị cái đẹp theo đuổi hoài. Nhưng mà đẹp thì giải quyết được cái gì chớ? Bỗng nhiên tôi nhớ Đăng và Mai. Tôi đã đồng ý ký giấy để mẹ chúng nó được phép mang cả hai đi Pháp. Cho đến khi Saigon thất thủ, mẹ chúng nó vẫn còn giữ quốc tịch Pháp và bây giờ bà ta đang làm thủ tục xin hồi hương. Nếu tôi không vượt biên được, coi như từ nay vĩnh viễn không bao giờ cha con tôi sẽ gặp lại nhau. Chưa bước chân xuống thuyền mà sao tôi cứ tưởng cô em út tôi ở Virginia đang chờ tôi ở phi trường, Tôi tưởng như thấy tay mình đang vốc từng nụm tuyết tung lên trời, há cổ nuốt cái lạnh lẽo chỉ thấy trong tiểu thuyết. Tôi nghe tiếng hành khách trong xe chộn rộn. Xe đã vào bến. Tôi mở cửa bước xuống, Lẩn phía sau những người phu xích lô đón khách, tôi thấy Kiệt đưa tay ngoắc tôi.

"Để em đưa thầy đến nhà chú Chín, ngủ qua đêm. Chú Chín người miền Trung nhưng làm nghề biển, theo gia đình vào Nam sống gần chục năm nay. Chú có ghe nhưng không tính vượt biên. Chú nói còn làm ăn được, nên không vội. Chú đã giới thiệu em với một người chủ ghe khác. Ghe đó hiện ở Rạch Sỏi. Sáng mai anh Hiệp tài công sẽ gặp mình ở quán này, rồi cả ba người sẽ đi Rạch Sỏi."

Có lẽ hàng quán ở bến xe đò nơi nào cũng giống nhau. Cái vẻ tạm bợ thấy rõ trên từng tấm bạt căng trên các "cọng" cây xiêu vẹo. Một tấm phản làm bàn kê trên mấy hòn gạch nung. Chén bát ly tách bẩn thỉu bụi bặm. Người đàn bà chủ quán pha cà phê bít tất đổ vào cái ly nhựa màu ngà sần sùi. Tôi hớp một ngụm, ho sặc sụa. Tôi đói bụng. Tôi muốn tìm cái gì để ăn. Kiệt nói cậu cũng đói. Và cậu dẫn tôi đi luồn ra bến xe, băng qua một chiếc cầu làm bằng xi măng. Chiếc cầu nhỏ có lan can. Nước dưới cầu có vẻ cạn, chảy nhẹ nhàng lấp lánh chút màu vàng ối của mặt trời sắp lặn. Chúng tôi bước vào thành phố. Những tiệm buôn nhỏ. Tiệm thuốc Bắc, tiệm vàng, tiệm vải. Kiệt kéo tôi vào một tiệm mì.

"Coi ghe xong, tuần tới là mình đi. Thầy tính sao?" Kiệt châm thuốc, thở khói sau câu hỏi.

Tôi nhìn cậu học trò xuất sắc nhất trong lớp của năm cuối cùng trong đời dạy học. Tôi không thể tưởng tượng Kiệt đã thay đổi và trưởng thành nhanh chóng đến như vậy. Khuôn mặt Kiệt không còn cái vẻ thư sinh mà tôi từng thấy. Tóc Kiệt hơi quăn, cắt ngắn sát da đầu, hai con mắt sáng nhìn thẳng, gò má nhô xương, da sạm đen vạm vỡ, mạnh khỏe, vai ngang, tay gân guốc.

"Em làm ruộng." Kiệt nói khi nhìn thấy mắt tôi đang ngó chăm cậu.

"Làm ruộng thì đã sao?" Tôi hỏi lại.

"Nếu đi được, chắc em sẽ tiếp tục học cho xong. Em thích khoa học hơn..."

"Tôi thì không thấy chút hi vọng nào về chuyện đi hay ở. Đi, tôi không biết cái gì đang chờ đợi tôi, mà ở, tôi cũng không thấy một đốm sáng nào trong cuộc đời đen tối của tôi."

"Em thì khác. Đối với em chỉ có sự đi chớ không có sự ở. Em nhìn thấy tương lai em ở bên kia bờ biển. Còn ở đây không có chỗ cho em."

"Nghĩa là...?"

"Nghĩa là em chỉ có một con đường là đi. Năm mươi phần trăm thoát, năm mươi phần trăm cho cá mập hay đồn công an, em biết vậy, nhưng mà... thà bị chết còn hơn là tự giết mình lần mòn trong cái lý lịch của mình. Em không thấy ba em sai. Em không bao giờ nghĩ rằng ba em đã sai. Em hãnh diện có một người cha chọn cái chết cao cả của một quân nhân bại trận. Sống cũng như chết, ba em đều để lại cho em cái hình ảnh hào hùng của một con người."

Tôi nhìn chăm vào mắt Kiệt. Tôi đọc được sự cương quyết đến dứt khoát của người trẻ tuổi. Tôi thấy mình như già hẳn đi. Tôi bối rối, mơ hồ. Tôi muốn đi nhưng không biết mình sẽ đi về đâu. Tôi sợ ở, nhưng lòng lo âu trong sự tù túng nên lúc nào cũng thấp thỏm muốn đi. Tôi như người đứng giữa hai lằn đạn. Xoay bên này, trở bên kia, tôi luôn luôn bị những cây kim nhọn châm vào. Tôi nghĩ đến Quỳnh, đến đứa con của chúng tôi. Đăng và Mai được mẹ nó đưa đi Pháp. Bản đại tự do tòa án Saigon cấp cho phép tôi giữ Đăng, nhưng vì tương lai của cháu, tôi đã đành phải ký giấy để cháu theo mẹ. Tôi không biết mình phải làm gì. Mẹ cháu còn giữ quốc tịch Pháp, mặc dù thẻ do tòa lãnh sự Pháp cấp từ lâu đã không còn. Quỳnh đã may sắm và dồn bao nhiêu là quần áo cho hai cháu. Cô không biết, và tôi cũng không hề nghĩ là những thứ ấy dân Paris đâu cần. Mặc kệ. Giấy tờ đã có, nhưng làm sao để có tên sớm trên danh sách chuyến bay. Người đàn bà nói với Quỳnh, "chị cần năm cây." Quỳnh chạy khắp nơi, gõ cửa những người quen, đứng ra vay nợ, mang đến để cho bà hối lộ bọn làm giấy tờ.

Quỳnh mở cánh cửa đón người đàn bà trước kia, đã từng thuê du đăng kéo cô lên taxi xé quần áo toan làm nhục cô, nhưng cũng may Quỳnh đã thoát nhờ mấy người lính uống bia bên kia lề đường, nhảy vào can thiệp. Tôi cũng có dịp lại được đối diện nhiều lần với người đàn bà đã mướn người thanh toán tôi ở bến tàu. Nhưng lòng tôi đã không còn hận thù. Tôi mừng cho người đàn bà ấy sắp thoát khỏi được một nơi chốn mà ai cũng chờ chực để ra đi. Dù sao tôi cũng yên tâm biết là Đăng và Mai sẽ đến một nơi tôi từng muốn đến. Và chúng sẽ được sống bên một người mẹ mà tôi tin là "biết yêu con." Cái còn lại nơi tôi là Quỳnh và đứa con của chúng tôi. Quỳnh đã mua một tủ kiếng bán áo thun có vẽ hình và chữ, kiểu như Saint-Germain des Prés, Paris, New York,... Quỳnh hai mươi bảy tuổi, đã sống với tôi những năm tối tăm, đã cho tôi một đứa con, đã chia sẻ cùng tôi những nỗi buồn, nỗi lo.

"Nếu không đi được, em sẽ làm gì?" Tôi hỏi Kiệt.

"Nếu không đi được, em sẽ tạm tiếp tục làm ruộng."

Kiệt nhìn tôi, hơi ngập ngừng:

"Em không biết là có một tổ chức kháng chiến nào không. Em muốn..."

Tôi đưa tay nắm bàn tay Kiệt. Bàn tay cậu có những ngón tay chai cứng. Chắc đã lâu Kiệt không cầm bút.

Tám, Hiệp, Kiệt và tôi gặp nhau ở bến xe Lam. Buổi sáng trời nắng vừa. Chiếc xe chờ đủ khách mới đi. Bốn chúng tôi ngồi bốn góc làm như những người không hề quen nhau. Hiệp là tài công. Tám, thư ký trường đại học Bách Khoa Phú Thọ, đón khách lo thực phẩm. Kiệt có công tìm hải bàn, và tìm khách. Tôi được Kiệt giới thiệu tham dự chuyến đi...

Chạy đến Rạch Sỏi, xe thả chúng tôi xuống một bến chợ nhỏ. Mỗi người tảng lờ đi rời rạc sau Hiệp và Kiệt. Chợ loe hoe mấy người đàn bà ngồi xổm bán cá, tôm còn tươi rói. Mặc đường hẹp, nước sệt bùn đen quánh, trơn trợt. Hiệp đi băng qua chợ, không dừng lại chỗ người bán cá. Tôi theo chân Kiệt bước xuống bến sông. Kiệt nhảy lên một chiếc ghe, nhẹ nhàng như con rái cá. Tôi nhảy theo, chiếc dép da đứt quai, bùn dưới chân đặt quánh, tôi ngã xuống bờ sông, hai tay chống xuống nước, chống gọng. Tôi nghe chân đau nhói. Nước mấp máy đến cằm tôi. Tôi nghệt thở. Kiệt từ trên ghe nhảy xuống, ôm chầm lấy tôi.

"Thầy có sao không?"

Tôi không trả lời. Tôi không thể trả lời được. Tôi đau.

Kiệt dìu tôi lên bờ.

Tôi nằm bệt xuống mặt đất, nghe mùi bùn thoảng lên tận mũi. Tôi nghe đau nghiến từng cơn.

"Thầy có sao không?" Kiệt nắn nắn chân tôi.

"Không, không sao." Tôi biết tôi đang nói dối.

Tôi đau nhức như thể có người cầm dao thọc vào thịt xương tôi. Tôi bẹp dí như cái bong bóng bị kim đâm. Bùn với nước bết vào tóc tai tôi, quần áo tôi. Tôi lăn trở đau đớn.

Có gì đâu! Chỉ là một cái sẩy chân, tại sao tôi có thể bị chấn thương như vậy.

Tôi ngó lên. Bầu trời xanh với những đám mây trắng xốp đứng sững. Không một chút gió. Không một cánh chim.

Tôi nhìn quanh. Nhiều khuôn mặt chụm lại, cúi xuống. Tôi không phân biệt được ai là ai. Những con mắt hau háu. Những bộ mặt giả nhân giả nghĩa. Những mái tóc xù. Những hàm răng nhọn.

"Anh kia, đứng dậy." Có tiếng nói như ra lệnh.

Kiệt cúi xuống sát mặt tôi, hai tay vẫn nắn chân tôi.

"Bể rồi, thầy ơi!"

Tôi nhìn lên. Tất cả những khuôn mặt vừa chụm lại ngó xuống bỗng giãn ra. Bầu trời lại xanh. Đám mây trắng vẫn bất động. Tôi thấy mấy cánh tay dài chìa xuống xốc nách Kiệt.

"Cả tên này nữa!"

Một tiếng nói khác. Một khuôn mặt khá trẻ. Hai cánh tay dài phóng xuống chộp lấy vai tôi.

"Đứng dậy!" Tiếng nói ra lệnh.

"Nè, đừng làm dzậy. Người ta bị gãy chưn rồi!" Tiếng nói lẫn trong đám đông. Nhiều tiếng xì xầm.

Người ra lệnh vừa rồi luồn tay dưới lưng tôi, gần như đẩy tôi đứng lên.

"Đau quá!" Tôi nghe tiếng mình nói rất nhỏ.

"Anh đã bị bắt!" Người thanh niên nắm cổ áo sau ót tôi.

Tôi không thấy sợ, nhưng chân tôi khuỵu xuống, tựa hồ như cái bản lề ở đầu gối và mắt cá bị sút ốc.

"Xin đồng bào giải tán. Bắt bọn vượt biên phản quốc chớ có gì đâu mà coi!"

Người nói là một trung niên tóc bạc, gầy ốm, nhỏ thó, đang đứng trước mặt tôi.

Đám đông tản ra một số. Còn lại một vài con mắt tò mò.

"Trói lại!" Hắn nói.

Tôi ngạc nhiên khi nhìn thấy không có một tên nào ăn mặc đồng phục công an hay bộ đội. Tất cả đều thường phục. Tên đang trói tôi có khuôn mặt trẻ hơn là lúc đầu tôi tưởng.

"Các anh có biết vượt biên là phản quốc, là liếm gót giày bọn tư bản không?"

Người trung niên nói. Y mặc áo ca rô bỏ ngoài quần rộng thùng thình, dép da kiểu dân Saigon. Tôi bị trói ngoặt hai cánh tay tréo sau lưng. Tôi nhìn thấy Kiện cũng bị trói thúc ké. Hiệp và Tám không có mặt.

"Đưa họ về trụ sở trước. Tôi sẽ làm việc với họ sau." Người trung niên ra lệnh.

Đán đông mở ra. Một tên đi trước. Kiệt bước theo. Tôi không giở chân lên nổi. Tên còn trẻ đẩy chúi tôi. Tôi khuỵu chân, ngã xuống. Tôi đau muốn tắt thở.

"Có sao không thầy?" Kiệt quay lại quì hai chân hỏi.

Tôi ngã sấp xuống mặt đất. Bùn sệt và nhão ướt.

"Tôi đi không nổi đâu." Tôi nói với Kiệt.

"Thầy phải cố lên!" Kiệt đứng thẳng dậy, mắt vẫn nhìn chăm vào mắt tôi.

Tôi nghe hơi lạnh của bùn thấm vào gò má và tai tôi. Tôi gượng dậy. Tôi lết đi trên một chân.

Trạm công an không xa chợ nhưng tôi tưởng mình khó mà tới nổi. Nó đứng giữa cánh đồng lúa vừa gặt, trơ trọi. Bên trong chỉ có một cái bàn mấy cái ghế xộc xệch, ọp ẹp.

Tôi thấy Tám, Hiệp và một đám khác ngồi lố nhố bên trong. Trừ mấy đứa bé còn nắm tay mẹ, số còn lại đều bị trói thúc ké.

Tôi và Kiệt bị ấn ngồi bệt xuống.

Nền nhà bằng đất chỗ lồi chỗ lõm. Tôi nhận ra không phải mình chỉ đau ở chân mà còn nghe tức cả ngực nữa.

Tên trẻ tuổi dùng ngón tay trỏ chỉ vào từng đầu người lẩm nhẩm đếm. Tôi nghe tiếng một đứa bé khóc. Bà mẹ bị trói, đứa bé bò quanh chân. Mấy người ngồi trước mặt nói chuyện bằng tiếng Tàu.

Tôi nhớ Quỳnh. Tôi như nghe tiếng khóc của con tôi. Trạm công an ở Nha Trang. Phòng giam nhỏ trên lầu. Tờ giấy ký nạp nhà. Cái chết của anh Thúc. Hai đứa cháu của anh còn nằm trong trại tù tập trung sĩ quan cải tạo. Đăng và Mai đang chuẩn bị theo mẹ chúng đi Pháp. Những lời dặn dò của Quỳnh trước khi ra đi. Những tờ giấy ngũ sắc trải dài trên các ngôi mộ dọc đường xuống Rạch Giá. Chiến tranh biên giới Cam Bốt. Pol Pot bạn hôm qua của Hà Nội, kẻ thù ngày nay của Việt Nam. Cuộc chiến vừa chấm dứt tháng Tư, tháng Năm đã nổ ra những tiếng súng bên giới. Nếu tiếng súng ngừng nổ thì cái gì sẽ xảy ra trên đất nước này?

"Tất cả nghe đây!" Tên trung niên tóc bạc, gầy nhom, nhỏ thó bước vào giữa phòng.

"Đồng chí Bảy Ca. Đồng chí cởi trói mấy ông bà này dùm tôi."

Tên còn trẻ từ cửa hông bước vào. Y đi chậm rãi tới trước mặt từng người một, cúi xuống, tháo gút. Y trạc tuổi Kiệt, nhưng có vẻ khắc khổ hơn. Da mặt đen, hai cánh tay dài, mắt nhỏ.

"Tất cả nghe đây!" Tên trung niên đứng giữa phòng nói, "Theo thứ tự trước sau, mọi người ai có đồng hồ mắt kiếng, tiền bạc giấy tờ mang lên đây nộp theo lệnh gọi. Nghe chưa?"

Một người ở hàng đầu bỗng đưa tay lên.

"Anh kia, muốn gì?" Tên trung niên hỏi.

"Tôi muốn đi tiểu." Người bị bắt nói giọng lớ lớ.

Cả đám tù bật cười.

"Đứng dậy. Ra chái sau." Tên trung niên nói, "Nhưng... Thôi anh đi đi..."

Anh đưa mắt nhìn tên trẻ tuổi.

Tên này đi trước dẫn đường cho người tù đi tiểu.

Nhiều người đã lần lượt đứng dậy bước lên tháo bỏ đồng hồ, tiền bạc và giấy tờ trên mặt bàn.

Tên trung niên cầm từng chiếc đồng hồ lên săm soi. Những tờ giấy bạc y lùa sang một bên làm như không thèm để ý. Tôi ngạc nhiên thấy y không hề liếc mắt trên những tờ giấy đi đường.

Sau Kiệt, tôi đứng lên tháo chiếc đồng hồ Seiko đặt trước mặt y. Tôi móc hết tiền trong túi ra. Tôi lấy tờ giấy công tác do Công cấp chậm rãi mở ra, cố ý cho y nhìn.

"Tôi không phải là người vượt biên." Tôi nói mắt nhìn thẳng vào mặt y.

Y cũng nhìn tôi ngạc nhiên.

"Anh không vượt biên?" Y hỏi. "Vậy chớ anh đi đâu dưới này? Mà anh là ai?"

"Tôi đi công tác ở An Biên. Đào giếng." Tôi nói y như những gì ông Công dặn.

"Giấy công tác đâu?"

"Đây!" Tôi đặt tờ giấy nhỏ có đóng mộc xuống mặt bàn ngay trước mặt tên trung niên. Y cầm lên, nhìn chăm hồi lâu, rồi vất sang đống giấy tờ đủ loại.

"Giấy giả!"

"Không phải. Giấy công tác của tôi là thứ thiệt mà!" Tôi cãi.

"Tôi nói giả là giả. Anh xuống trở lại chỗ ngồi đi. Tôi làm việc với anh sau!" Dừng lại một phút, y đổi giọng: "Bảy Ca! Đồng chí Bảy Ca!"

Tên trẻ tuổi từ chái sau bước lên.

"Làm gì dưới đó mà lâu quá vậy?" Tên trung niên hỏi.

Bảy Ca không trả lời. Hắn đến sát bên lưng tên trung niên, cúi xuống nói rất nhỏ vào tai tên này. Y gật gật đầu mắt sáng lên, nhìn tứ phía.

"Ai là bà con nhà Lâm Diệp đứng dậy!"

Chừng hơn một chục con người ríu rít đứng thẳng lên. Kiệt khều tay tôi. Tôi có cảm giác như có tiếng cười trong đám người đang xí xô xí xào kia.

CHƯƠNG MƯỜI HAI

Nhà tù Kiên Giang buổi tối. Những cánh cửa sắt mở ra đóng lại vội vàng. Cả đám người bơ phờ, bụng đói, tay không đồng hồ, chân không giày dép, đầu óc hoang mang lo lắng sợ hãi ngồi chồm hổm giữa sân nhà giam.

Đêm đang xuống.

Thấp thoáng bên trong một ngọn đèn điện bóng tròn màu vàng. Tôi không thấy Kiệt đâu. Cả Tám và Hiệp cũng bị đẩy về một phía nào. Tôi tự hỏi cái gì đang chờ đợi tôi. Đêm tối ám, tôi không thấy rõ mặt người. Cả đám ngồi lổn nhổn như những hòn đá. Một ngọn đèn vàng hắt xuống từ một mái nhà trước mặt chiếu sáng vừa đủ ba chữ "Cải Hối Thất."

Chúng tôi ngồi đợi như vậy khá lâu không tên công an nào đến ngó. Một vài bóng đen đi lướt qua, lặng lẽ. Mưa lất phất vừa đủ ướt mặt. Người ngồi trước quay lại hỏi tôi:

"Bị bắt ở đâu vậy?"

"Rạnh Sỏi." Tôi trả lời cho xong chuyện.

"Xuống ghe chưa?"

"Chưa. Còn ông?" Tôi hỏi lấy lệ.

"Ôi! Tôi hả?" Tôi lên xuống như cơm bữa." Rồi ông ta quay hẳn mặt lại: "Lần đầu hả?"

"Lần đầu." Tôi trả lời.

"Đừng sợ. Ông tên gì?"

Có cần nói tên mình cho người lạ mặt này nghe không? Tôi thoáng nhớ lại những lời dặn dò của ông Công. Đi có giấy công tác cứ nói thật, cứ khai địa chỉ chỗ làm việc. Phần còn lại để ổng lo. Tôi cũng nhớ lời dặn của Tâm Khô-Khốc-Thiền-Sư. Mày phải khai tên giả, địa chỉ giả, lý lịch giả. Tụi nó không cách nào điều tra được. Phải nhớ mày là dân ít học, làm nghề chân tay, trốn quân dịch, có cảm tình với cách mạng... Càng ở gần tận cùng đáy của xã hội càng tốt. Tôi hiểu lời dặn dò của Tâm. Cái đáy vực của chế độ này là đỉnh cao của chế độ kia và ngược lại. Nhưng đó có phải là chân lý không?

Tôi không tin một sự đổi đời và lộn ngược đời như thế. Xấp-Ngửa. Trắng-Đen. Phải-Trái. Tôi đã nhìn thấy những điều đó đang diễn ra quanh tôi. Cái hôm qua được coi là đạo đức, bữa nay đã bị coi là tội lỗi. Một ngôi nhà to, một chức tước cao, một địa vị lớn, một sự quen biết rộng...của bữa trước, rất là bất lợi cho bữa nay. Mới hôm qua còn là "ông," bây giờ đã là "thằng."

Còn "thằng" hôm qua có là "ông" hôm nay không thì không rõ.

Tội ác như một thứ ruồi nhặng mà những người cầm quyền mới cố gắng dán lên đầu những con người đầy danh vọng của chế độ cũ, tưởng chừng như...

Nhưng mà những con người cùng khổ của hôm qua, sau mấy năm dưới chế độ mới cũng vẫn không thơm tho gì hơn. Căn nhà bằng bìa cạc-tông, mái lợp tôn hay fibro xi măng bữa trước ra sao bây giờ vẫn vậy. Có đổi mới chăng là xiêu vẹo hơn, và vô phương cứu chữa hơn. Người cùng khổ vẫn sống, tiếp tục sống dưới đáy xã hội. Chỉ có những kẻ khốn nạn hôm qua mới chiếm được một chỗ sạch sẽ dưới ánh đèn ấm cúng trong một ngôi nhà mới. Vậy thì tôi có cần nói tên tôi cho người lạ mặt này không. Nhưng mà tôi là cái thá gì chớ! Nói thì sao. Đã sao?

"Thăng. Tôi tên Thăng. Mà ông hỏi chi vậy?"

"Hỏi vậy thôi. Tôi tên Bình. Tôi bảo đảm là trước sau gì ông cũng nhớ đến tôi!"

"Im lặng! Im lặng!" Tù không được nói chuyện." Bất ngờ một giọng nói vang lên rất gần chỗ tôi.

Tôi ngước mắt nhìn chưa kịp ngạc nhiên về lời nói của người bạn tù, thì cái bóng đen lướt qua choán trước tầm ngó của tôi.

"Anh kia tên gì?" Bóng đen hỏi.

"Thăng." Tôi trả lời gọn.

"Cái gì Thăng."

"Trần Lâm Thăng."

"Bị bắt vì tội gì?"

"Không biết."

Tôi không biết thật. Tôi chỉ gặp Kiệt để xem ghe. Tôi mới chuẩn bị vượt biên chớ đâu đã vượt biên.

"Không biết?" Bóng đen hỏi lại.

"Không biết." Tôi lặp lại.

"Đứng dậy!" Hắn ra lệnh.

Tôi chống hai tay dưới mặt sân ướt. Tôi nghe cải hai chân tôi tê điếng.

"Anh biết tại sao tôi bắt anh đứng dậy không?"

"Không biết."

"Anh theo tôi. Cần phải nhốt anh ở một chỗ riêng. Anh biết tại sao không?"

"Không biết."

"Anh có biết là ngồi trong đám tù này anh đã cao hơn nhiều người tù khác không?"

"Không biết." Tôi bắt đầu ương ngạnh.

"Vậy bây giờ biết rồi. Theo tôi!"

Bất thình lình hắn đẩy chúi tôi về phía trước. Tôi tưởng mình bị ngã sấp xuống. Cái chân đau của tôi bị nhói thấu xương.

Chỉ mấy bước ngắn hắn xô tôi qua một bên tra chìa khóa vào cánh cửa gỗ mở toang ra.

Một mùi hôi nồng nặc xông lên. Tôi đang chần chờ. Hắn đập mạnh vào ót tôi bằng một vật cứng. Tôi ngã xuống.

Tôi không nhớ mình nằm dưới mặt đất ẩm hôi hám này trong bao lâu, nhưng khi tôi tỉnh dậy, bắt đầu quen bóng tối, tôi thấy lờ mờ còn có một người tù khác đang ngồi tựa lưng vào tường. Phòng chật, tôi nghĩ vậy, bởi vì chân tôi đụng vách và tay tôi chạm vào chân một người. Không, nói đúng hơn tôi chạm vào sợi xích sắt buột vòng cổ chân người tù kia. Có lẽ ông ta còn thức, bởi vì thỉnh thoảng tôi nghe thấy tiếng khua động của sợi xích. Bọn cán bộ đang điểm danh tù bên ngoài. Xà lim tối om.

"Có thuốc lá không?" Bất ngờ ông ta hỏi.

"Không." Tôi trả lời thật nhanh.

Tôi không phải là người nghiện thuốc lá. Có thì hút phì phà mấy sợi khói chơi, còn không có thì thôi. Vả lại ở Rạch Sỏi, hai tên công an biên phòng đã thu hết mọi thứ trên người tôi, giấy tờ tùy thân của tôi, kể cả gói thuốc, và cái hộp quẹt zippo.

"Mới hả?"

"Mới."

"Tội gì?"

"Tình nghi vượt biên."

"Tình nghi?"

"Phải. Tình nghi."

"Vậy, chắc sẽ ở lâu."

"Tại sao?"

"Tình nghi thì phải ở lâu, tại vì có biết tội gì mà buộc mà xử."

"Vậy có tội thì về sớm sao?"

"Tùy tội chớ. Lâu hay mau là tùy tội nặng hay là nhẹ."

"Còn ông, ông tội gì?" Tôi hỏi.

"Không phải chuyện vượt biên đâu."

Ông ta nói chưa hết câu, tôi chống tay ngồi dậy, dựa lưng vào vách chờ đợi ông nói tiếp. Tôi có cảm tưởng như ông sắp nói thêm một điều gì nữa. Nhưng ông ta vẫn im lặng. Tôi duỗi chân. Căn phòng này không thể giam quá một người, không khí khó thở. Mùi hôi mỗi lúc một nồng nặc.

Tại sao tôi đến chốn này? Ban đêm thì tối, ban ngày thì đen.

Tôi tuyệt vọng.

Tôi như một người đi trong đường hầm. Hầm thì hun hút tối tăm đi hoài không dứt. Còn tôi thì giống như người bị chặt hết hai tay và hai chân, chỉ còn có cái đầu và thân hình bị lăn lông lốc trong đường hầm trơn trợt.

"Nè, người anh em..." Người tù bỗng gọi tôi.

Tôi không lên tiếng. Tôi chờ đợi. "Bao nhiêu tuổi?"

"Bốn mươi." Tôi trả lời.

"Tứ thập nhi bất hoặc! Ông nhỏ hơn tôi một con giáp."

Tôi vẫn có cảm tưởng như ông chưa nói điều ông định nói. Một đỗi lâu, người tù tiếp:

"Ông có biết trong tù người ta dùng một người tù khác để điều tra khai thác một người hiện bị giam gọi là gì không?"

"Không!" Tôi trả lời, vì thật sự tôi không hiểu gì cả.

"Nó gọi là đặc tình."

"Đặc tình?"

"Phải. Nó gọi là đặc tình...Ông có phải là đặc tình không?"

Câu hỏi của ông làm tôi sửng sốt.

Vậy là sao? Trong tù còn có đặc công nằm vùng sao? Chốn nào là chốn nương thân? Tôi chồm về phía trước, nhướng to mắt nhìn chằm chằm người đối diện. Tôi không cách nào thấy rõ mặt ông ta. Tôi muốn biết sắc diện ông ra sao khi hỏi tôi và tôi cũng muốn biết phản ứng của ông khi tôi trả lời. Chịu thôi.

"Ông nghĩ tôi là đặc tình sao?"

"Tôi không nghĩ ngợi gì hết. Tôi nói trước để đề cao cảnh giác."

"Ông khỏi cần đề cao cảnh giác. Tôi tên Trần Lâm Thăng, bị bắt ở Rạch Sỏi..." Tôi nói một hơi. Thật tình trong thâm tâm tôi, tôi muốn mở lòng mình ra cho người cùng tù biết tôi không phải là chó săn. Tôi căm thù bọn chó săn.

"Thôi, thôi... không phải khai. Tôi đâu phải công an chấp pháp. Đủ rồi! Tôi không phải là người dễ tin đâu." Người tù nói giọng nhỏ, chậm, đã bớt hoài nghi. "Nè, người anh em. Cần phải bình tĩnh. Ở đâu cũng vậy. Cần bình tĩnh, luôn luôn bình tĩnh. Không sợ hãi. Không căm thù..."

Tôi không hiểu ông ta muốn nói gì. Tôi chợt thấy toàn thân ê ẩm mệt mỏi. Tôi nhắm mắt lại, nghe rõ hơi thở của mình bắt đầu đều đặn.

"Rượu đã rót ra rồi phải uống, uống cho đến cặn."

Tôi tưởng chừng nghe tiếng một người nào đó nói bên tai tôi một câu gần như vô nghĩa, chẳng ăn nhập gì với câu chuyện của tôi cả.

Những tia sáng của mặt trời chiếu qua song khung cửa nhỏ đánh thức tôi dậy.

Suốt đêm tôi đã ngủ theo kiểu duỗi chân và lưng tựa tường. Người cùng tù cũng ngủ theo cách đó. Nếu không có thêm một người thứ hai có thể ông ta đã nằm co gối ngủ được. Tôi thấy ông đang nhìn mình. Hai con mắt thụt sâu vào như hai cái hố. Cả khuôn mặt như cái đầu lâu của người chết nếu bóc đi làn da nhăn nheo. Đầu ông ta không có lấy một sợi tóc. Tôi bốn mươi tuổi. Ông năm mươi hai. Hơn nhau một con giáp, ông ta nói như vậy đêm qua, nhưng nhìn ông tôi tưởng đó là người của trăm năm. Hay đúng hơn, một người đã chết vừa đội mồ đứng dậy. Hai cánh tay khẳng khiu da bọc xương của ông xếp lại đặt lên bụng, cả hai bàn tay ấp lên sợi xích sắt. Ông mặc quần đùi. Hai ống xương chân như hai cây que. Và một sợi xích sắt khác buộc vào sát cổ chân. Mùi hôi từ thân thể ông ta bốc ra cùng với cái thùng nhỏ bằng nhựa đặt ở phía tay phải tôi.

"Nè, người anh em..." Người cùng tù nói.

Tôi nhìn thấy quai hàm ông cử động. Quả thật đêm qua tôi đã hình dung ông ta khác hẳn con người bằng xương - chớ không bằng thịt trước mắt tôi.

"Không sợ hãi. Không căm thù." Ông ta tiếp, "Rượu đã rót ra rồi phải uống, uống cho đến cặn." Ông ta lặp lại những lời tôi đã nghe đêm qua.

Nhưng mà tôi không hiểu gì hết. Tôi nhớ Quỳnh, nhớ con tôi, nhớ khuôn mặt của Tâm khô-khốc-thiền-sư khi nhắc đến chuyện vợ con đã bị làm mồi cho biển cả trong chuyến vượt biên. Cái hình ảnh Nhật đứng với tôi trên con đường nhỏ trước một ngôi nhà ở Phú Nhuận, dưới chân đầy những sổ thông hành, bỗng nhiên hiện ra trong trí tôi. Năm năm rồi, Nhật đã bị chế độ mới bắt nhốt giam giữ tù đày ra tận miền Bắc. Những tin tức vọng về cho biết Nhật luôn luôn dũng cảm. Bố là đảng viên trung kiên không thuyết phục được Nhật "phản tỉnh" về những gì anh đã viết. Bố anh không cứu được anh, hay không dám cứu anh. Mà Nhật cũng chẳng cần kêu cứu. Sự can đảm của người trong tù luôn luôn là liều thuốc khích lệ những kẻ ngoài tù. Kỳ lạ không, chính những con người như tôi đã sống bằng hy vọng của những người đang bị giam hãm. Ký cũng đi tù chỉ để bên ngoài mối "sầu ở lại." Lộc trình diện bọn quân quản mang theo những kỷ niệm tình ái của Sorbonne Paris, những đêm say ngất trời Chợ Đủi. Yvonne, Denise, Catherine, Rosalie, Dominique...tóc vàng sợi nhỏ..., hắn mang tuốt luốt theo vào nhà giam. Nghĩa biến mất. Phùng biệt tăm. Đình thu mình vào khu làng báo chí Thủ Đức. Những chuyến vượt biên hụt, những lời nói mở ra đóng lại, hoài nghi cả người thân ruột thịt...Kiệt đâu? Tôi chợt nhớ đến người học trò đã đưa tôi đi xem ghe. Tôi lo cho Kiệt. Tôi sợ chú nhỏ không chịu nỗi những nhục nhằn. Nỗi đau khổ về cái chết của người cha chưa nguôi trong trái tim chú, bây giờ chính chú gánh thêm trên vai những điều đau đớn khác. Những điều tôi từng giảng trong lớp học, tôi nghiệm ra chưa đủ giải tỏa cho tôi, liệu nó có giải tỏa được gì cho Kiệt. Đau khổ sẽ tăng lên nếu nó đi sau một hạnh phúc. Niềm vui lúc nào cũng lớn sau một điều bất hạnh. Hạnh phúc chỉ là khoảnh khắc, và tình yêu cũng không là vĩnh cửu. Và Noccolo Machiavelli? A, tôi nhớ ra rồi, "kẻ thiết lập một nền độc tài mà không giết Brutus, thì chắc chắn ba bảy hai mươi mốt ngày..." Nhưng nó là cái gì. Chế độ mới nó là bá đạo hay vương đạo? Vương thế nào được! *Machiavélisme*.

Cánh cửa phòng bỗng xịch mở. Mở hé thôi. Một bàn tay đẩy vào hai chén cơm. Cơm không, không có thứ gì khác. Cánh cửa đóng lại. Bây giờ tôi mới nghe tiếng khóa. Tôi bưng chén cơm đưa cho người cùng tù. Ông ta không buồn cầm. Hai con mắt ông ngó chén cơm, chân phải ông co lại, duỗi ra, sau đó chân trái ông làm một động tác y như vậy. Tôi nhìn ông, đặt chén cơm xuống đất. Tôi thấy đói, đói lắm. Tôi dúm tay bốc cơm. Tôi ăn bằng những ngón tay. Tôi nghe vị ngọt ở đầu lưỡi. Những hột cơm đi qua cuống họng, sau khi đã bị răng nghiền nát, thơm như mùi chả ram. Tôi cảm thấy như vậy. Tôi không hề cảm tưởng. Mắt tôi, cả thân thể tôi chằm chằm vào chén cơm. Tôi đói như chưa bao giờ đói như thế. Bỗng nhiên có một cái gì đó nhói trong đầu tôi. Tôi ngước nhìn lên, người tù già đang nhìn tôi. Hình như, tôi ngượng. Tôi đặt chén cơm xuống đất. Những ngón tay tôi còn dích những hột cơm. Tôi không biết để vào đâu bàn tay của mình.

"Ông không đói sao?"

"Không." Ông ta lắc đầu. "Chưa tới giờ ăn của tôi." Ông tiếp tục nhìn tôi đỗi lâu, tiếp, "Mà người anh em chưa ăn uống mấy bữa rồi?"

Tôi nhớ lại lúc bước chân xuống xe lam ở Rạch Sỏi. Hình như hai ngày tôi không có gì bỏ bụng. Tôi có được uống nước, nhưng ăn thì không. Tôi không muốn trả lời người tù già. Tôi thấy đói. Tôi đang đói. *Người ta không chỉ sống bằng bánh mì.* Ai nói vậy? Người ta đâu chỉ sống bằng cơm gạo. Đúng vậy. Nhưng không có bánh mì, cơm gạo thì trước hết người ta sống bằng cái gì? Tôi cúi xuống vét tiếp những hột cơm còn thừa trong chén. Tôi làm sạch không còn một hột. Tôi xòe bàn tay ra. Tôi gặm những ngón tay còn vướng cơm. Tôi biết người tù già đang nhìn tôi. Mặc kệ. Tôi phủi tay, tựa lưng vào vách nhà giam. Tôi thở.

"Nè, người anh em..." Người tù gọi.

Tôi nhìn ông. Chiếc đầu không sợi tóc của ông như cái đầu lâu. Những hốc mắt, hố mũi, hố miệng, răng. Một xác chết biết nói.

"Kêu tôi là Tư Long."

Tư Long kể ông ta là đảng viên, là cựu thành viên Mặt Trận Dân Tộc Giải Phóng. Tư Long hoạt động nội thành, làm nghề lái tắc xi. Trong vụ Tổng tấn công Tết Mậu Thân, quân "giải phóng" bị bại nặng khi quân lực Việt Nam Cộng Hòa phản công mạnh. Bộ đội vừa đánh vừa tháo chạy. Nhiều tên lạc đường bị bắt. Lúc đó Tư Long phụ trách một đường dây. Tư Long chở hai người bộ đội bị thương đi "ém" ở một địa điểm gần xã Bình Chánh. Tư Long quen một bác sĩ quân y Saigon. Tư Long đến than với người y sĩ là vợ mình bị bệnh nặng sắp chết. Người y sĩ bị cấm trại, vừa xếp đặt với một đồng nghiệp về thăm nhà mấy tiếng đồng hồ, thấy tình cảnh đáng thương của Tư Long nhận lời. Tư Long chở ông ta đến chỗ ém mấy người bộ đội bị thương, bắt điều trị. Sau khi Tư Long đưa bác sĩ quân y trở về, một người bộ đội được cứu đưa ra bưng trở lại. Người kia đang hấp hối. Khi người bác sĩ quân y trở về anh ta cũng vừa tắt thở. Tư Long đành chôn người bộ đội tại chỗ. Tư Long bị nghi là cấu kết với "sĩ quan ngụy" giết bộ đội. Tư Long bị gọi vô bưng, bị bắt giam một nơi trong rừng. Nhà tù của "quân giải phóng" là một cái hầm sâu trên ba thước, bên trên được đậy bằng một tấm phên tre và phủ bằng các nhánh cây. Ban đêm tù nhân bị còng dính chung vào một thanh sắt dài và nặng, không cách nào đứng dậy được. Muốn tiểu tiện gì phải "đi" tại chỗ. Phần ăn mỗi ngày một bữa, khoai mì và muối. Đói là căn bản. Cho nên ban ngày hay ban đêm, bất cứ lúc nào vồ được con nhái, con cào cào là bỏ ngay vào miệng ngấu nghiến. Tư Long bị tù từ trong rừng tù ra. Tư Long nói tù ở đây sướng hơn tù ở rừng. Mặc dầu cơm chỉ được ngày một bữa, nhưng là cơm chớ không phải khoai mì. Vả lại tuy bị cùm chân còng tay, nhưng là cùm chân một mình chứ không phải cùm chung bằng một thanh sắt dài. Tư Long nói có lần đau khổ quá không chịu nổi, Tư Long buột miệng niệm Phật Quán Thế Âm Bồ Tát, tên bộ đội canh giữ tình cờ nghe được đập cho một báng súng AK. Tư Long bị quy thêm tội tư sản, lạc hậu, mê tính, dị đoan!...

Người ta muốn đem Tư Long ra xử, nhưng không biết xử như thế nào cho phải. Tư Long có thành tích cách mạng, có tuổi đảng, nhưng Tư Long chỉ có một tội là bị tình nghi. Lúc đầu Tư Long lý luận mình không có làm gì sai trái, trước sau chi rồi "đảng" cũng sẽ rõ, sẽ thấu, sẽ trả tự do cho mình, sẽ được minh oan. Cá nhân mình có phải gánh chịu một vài đau khổ thì có sá gì với nỗi khổ đau của cả dân tộc. Tư Long lý luận kiểu đó để an ủi mình nhưng dần dà niềm tin được ngọn đèn "công lý cách mạng" chiếu rọi bị lung lay. Tư Long nhiều lần nói với người coi tù xin được đưa ra tòa án xét xử. Nhưng lời kêu xin của ông như những hạt bụi rơi vào khoảng không. Có lần Tư Long nài nỉ xin được tờ giấy cây bút, Tư Long làm đơn gửi lên trên xin sớm được đem ra xét xử. Nhưng một lần nữa tiếng kêu của ông không hề được vọng lại. Tư Long mòn mỏi chờ, mỗi ngày thêm một tuyệt vọng. Tư Long bắt đầu chửi, chửi từ trên xuống dưới. Tư Long đem tên tuổi tất cả lãnh đạo đảng ra phỉ báng.

Có lần Tư Long đánh người coi tù đưa cơm, vì "câm miệng hến" nhất định không trả lời bất cứ câu hỏi nào của Tư Long. Tư Long bị cùm tay cùm chân, nhốt riêng. Ít lâu sau Tư Long không chửi nữa. Người ta tháo cùm cho Tư Long. Tư Long bóp cổ người coi tù. Tư Long vượt ngục hụt. Tư Long bị cùm cả tay chân trở lại. Tư Long đang chết mòn trong chờ đợi thứ ánh sáng công lý mà có lúc Tư Long tin tưởng.

Tôi hiểu tại sao Tư Long nói với tôi "tội tình nghi" chắc là sẽ ở lâu.

Tư Long hỏi:

"Nè, người anh em…ở đâu vậy?"

"Saigon."

"Đường nào?"

"Đường Võ Tánh. Khu Mã Lạng."

"Gần rạp Quốc Thanh phải không?"

"Sao ông rành vậy?"

"Trời, dân tắc-xi mà!"

Ông nhắc thời kỳ chạy tắc-xi ở Saigon. Nghề tắc-xi có nhiều kỷ niệm.

"Tội nghiệp cái ông đại uý bác sĩ có lần bị tôi gạt. Không biết ổng có đi vượt biên được không?"

"Nếu đi không được *cách mạng* cũng phải đền ơn đáp nghĩa ổng chớ! Ổng đã từng cứu người của *cách mạng* mà!"

"Mà ai làm chứng là ổng có cứu người của *cách mạng*? Người nào? Ở đâu? Hồi nào?"

"Thì ông làm chứng."

Tư Long khua sợi xích sắt cười không ra tiếng.

"Nè, người anh em...Tổ mẹ nó tui như vầy tôi còn làm chứng cho ai!"

Tôi không ở lâu với Tư Long. Một tuần sau tôi được cho ra ngoài. Chân tôi đã hết đau từ hôm nào tôi cũng không rõ. Tôi có một chỗ nằm bên rãnh nước chảy từ nơi rửa chén của cái giếng giữa nhà giam. Tôi hít thở được khí trời. Thỉnh thoảng trong đêm tôi nghe tiếng xích sắt khua trong xà lim của Tư Long.

Tôi không biết bao giờ mình được đem ra xét xử. Tôi không biết Quỳnh và con bây giờ sống chết ra sao. Tôi ở đây cứ cho là yên thân đi. Tôi thấy mình lo cho người thân ở ngoài hơn là lo cho chính bản thân tôi.

Cũng như Tư Long, tôi chờ đợi.

Tôi không phải chờ đợi lâu. Một tuần sau khi được đưa ra nằm bên rãnh nước rửa chén, tôi bị tên coi ngục đánh thức đi *"làm việc"* vào lúc nửa khuya về sáng. Người công an chấp pháp ngồi trước mặt tôi khá quen. Cô tên Nhị Hà.

CHƯƠNG MƯỜI BA

Tôi biết chắc người ngồi trước mặt tôi là Nhị Hà, cô học sinh những ngày đầu tiên của một Saigon vừa thất thủ. Có tất cả ba người tù cùng ngồi với tôi trên băng ghế dài chờ hỏi cung. Nhị Hà thì ngồi với một công an áo vàng. Chính Nhị Hà cũng mặt quần áo công an. Cô đang chăm chú đọc một tờ giấy, thỉnh thoảng cô quay sang người công an bên cạnh, đã trọng tuổi, trao đổi điều gì đó rồi lại tiếp tục cúi xuống tờ giấy. Tôi nhìn người tù bên cạnh. Tôi không quen. Tôi cúi xuống nhìn hai bàn tay tôi. Những ngón gầy ốm, đen đúa. Những móng tay dài cáu bẩn, gớm ghiếc. Tôi nhìn xuống chân tôi. Hai bàn chân không dép còn đen đúa hơn cả hai bàn tay. Khi bắt đầu đi chân không, tôi nhói lên khi dẫm phải một viên sỏi, nhưng bây giờ chỉ một thời gian ngắn, tôi thấy gan bàn chân tôi đã quen với các vật cứng nhọn. Da chân đã tương đối dày đủ để chống với sức nóng mặt đường và những hòn sỏi cứng. Tôi chợt nhớ tới lớp học những buổi đầu sau ngày Ba mươi tháng Tư. Nhị Hà hồi đó ngồi một mình ở bàn đầu, mặt áo may theo kiểu nửa sơ mi, nửa bà ba, hai con mắt sắc, giọng nói đặc biệt của những người Bắc bảy lăm. Bài giản là một đoạn trích trong tiểu thuyết "Cái Sân Gạch" của Đào Vũ,...Và tôi đã giảng bài như một con vẹt. Nhị Hà hồi đó giống như cái phong vũ biểu của tôi. Tôi nhìn mắt của cô bé này để đo lường bài giảng tôi chính xác đến mức độ nào. Tôi không nghĩ là cô ta giỏi, nhưng tôi tin là cô bé thuộc lòng quan điểm chính trị mà bố cô có lẽ là một đảng viên và cô đang là một đoàn viên. Cái cánh đưa tay lên xin phát biểu ý kiến của Nhị Hà cũng khác cách đưa tay của các em học sinh Saigon.

Tôi nhớ Nhị Hà nói "Thưa thầy, em nghĩ rằng nhân vật trong Cái Sân Gạch là một nhân vật lạc hậu..." Hồi đó tôi luôn luôn nhận biết là không cách gì còn có thể đứng nổi trên cái bục giảng nữa. Bục giảng đã không còn là của tôi. Những học sinh Saigon của tôi không làm sao có thể chấp nhận được thứ ngôn ngữ hay lập luận của một người thầy mà mới vừa hôm qua còn là xanh mà hôm nay đã là đỏ. Còn những học sinh từ ngoài Bắc vô hay từ chiến khu về, chắc cũng chẳng thể nào chấp nhận được cái ngọng nghịu ngượng ngập của một người thầy mà mỗi lần nói cứ phải cầm chặt lấy tờ giáo án, soi rọi từng chữ, từng nghĩa, lo lắng trước từng phản ứng của từng ánh mắt người học trò để xem mình có nói đúng hay sai quan điểm, lập trường. Nhị Hà luôn luôn nhìn vào mắt tôi khi tôi giảng bài. Tôi có cảm tưởng cô như một người được chỉ định để theo dõi tôi. Mỗi lớp học cần có một đoàn viên "nắm" những ông thầy và cô ngụy, nhất là những người "có vấn đề". Hình như có lần một đồng nghiệp cũ nói với tôi như vậy.

"Nè, có phải ông tên là Thăng không?" Người tù ngồi bên thúc cùi chỏ vào hông tôi làm tôi giật mình.

"Phải! Sao?" Tôi nhìn ông ta.

"Công an gọi ông kìa!" Ông ta hướng mắt về phía Nhị Hà.

Tôi thấy cô không ngồi chỗ cũ nữa. Cô đang đi về phía tôi, trên tay vẫn còn cầm tờ giấy và cây bút. Nhị Hà đi chậm rãi. Mái tóc cô uốn quăn, chải khéo, khiến khuôn mặt cô có vẻ trẻ hơn hồi năm Bảy Lăm. Tuy nhiên, bộ quần áo công an màu vàng làm cho Nhị Hà có cái dáng vẻ của một người bộ đội khi mới vào Saigon hơn là của một cô gái đã ở thành phố hơn năm năm.

"Có phải là thầy không? Thầy Thăng?" Nhị Hà hỏi vừa khi đứng sát cạnh tôi.

Tôi nhìn thẳng vào mắt Nhị Hà. Tôi nói:

"Phải. Tôi là Trần Lâm Thăng."

"Thầy không nhận ra *em* sao?" Nhị Hà hỏi rất nhỏ. "Thầy theo *em*. *Em* muốn nói chuyện với thầy." Cô quay lưng, đi thẳng đến một bàn trống ở góc nhà.

Tôi đứng dậy bước theo. Tôi không nghĩ là có điều gì tốt cho tôi, nhưng tôi cũng không nghĩ là tôi đang gặp điều gì xấu.

"Đây là tờ giấy để thầy khai. Thầy cứ điền vào chỗ trống trả lời các câu hỏi. Chỗ nào không rõ xin thầy cứ hỏi em." Nhị Hà nói giọng nhỏ nhẹ.

Tôi cúi xuống tờ giấy, bản khai của người tù, tôi đọc lướt qua. Quá nhiều mục. Tôi bắt đầu điền vào những chỗ trống. Ngắn và gọn. Tôi không hỏi Nhị Hà. Tôi cứ thế mà ghi. Tôi chờ xem. Ở mục học lực, tôi ghi là *biết đọc biết viết*. Ở chỗ liên hệ với gia đình cách mạng, tôi ghi *không*. Ở chỗ lý do bị bắt, tôi viết *tình nghi vượt biên*. Tôi trả tờ giấy lại cho Nhị Hà sau khi ký. Tôi ký bằng một chữ ký khác với chữ ký tôi vẫn dùng. Nhị Hà cầm lên đọc bằng mắt. Có một đôi chỗ cô dừng lại, hơi nhíu mày. Nhìn mắt cô, tôi đoán ra được, cô đang ngừng lại ở đâu. *Biết đọc biết viết*, chắc cô không muốn như vậy. Nghề nghiệp: *lái xe ủi đất đào giếng ở công trường An Biên*. Đây chỗ này cũng làm cho Nhị Hà dừng hơi lâu.

Khi đặt tờ giấy xuống mặt bàn, Nhị Hà hỏi:

"Sao thầy không khai là có liên hệ với đồng chí Mười Tân?"

Câu hỏi của Nhị Hà làm tôi giật mình. Tôi không nghĩ là cô sẽ hỏi tôi câu đó. Mười Tân? Tôi đã gặp ông ta ít nhất là một lần khi ông đến thăm Quỳnh, ngay sau ngày Saigon vừa mất. Nhưng tôi có nhiều dịp nghe nói về ông ta. Những buổi nói chuyện của ông ở Thành Đoàn lôi cuốn một số đông người nghe, những người trẻ tin tưởng vào lý thuyết của chế độ mới, những người trí thức khuynh tả, những người hôm qua bị đè nén áp bức, những người lo sợ chế độ mới sẽ làm mình mất đi những gì mà mình đã tạo ở chế độ cũ. Các bạn tôi, ngồi ở quán cà phê, vẫn thường nhắc đến ông Mười Tân, lúc đầu với một thái độ nể sợ, về sau với một thái độ lo lắng. Kết buộc, lên án, đanh thép... gần như là toàn bộ luận điệu trong những bài nói của Mười Tân. Người ta nói Mười Tân của miền Nam cũng giống như Tố Hữu của miền Bắc. Trong thơ văn của hai ông này có chứa đựng những độc tố. Người ta luôn nhắc tới một bài nói chuyện của ông Mười Tân hơn một tháng sau khi Saigon bị mất. Đó là một bài nói lên án văn nghệ Saigon trước Bảy Lăm, nền văn nghệ mà đồng loạt cả Hà Nội lẫn trong "bưng" ra gán cho cái tên là phản động và đồi trụy. Văn chương chống cộng thì gọi là phản động và văn chương viết về tình yêu thì bị gọi là đồi trụy. Cách nào thì cách, không có một chỗ đứng nào cho nền văn nghệ này. Dữ dằn, quá khích, cố chấp, thiên kiến... Mười Tân như một ông thần hung bạo chỉ hạ búa chứ không cầm bông hoa. Có lần Mười Tân nói với Quỳnh rằng thằng chồng mày cũng là một chướng ngại vật của cách mạng, nói với nó cứ im đi thì sống còn ngo ngoe là không tồn tại đâu. Đừng nói chi xa, tên nào vượt biên thì vài tháng về, còn nó cứ cầm chắc bốn chục năm cho phải lẽ.

Cách nói của Mười Tân cho người nghe hiểu rằng tất cả cái gì thuộc chế độ cũ đều xấu xa và đáng phải bị tiêu diệt, đặc biệt là nền văn học nghệ thuật miền Nam. Mười Tân là người ưa dùng thứ ngôn ngữ thậm xưng và cường điệu trong khi nói nhằm khích động người nghe theo cách mà ông ta muốn.

Tôi còn nhớ tháng trước tình cờ gặp nhạc sĩ Nguyễn Giang ở một quán cà phê vỉa hè nhà bà luật sư Đại, Giang vô tình nhắc đến tên Mười Tân khi anh hỏi tôi có bao giờ nghe những ca khúc mới của anh không. Giang nói mặc dù âm nhạc của anh luôn luôn được quần chúng ưa thích, nhưng Mười Tân đã có lúc cho người gọi anh đến và nói rằng âm nhạc của anh chẳng qua là thứ "nhân đạo chủ nghĩa". Đó là một loại hình văn học "kết án chiến tranh mà không cần phân biệt loại chiến tranh nào, kết án bạo lực mà không cần hiểu xuất xứ, tính chất mục đích của mỗi thứ bạo lực."

"Âm nhạc của anh", Mười Tân nói: "có chứa đựng những lời than thở phản chiến nhưng nó cũng làm đảo lộn mọi thứ, nó lẫn lộn trắng đen, trung và nịnh, yêu nước và cướp nước. Coi chừng âm nhạc của anh cũng là một hình thức tiếp tay với bọn phản loạn." Nguyễn Giang rùng mình khi nhắc lại chuyện trên. Lúc đó tôi nhìn thấy hai bàn tay Giang run giật lên như người mắc kinh phong. "Ông ta làm cho mình có cảm tưởng chỗ nào cũng tội lỗi, cái gì cũng tội ác. Cõi tạm. Mình phải xem đời sống này chỉ là cõi tạm, trăm năm chẳng qua cũng chỉ là kẻ ở trọ của ngàn năm thôi."

Con chim ở đậu cành tre,

Con cá ở trọ trong khe nước nguồn

....

Tôi nay ở trọ trần gian

Trăm năm về chốn xa xăm cuối trời

……...

hoặc

Em đi qua chuyến đò

Thấy con trăng đang nằm ngủ

Con sông là quán trọ

Và vầng trăng tên lãng du.

……

Ừ thì cũng chỉ là *trọ* thôi. Có lúc Giang thở ra, "Tôi như đứa trẻ tìm nơi nương tựa mà sao vẫn cứ lạc loài…. Đừng tin tôi nhé, vì tiếng cười." Đó là những lúc tôi thấy khuôn mặt Giang vốn nhỏ và nhô xương, hai con mắt sâu núp dưới đôi kính trắng, tối sầm lại. "Dường như quanh đây có điều gì tuyệt vọng." Giang nói lửng lơ. Tôi hiểu bạn.

"Thầy Thăng!" Tiếng gọi tên tôi làm tôi giật mình.

"Thầy có sao không?" Nhị Hà hỏi tiếp.

"Không. Không có gì!"

"Em muốn hỏi sao thầy không ghi có liên hệ gia đình với đồng chí Mười Tân?"

Tôi nhìn thẳng vào mặt Nhị Hà. Tôi không trả lời.

"Thầy tốn bao nhiêu vàng trong chuyến vượt biên này?"

"Không tốn một xu".

"Thầy là người tổ chức hay sao?"

"Không".

"Thế thì ai là người tổ chức. Thầy ghi vào đây, chỗ này."

Nhị Hà đặt tờ giấy xuống mặt bàn, để thuận chiều về phía tôi.

"Đó là cách duy nhất để thầy sớm được khoan hồng."

"Tôi không biết."

"Tại sao?" Phải có người tổ chức vượt biên thì mới vượt biên được chứ!"

"Tôi không vượt biên. Chuyến đi Rạch Sỏi này là đi công tác đào giếng ở công trường An Biên." Tôi nhắc lại những lời của ông Công dặn.

Nhị Hà không nói thêm. Cô lật lật mấy tờ giấy, trong đó có cái thẻ công nhân viên của tôi do ông Công cấp.

"Thầy không biết cái "Tổ Hợp Kiến Tạo" của ông Công này là một tổ hợp ma chuyên bán giấy đi đường cho người vượt biên sao?"

"Không." Tôi vẫn nhìn vào mặt Nhị Hà.

"Tại sao cô không đi chuyến này với Thầy?"

"Tôi không đi vượt biên. Nhà tôi vẫn còn buôn bán làm ăn ở Saigon."

"Nhưng hồ sơ công an xã ghi thầy đi với một nhóm người Hoa, bị bắt vừa lúc xuống ghe mà."

"Không. Tôi không hề đi với nhóm người Hoa nào. Tôi đi một mình."

Nhị Hà cầm tờ khai trước mặt tôi:

"Thầy không gặp Kiệt sao?" Giọng cô nhỏ nhẹ, nhưng giống như cái búa đập lên đầu tôi, làm tôi ngã lăn ra.

Tôi quên khuấy chuyến đi có Kiệt, quên khuấy Kiệt là bạn học của Nhị Hà, dù chỉ là bạn học của một tháng.

"Kiệt đâu rồi?" Cả tuần nay tôi không thấy cậu ấy đâu cả!"

"Kiệt đã được đưa xuống Kinh Làng Thứ Bảy lao động cải tạo trong tuần lễ thầy bị biệt giam."

Tôi nhìn Nhị Hà. Tôi không đọc được tình cảm trong mắt cô khi cô nói đến việc một người bạn cùng lớp bị bắt. Kiệt đã bị đưa đi cải tạo. Còn tôi tại sao tôi còn ở đây? Người tù tên Bình bữa hôm qua mon men đến chỗ nằm của tôi gợi chuyện, hỏi là tôi có muốn về sớm hay không? Tôi hỏi lại muốn thì sao. "Dễ ợt. Đi hai cây thì về cũng hai cây." Tôi nghi ngờ. Bỗng nhiên tôi giật mình nhớ đến lời hắn nói ngay trong đêm đầu tiên ngồi xếp hàng trong cải hối thất Kiên Giang. "Tôi bảo đảm là trước sau gì ông cũng phải nhờ đến tôi."

"Thầy nên khai vượt biên bị bắt thì sẽ tính được ngày thả, nếu không..."

"Tôi muốn nhắn với gia đình tôi là tôi hiện bị giam ở đây. Tôi không vượt biên."

Nhị Hà nhìn tôi lắc đầu. Cô xấp xấp mất tờ giấy cho đồng đều rồi đứng dậy.

"Phần thầy đã xong. Chào thầy."

Tôi đứng dậy, hai tay thọc túi quần, đi lên qua dãy ghế. Cánh cửa hông nhà giam núp dưới hàng rào kẽm gai. Tên công an theo sau tôi ra dấu tên lính trên chòi gác mở cửa. Tôi bước chân qua thanh gỗ nằm chắn lối đi mà tôi không thấy. Tôi ngã chúi. Đầu tôi va mạnh lên nền đất.

Đêm lạnh lẽo.

Tôi nằm đó, hơi thở của đất trời làm tôi hồi sinh dần. Tôi nhìn thấy lại những ngày đầu của một Saigon lửa đạn. Đám cháy trong khu Mã Lạng. Quỳnh bế con đứng chờ tôi trong căn nhà ngập nước. Những chiếc guốc nổi lềnh bềnh trong nhà. Mùi hôi của cống rãnh tràn ngập cả con hẻm. Tuấn luật sư mang dép râu, chỉ còn thiếu cái nón cối. Ông Mười Tân, hai con mắt giật giật, giọng nói hằn học, lên án, buộc tội, ra lệnh. Tôi nhớ Đăng và Mai, hai đứa con tôi không biết chúng đã theo mẹ đi Pháp chưa? Tôi tưởng tượng thấy Paris, thành phố ấy là đốm lửa đốt cháy trong tôi chút hy vọng nhỏ nhoi. Nhớ quán Cái Chùa nơi sáng nào cũng gặp Đình, Nhật, Tâm,…. Nhớ chợ Đủi. Ký, Lộc, Nghĩa... Tôi thấy những hình ảnh lộn xộn tràn ngập trong trí não tôi.

Bỗng nhiên tôi rùng mình. Một cơn lạnh thấu xương vừa thổi qua trong tôi. Cả khu trại giam còn chìm trong bóng đêm. Tôi chống hai tay trên mặt đất lồm cồm bò dậy. Tôi đi đến bên giếng nước, thả chiếc gầu bằng nhôm xuống, kéo sợi dây buộc ở cây xà ngang. Nước buổi sáng lạnh tanh. Tôi chùi cả hai tay vào ngực áo. Tôi đi vào căn nhà giam, dò dẫm từng bước giữa những người cùng tù đang say ngủ. Tôi tìm ra chỗ nằm của tôi gần rãnh nước. Vị linh mục bên phải tôi, hình như không chợp mắt từ khi tôi bị gọi lên chấp pháp "làm việc", ông trở mình nhường chỗ cho tôi:

"Sao? Họ hỏi anh cái gì?"

"Thưa cha, cũng chung chung vậy thôi."

"Mà anh gặp tên công an đàn ông hay đàn bà?"

"Thưa cha, một nữ công an."

"Có phải tên Nhị Hà không?"

"Thưa cha phải. Mà sao cha biết tên cô ta Nhị Hà?"

"Ở đây ai mà không biết cô ta. Gặp cô này đỡ hơn là gặp thằng Sáu Phận."

Sáu Phận là tên công an hung dữ nhưng có bộ mặt của một thanh niên đẹp trai. Hắn đi đứng nói năng từ tốn, hơi có phần lễ phép nữa là khác. Linh mục Minh cho tôi biết Sáu Phận là một tay chuyên sưu tập đồng hồ. Hắn luôn luôn thay đổi các loại đồng hồ tùy theo đợt người vượt biên bị bắt. Đối với hắn sự chính xác của giờ giấc ăn uống, nghỉ ngơi và "làm việc" rất là quan trọng. Ai bị hắn gọi lên nửa đêm "làm việc" mà đến trễ quá năm phút, coi như người có hồ sơ xấu. Điều đó có nghĩa là Sáu Phận sẽ tự động phê vào hồ sơ người tù những tội mà người này không hề có. Và hắn sẽ bỏ quên luôn người mà lẽ ra hắn đã phải thẩm

vấn và xét xử. Theo lời cha Minh nói, có lần Sáu Phận
đứng giữa đám tù hát bài Vàm Cỏ Đông, *ở tận sông
Hồng, em có biết, quê hương anh cũng có giòng sông...*
Hắn hát hay như một ca sĩ nhà nghề. Và sau mỗi lần
hắn hát như vậy là thế nào cũng có người được hắn
"tuyển chọn" cho biệt giam, hoặc chia một chỗ nằm
với Tư Long.

Sáu Phận đã từng "bỏ quên" một người tù tên
Ayakawa, một thương gia Nhật Bản, không hiểu vì sao
sau Bảy Lăm còn lạc lõng dưới Rạch Giá, bị bắt vì một
cớ nào không rõ. Ông Ayakawa chừng bốn mươi tuổi,
người gầy và cao để ria mép. Một đêm Sáu Phận gọi
ông lên. Nghe người bên cạnh đập dậy ra dấu đi "làm
việc" Ông Ayakawa từ từ xếp lại chỗ nằm, ra giếng
múc nước rửa mặt, đánh răng, chải tóc thay quần áo.
Ông lên trình diện Sáu Phận. Nhưng không lâu, chỉ
chừng năm phút sau, ông trở về chỗ nằm. Người bạn
tù bên cạnh hỏi sao nhanh vậy, Ayakawa lắc đầu.
Chuyện đó xảy ra hồi năm Bảy Sáu. Bốn năm sau
Ayakawa vẫn cứ ở một chỗ. Ông con cháu của Thái
Dương Thần Nữ này hoàn toàn bị rơi vào quên lãng.
Trường hợp của cha Minh cũng là một "tác phẩm" của
Sáu Phận. Hắn lễ phép với cha y như chính hắn là một
con chiên ngoan đạo. Tuy vậy có lần hắn hỏi cha một
câu giữa bữa ăn trưa của tù là "Chúa có biết rằng cha
đang ở tù không? Và Chúa có ý định gì khi đưa cha
vào tù?"

"Còn Nhị Hà thì sao thưa cha?" Tôi tò mò.

"Khá hơn. Có vẻ có học. Nhưng cũng cùng một
guộc thôi."

"Suỵt! Tù không được nói chuyện."

Bất ngờ có tiếng người nói rất gần. Tôi quay nhìn. Như một bóng ma, người nói là Bình, nhân vật đã ngồi cạnh tôi ngoài sân khám Rạch Giá đêm đầu tiên tôi bị giải về đây.

"Nhà anh có được tin là anh bị biệt giam ở đây chưa?"

"Chưa."

"Anh có muốn gia đình anh biết là anh hiện ở đây không?"

Câu hỏi của anh ta nhắc tôi nhớ là cả tháng nay tôi không được thăm nuôi. Gần như mọi người trong tù tuần nào cũng có người thăm nuôi. Tôi không biết Quỳnh bây giờ ra sao. Hai mẹ con sống như thế nào? Căn nhà ở khu Mã Lạng. Mùa mưa. Ông Mười Tân hai con mắt giật giật. Tuấn luật sư dép râu, áo bỏ ngoài quần. Mai và Đăng. Biệt tăm.

"Nếu tôi muốn thì sao?" Tôi hỏi anh ta.

"Chẳng có làm sao làm siết gì hết. Anh muốn thì tôi giúp cho. Thế thôi!"

"Anh làm ơn..." Trời chưa sáng hẳn nên tôi không nhìn rõ lắm khuôn mặt của anh ta. Tôi nóng lòng gặp lại Quỳnh và con tôi biết chừng nào.

"Anh cứ biên mấy chữ kèm tên bà chị và địa chỉ nhà ở Saigon tới giờ cơm tôi lấy." Anh ta nói xong đứng dậy đi ngược ra phía giếng nước.

"Thưa cha..." Tôi ngập ngừng.

"Anh muốn biết ông Bình này là loại người gì phải không?"

Cha Minh hỏi tôi giọng chậm rãi.

"Thưa cha, phải. Ông ta chẳng có vẻ tù chút nào hết. Mà chả lẽ ông ta là cán bộ?"

"Hiểu sao cũng được. Tù *cò mồi* của Sáu Phận đó mà."

Cha kể chuyện tên Bình này ra vào nhà tù như đi chợ. Tù lâu năm ở đây ai cũng nhẵn mặt anh ta. Anh ta làm tiền cho Sáu Phận bằng cánh chuyển thơ của tù mới bị giam về cho thân nhân. Anh ta là trung gian giữa Sáu Phận và người tù. Phần bên ngoài như liên lạc với thân nhân người bị giam thì Sáu Phận lo. Nhiều người bị bắt đợt hai, đợt ba, cho biết gia đình bị Sáu Phận làm tiền trắng trợn. Cái yếu điểm của hắn là đồng hồ. Hắn say mê đồng hồ hơn mê gái. Có lần một người làm nghề sửa đồng hồ ở Saigon vượt biên bị bắt được Sáu Phận đặc biệt ưu đãi, kể lại với cha là nhà Sáu Phận có nhiều đồng hồ đến nỗi có thể mở một chớ hai cửa tiệm cũng được. Người ta đồn Nhị Hà và Sáu Phận yêu nhau. Nhưng tình yêu đó cứ trắc trở vì mấy cái đồng hồ của Sáu Phận. Trời có vẻ sáng hơn. Tôi không dám nằm xuống. Tôi sợ giấc ngủ sẽ bắt tôi nằm bẹp luôn. Tôi tựa lưng vào vách, duỗi dài hai chân, nhắm mắt, thở. Bỗng nhiên tôi nhớ mấy câu thơ của Bùi Giáng mà Ký đã đọc ở Chợ Đủi, những câu thơ làm tôi tức cười đến nôn ruột.

"Người con gái lội qua khe

Bàn chân với nước lạnh đè lên nhau

Nỗi niềm tưởng lại xưa sau

Bàn chân với nước cùng nhau lại đè!"

Đó là lúc tôi nghe tiếng kẻng ở giếng nước vang lên. Tù đang thúc nhau dậy xếp mùng màn và chiếu. Cha Minh đặt tay lên vai tôi, vỗ vỗ mấy cái. Tôi nhìn thấy hai mắt cha hấp háy dưới chiếc kính cận dày. Một ngày tù bắt đầu như mọi ngày.

CHƯƠNG MƯỜI BỐN

Suốt một tuần lễ trời mưa tầm tã. Chỗ nằm của cha Minh và tôi bị nước tạt ướt, phải di chuyển ép sát vào bên trong. Ban đêm nghe tiếng nước chảy liên tiếp từ cái rãnh bên hè xà lim xuống ống cống ở cuối nhà giam.

Thời tiết thay đổi. Lạnh bất ngờ. Tôi nằm ngủ hai chân co lên, đầu gối áp sát vào ngực. Buổi sáng thức giấc bỗng thấy chiếc áo chùng của Cha Minh đắp lên tôi từ hồi nào. Tất cả những người tù bị giam trong "nhà mưa" – đó là một phòng chật, thấp, lợp tôn, tù ở trần trùng trục, chỉ có thể đứng và ngồi chớ không thể nằm, ngày cũng như đêm, mồ hôi vã ra như tắm - gặp cơn mưa thứ thiệt của trời đất đã có dịp được mặc quần mặc áo.

Tôi bị bệnh thật sự. Tôi nghe lạnh từ trong xương lạnh ra. Tôi không có cánh nào để giữ cho hai chiếc quai hàm đừng đập vào nhau. Tôi thấy diễn ra trước mặt mình vô số hình ảnh. Người quen, kẻ lạ. Cảnh tượng thiên đàng. Bóng dáng địa ngục. Phố xá người đông đúc chen nhau đi. Những quán cà phê. Khách hàng ra vào tấp nập. Những đốm sáng bay ngược chiều thổi vào mắt tôi với tốc độ của chiếc máy bay phản lực. Tôi thấy khuôn mặt Quỳnh nhạc nhòa nước mắt. Tôi nghe tiếng con tôi khóc trong nôi giữa căn nhà ở hẻm Lê Văn Mùi khu Mã Lạng ngập nước. Những chiếc dép cao su, những tờ giấy trôi lềnh bềnh. Tôi thấy hai con tôi, Đăng và Mai, đứng ở một góc đường phố Paris đón xe buýt đến trường, đã cao lớn hẳn, mạnh bạo, tin tưởng.

Chiếu qua màn ảnh trí nhớ tôi còn là một người đàn ông tên Trần Lâm Thăng, chạy chiếc xe Lambretta màu bạc, sau lưng ông ta là một cô gái tên Quỳnh, gầy nhom, cao, hai con mắt dân Mông Cổ. Trời mưa to. Xe chết máy trên đường Lê Lai gần nhà ga xe lửa, nơi ống cống bị nghẽn khiến con đường đã trở thành như một giòng sông. Cả hai ướt như chuột lột. Chiếc áo mưa nhà binh mặc ngược trước ngực người đàn ông không che nổi những giọt nước thổi xuống da thịt cả hai. Rét lạnh. Co ro. Saigon trở lại trong trí nhớ tôi, không phân biệt đâu là thời điểm sau và trước tháng Tư Bảy Lăm. Tuấn-Luật-Sư mặc áo bỏ ngoài quần nói giọng cách mạng. Ông Mười Tân với hai con mắt giật giật, những ngón tay gõ nhịp trên mặt bàn, điếu thuốc luôn luôn gắn trên môi, bộ quần áo kaki màu bộ đội, tóc bạc cắt ngắn sát da đầu. Đó là một con người quá khích, quá độ, cực kỳ thiên kiến. Một con người rất "chủ nghĩa". Yêu, ghét rạch ròi như thể ngoài hai màu trắng và đen ra trên đời này không còn một màu sắc nào khác, như thể đời sống chỉ là một bài toán chỉ có hai đáp số, nếu không trung thì nịch, nếu không gian thì ngay, nếu không là thế này thì phải là thế kia, không thể vừa là cái này vừa là cái kia. Rạch ròi. Rạch ròi. Tôi thấy tôi như một con nhện đi trên những sợi thừng do con người giăng. Tôi nhớ...

Từ chỗ nằm, tôi có thể nhìn thấy cái vòm cửa nhỏ của chiếc xà lim nhốt một người nữ tù. Thấp thoáng hai con mắt dại đi vì bóng tối. Tiếng xích sắt của Tư Long khua không còn vang đến tai tôi, nhưng tôi vẫn nghe rõ mồn một, in như thể tôi đang nằm bên ông. Mộng mị. Chiêm bao. Tưởng tượng. Bệnh tưởng. Tôi nhìn thấy cả quá khứ và tương lai.

Quá khứ của tôi? Những ngày dài buồn chán kể từ một tuổi thơ bơ vơ lạc lõng trong một gia đình ly tán, cho đến tuổi một thanh niên học hành lỡ dở đầu óc tràn ngập thứ mặc cảm tự ti, và một cuộc hôn nhân phản trắc đi theo một tình yêu cay đắng... Như một người đứng bên lề cuộc đời, tôi câm điếc đui mù trước cảnh sống ngột ngạt của một thành phố sa đọa. Tiếng đại bác đêm đêm vọng về như một người quen gọi tên mình, nhưng tôi cứ giả điếc làm ngơ nhất định không nghe.

Tôi chạy trốn những giọt nước mắt và máu. Lựu đạn nổ ở ngã tư đường, bom trong rạp hát, mìn *claymore* trên một nhà hàng nổi ở bến tàu... Chiến tranh không thập thò ở ngưỡng cửa thành phố, chiến tranh đã hòa tan trong không khí với hơi lựu đạn cay, với những bánh xe nhà binh bị đốt cháy nằm giữa mặt đường. Để tự trấn an mình, tôi lý luận cho riêng tôi rằng ở ngoài chiến trường dẫu sao vẫn dễ hơn là ở thành phố. Một nơi người ta có thể nhận diện kẻ thù, còn một nơi người ta không biết ai là ai. Bịt mắt trước ánh sáng tung tóe của những trái hỏa châu soi xuống những vùng ven đô, tôi đã sống trong cảnh đui mù của một con người tàn phế.

Chiến tranh ở đâu? Bao nhiêu bè bạn tôi đã bị bắt buộc phải làm người sát nhân để rồi sau đó làm nạn nhân? Cũng có đứa chưa kịp cầm lấy khẩu súng, cây gậy giết người, đã phải làm ngay nạn nhân thời chiến. Chiến tranh ở đâu, khi cha tôi bị bắt phải bước qua cái nghĩa địa đầu mồ mã của những người trong gia tộc, để rồi sau rốt đành lấy những giọt rượu làm người tri kỷ đốt cháy những ngày cùng tháng tận. Chiến tranh là gì khi người anh tôi khoát cây súng lên vai đi khắp bốn vùng chiến thuật, để cuối đời về nằm bẹp dí trên giường bệnh chờ chết mà không nhận được một lời thăm hỏi. Anh đã là một người "chiến sĩ vô danh" được "tổ quốc ghi ơn" khi hãy còn thở. Khi bà chị dâu tôi sanh ra đứa con đầu lòng tưởng rằng chiến tranh đã hết đặt tên cháu là Đình Chiến, Trần Đình Chiến, nhưng chiến tranh vẫn cứ hiên ngang tồn tại, chờ cho Đình Chiến kịp đến tuổi động viên thi hành quân dịch vào quân trường, súng trên vai đi bốn vùng chiến thuật với vết thương trên vai trên ngực, để rồi cuối cùng cũng còn kịp thời giờ chán để cháu bước vào trại cải tạo như một tù binh...

Tôi đâu phải là thiền sư, sau bao nhiêu năm sống trong cảnh tăm tối vật vờ, bây giờ nằm trong nhà giam nghe tiếng mưa rơi trên mái tôn, ngửi mùi hôi thối của cống rãnh chảy cạnh chỗ nằm, bỗng giật mình thấy ánh sáng... Nhưng tôi biết rằng ánh sáng đó là một điều có thực. Tôi nghiệm ra cuộc đời không đến nỗi bi thảm như tôi nghĩ, tôi tưởng. Những quả chuối xanh treo lủng lẳng ở cửa sổ phòng giam của người phụ nữ bị bắt vì "tội phản động dám chống lại chính quyền cách mạng" mới hôm qua còn xanh nay đã vàng chín. Từ chỗ nằm của tôi, tôi đã có lần thấy mấy tên công an áo vàng dẫn chị đi "làm việc" ngang qua rãnh nước. Tôi thấy chị cười khi người tù cắt tóc đang cạo trọc nửa đầu một người tù khác. Nụ cười của người tử tội dạy cho tôi biết bao nhiêu điều. Với cái vẻ đẹp ở đâu cũng có, vấn đề là mình có nhìn thấy nó và biết chia sẻ với nó không. Tôi nhớ lại những ngày nằm chung xà lim với Tư Long. Công thần hãn mã như Tư Long mà còn bị cái chế độ Tào Tháo giam nhốt không biết ngày ra thì cái thứ người như tôi có gì để mà lý đến. Tôi nghĩ đến Sáu Phận, tên coi tù mà nào có khác chi người tù, có khác chăng chỉ là cái không gian của hắn rộng hơn, chân cẳng của hắn ít quấn hơn. Và hai người học sinh của tôi; Kiệt đã chọn cho mình một quyết tâm riêng sau ngày cha cậu tự sát. Hoặc đi vào chiến khu chống lại chế độ mới hoặc vượt biển đến Mỹ học cho thành tài chờ ngày trở lại quang phục quê hương.

Và tôi không quên được cái hình ảnh mới nhất của Nhị Hà. Một khuôn mặt đằm thắm trong bộ quần áo công an. Cái nhìn lạnh lùng, những câu hỏi dửng dưng. Nhị Hà, người học sinh mà có lần Kiệt báo động cho tôi biết đừng bao giờ nói điều hớ hênh gì với cô gái ấy. Cô ấy có "bồ" là một người Nam tập kết, nhưng rất căm thù dân Nam Kỳ. Năm 54, khi tập kết ra Bắc, ông họa sĩ Đặng Thanh Chánh chia tay vợ và con trai lúc đó mới tám tuổi, hẹn hai năm sau đất nước thống nhất trở về đoàn tụ. Nhưng ai ngờ, hai năm rồi hai năm, đất nước vẫn chia lìa. Năm 58, ông họa sĩ tập kết, người chuyên vẽ những bức tranh ca ngợi "lính cụ Hồ" được Đảng cho phép lập gia đình với một nữ văn công trong đoàn kịch nói Hà Nội. Nhị Hà ra đời. "Bố" là họa sĩ, mẹ là văn công, Nhị Hà ưa thích văn học cũng là một lẽ dễ hiểu. Bà Chánh ở Saigon khổ nhọc nuôi con, không nhận được một tin tức nào của chồng. Bà gá nghĩa với một người thầu khoán người Bắc di cư. Ngoài đứa con trai riêng với ông Chánh, bà còn có thêm ba cô con gái với người chồng sau. Tháng Tư Bảy Lăm, ông cán bộ họa sĩ trở vào Saigon. Ông thầu khoán bị chế độ mới bắt đi tù cải tạo vì thuộc thành phần tư sản mại bản. Ông Chánh tìm gặp lại được người vợ cũ. Nhưng có lẽ lương tâm ông đắn đo có nên gặp lại người xưa không, cũng có lẽ lập trường chính trị của ông bị chao đảo. Ông đứng thập thò giữa biên giới đảng và vợ cũ. Đứa con trai của ông đã trình diện đi học tập cải tạo vì là sĩ quan của chế độ cũ. Bà Chánh khóc lóc xin ông tìm cách cứu giọt máu riêng của hai người và nếu có thể cứu người chồng mới đã có ba mặt con với bà. Ông Chánh không nhận lời cũng không nói thẳng là từ chối. Nhưng rõ ràng là ông không làm gì để cứu người con là sĩ quan biệt động trong quân lực Việt Nam Cộng Hòa. Người ta nói ông Chánh đã tìm cách chinh phục người vợ cũ - bỏ mẹ con Nhị Hà không ngó ngàng đến, và sau đó dọn về ở hẳn trong biệt thự của người vợ trước.

Nhị Hà có lần nói thẳng với mấy bạn trai, những học sinh của Saigon cũ, rằng cô rất ghét người Saigon, "giống dân bạc tình bạc nghĩa, chỉ biết chạy theo vật chất mà quên cái phần tinh túy là tâm hồn."

Nhị Hà là một trong số những đoàn viên thanh niên Cộng sản Hồ Chí Minh "cực tả" trong thành đoàn. Không một chiến dịch nào do Thành ủy và Ủy Ban Nhân dân thành phố mở ra đánh vào dân Saigon mà không có sự tham dự của Nhị Hà. Các vụ đánh tư sản, đổi tiền, tịch thu văn hóa phẩm gọi là phản động và đồi trụy, tấn công nhạc vàng, ruồng ốp sách báo cũ... đâu đâu cũng thấy Nhị Hà đi hàng đầu. Sau cùng Nhị Hà vào ngành công an. Cô thấy không ngành nào thích hợp cho lòng thù hận của cô bằng ngành này.

Còn tương lai?

Ừ, tương lai thì sao?

Tôi cần gì tương lai. Hiện tại tôi sống chưa xong, chưa hết việc gì tôi tìm kiếm tương lai!

Tôi nhớ lại nụ cười của người nữ tù. Một mái tóc rối bù, một khuôn mặt xanh xao, một bộ quần áo màu đen, bạc mốc. Nhưng nụ cười ấy đã làm ấm lại cái mùa đông tù ngục của hiện tại. Nụ cười ấy làm tan đi trong tôi những ý nghĩ đen tối chết chóc suốt bao nhiêu ngày nay. Tôi nhớ Tư Long, sợi xích sắt nặng nề buộc vào hai cườm tay, hai cổ chân, khua động rên xiết; hai sợi xích còn nặng hơn cả tấm thân toàn da với xương khẳng khiu còi cọt; tên cuồng tín chủ nghĩa, sau cùng đã thốt lên: "Tôi phải sống để nhìn cái lũ đó chết, chớ tôi đâu có dại gì chết trước cái lũ đầu trâu mặt ngựa đó."

"Anh Thăng!"

Bất ngờ có người gọi tên tôi và tôi cảm thấy có một bàn tay lay lay bả vai tôi.

Tôi mở choàng mắt dậy. Người đàn ông ngồi chồm hổm ngay chỗ nằm tôi là một cai tù. Tôi biết chắc như vậy, bởi vì tôi thấy y có đeo đồng hồ.

"Anh có phải là Trần Lâm Thăng không?"

"Phải."

"Hôm nay có thăm nuôi, sao anh không ra sân chờ nghe tên?"

"Tôi bị bệnh. Mà tôi không chắc là nhà tôi biết tôi đang ở đây đâu."

"Không nên bi quan như vậy. Nên rửa mặt rửa mũi đi. Tôi chắc hôm nay anh có người nhà thăm mà!"

Tôi ngồi dậy. Tên cán bộ cai tù còn trẻ. Y trạc ba mươi. Da trắng, khuôn mặt y đẹp trai một cách cải lương. Chiếc đồng hồ trên cổ tay y thuộc loại đắt tiền. Hiệu Longines, mỗi con số là một hột xoàn. Giây đeo màu vàng tựa như được đánh ra từ vàng khối.

"Đồng chí Hà nói với tôi là anh là thầy học của đồng chí. Đúng vậy không?"

Tôi gật đầu, mắt vẫn nhìn y.

Tôi biết y là ai rồi. Y chính là người sưu tập đồng hồ. Y là Sáu Phận. Giọng nói của y làm tôi nhớ lại tên cai tù ra lệnh cho tôi ngay đêm đầu tiên tại nhà tù này phải vào xà lim nằm chung với Tư Long. Tôi hiểu được rằng điều này có nghĩa là người tù tên Bình và tên cai tù Sáu Phận quả có mối liên hệ như lời cha Minh nói. Nhưng tôi chưa kịp hiểu vì sao y không để tên Bình nói chuyện với tôi mà y lại đích thân làm việc này. Thật ra tôi chưa cần tìm hiểu. Tôi đang mong gặp Quỳnh. Tôi tưởng tượng thấy khuôn mặt vợ tôi đầm đìa nước mắt bế con đứng bên kia song sắt, dưới chân là một giỏ đựng thức ăn và đủ thứ linh tinh mà một người tù được phép nhận. Tôi tưởng tượng Quỳnh sẽ đứng đó không nói lời nào cho đến khi bị tên cai tù đuổi đi vì hết giờ thăm nuôi. Tôi như thấy lại chiếc răng khểnh của Quỳnh, đôi mắt màu nâu mã não, trên khuôn mặt thơ ngây, không bao giờ ngừng thơ ngây, đã chiếm hết chỗ trong trái tim tôi.

Tôi nhìn ra sân. Trưa nắng. Tiếng đọc tên người được thăm nuôi vang lên ơi ới, chuyền miệng nhau, tên này chồng lên tên kia.

"Đồng chí Nhị Hà đã lấy phép về thành phố Hồ Chí Minh thăm gia đình..."

Xong y đứng dậy, bàn tay phải y chùm lên chiếc đồng hồ ở cườm tay trái như muốn che đậy sự sang trọng. Y bước đi, không ngoảnh lại. Đúng lúc đó, cha Minh vào xách theo một giỏ quà thăm nuôi. Ngồi xuống chỗ nằm của mình, cha Minh bày thức ăn ra trên mặt báo, những thức ăn đã bị mở tung ra để kiểm soát trước khi tù đưa về chỗ nằm.

"Sao anh không ra ngoài chờ nghe coi có người nhà thăm nuôi không?"

"Cha nói đúng cái câu mà một người vừa mới nói với tôi."

"Ai vậy? Phải cái ông Bình cò mồi không?"

"Thưa cha, không."

"Vậy thì cái ông có đeo đồng hồ vàng. Phải không?"

"Sao cha biết?"

"Tôi đoán chừng thôi. Mà có đúng vậy không?"

Tôi gật đầu.

"Vậy thì cứ ra ngoài sân đi lòng vòng chỗ cửa sắt coi. Sáu Phận nói chuyện gì khó tin chớ chuyện thăm nuôi là tin được."

Tôi đứng dậy ra giếng múc nước đánh răng rửa mặt. Tóc tôi đã cắt ngắn ngay trong ngày đầu vừa bước vào tù nay đã lởm chởm dài.

Tôi dội nguyên một gầu nước lên đầu. Hai tay tôi chà xát thật mạnh vào mái tóc đã được cắt ngắn. Tôi muốn tìm chiếc gương soi lại mặt mũi tóc tai của tôi. Tôi không muốn để Quỳnh thấy tôi bạc nhược, tả tơi, thê thảm. Không, người trong tù phải giúp cho người bên ngoài tù yên tâm, tin tưởng, lạc quan mà sống. Phải như thế. Tôi đánh răng thật kỹ. Tôi không bịnh. Tôi không bịnh. Tôi không bịnh. Tôi là người khỏe mạnh. Tôi... lặp đi lặp lại nhiều lần trong đầu các câu nói đó. Và tôi vuốt lại bộ quần áo độc nhất đã mặc từ ngày vào tù. Bộ quần áo ấy tôi đã giặt hai lần vào những buổi tối. Hai lần tôi được cha Minh cho mượn chiếc áo chùng của cha để ngủ chờ quần áo khô. Tôi yên tâm thấy quần áo tuy có nhàu nát nhưng không hôi hám. Tôi tưởng tượng tôi đang có bộ mặt vui vẻ. Tôi đi vòng ra phía cửa sắt. Tôi đứng sau lưng những bạn tù đang lao nhao chờ đọc tên mình. Tôi kiểng chân lên cố nhìn những thân nhân của người tù bên kia song sắt. Tôi hy vọng Quỳnh đang có mặt. Tôi hy vọng Nhị Hà đã báo cho Quỳnh biết. Tôi hy vọng Sáu Phận đã đưa thư tôi cho Quỳnh. Tôi tưởng chừng thấy Quỳnh đang bế con, giỏ thức ăn dưới chân dáo dác tìm kiếm tôi bên trong song sắt. Tôi chắc chắn Quỳnh sẽ khóc khi ôm tôi, dụi cái mái tóc ngắn ngổ ngáo vào ngực tôi. Tôi chắc Quỳnh sẽ cười nói rằng "ngu lắm, không khóc nữa đâu". Tôi tưởng... nhưng không, không có gì hết. Người tù có vẻ đông hơn đám nhân thân ngoài kia. Chừng mười người đàn bà, có người bế con, có người dắt con, có người còn trẻ, có người đã già, ăn mặc đủ kiểu, đủ loại. Tên công an coi tù đứng giữa, trên tay cầm tờ giấy. Tôi thấy hắn đọc khó nhọc, như thể hắn đang bị hành xác. Tôi nhìn quanh quất thêm một lần nữa đám thân nhân bên ngoài. Cố tưởng tượng Quỳnh mặc bộ bà ba đen, đang tay xách nách mang, lỉnh cà lỉnh kỉnh những thứ thăm nuôi tù. Không. Không có Quỳnh. Có một người đàn bà trẻ đang đứng khóc. Dưới chân chị là một giỏ quà nhỏ. Có tiếng mấy người tù bên trong nói chuyền nhau. "Cam Duy Nghĩa bị đưa đi rồi!" Người đàn bà trẻ vẫn đứng yên. Những giọt nước mắt chảy ròng ròng trên hai gò má xanh xao. Một bà lão da mặt nhăn nheo, hai gò má tóp lại, vịn tay lên song sắt, cả khuôn mặt bà áp sát vào cửa, tưởng như bà muốn chui vào trong tù.

"Thằng Sanh đâu? Tui muốn gặp thằng Sanh, cháu tui!" Không ai trả lời. Tên công an coi tù gỡ những ngón tay của bà ra khỏi song sắt, "Bà đi về đi! Ở đây không có ai tên Sanh mà! Bà về đi!" Bà lão vẫn nhất định không nghe, những ngón tay bà bám chặt hơn vào song sắt, cả chiếc đầu nhỏ bé của bà với chiếc miệng móm, hai con mắt sâu, mái tóc bạc trắng thưa thớt như chui hẳn vào giữa hai thanh sắt. "Tui muốn gặp thằng Sanh. Nó là cháu tui. Nó có làm gì đâu mà mấy người bắt nó, nhốt nó. Trả thằng Sanh cho tui."

Giữa những tiếng kêu của bà lão là tiếng la mừng rỡ của một người tù khác nghe xướng đúng tên mình có người nhà thăm nuôi. Tiếng cười của người tù, tiếng khóc của người bên ngoài cửa sắt.

Tôi không thấy Quỳnh đâu, nhưng tôi vẫn hy vọng. Có thể mẹ con nó được tin tức mình quá trễ, chưa kịp mua sắm gì thăm nuôi chồng. Có thể thư tôi chưa đến tay Quỳnh. Có thể Nhị Hà không muốn cho nhà tôi biết. Có thể Sáu Phận có âm mưu gì đây. Có thể tên Bình cò mồi muốn ếm tôi để Sáu Phận làm tiền. Có thể... có thể Quỳnh sắp tới, Quỳnh đang tới. Bao nhiêu điều "có thể" đang nhảy múa trong đầu tôi.

"Trần Lâm Thăng! Ai là Trần Lâm Thăng?"

Tôi nghe có người gọi tên tôi. Tôi nhìn chăm vào miệng tên công an đứng bên cửa sắt. Không, hắn không đọc tên tôi. Hắn đang xếp tờ giấy bỏ vào túi. Đám tù bắt đầu rã hàng. Bà lão bên ngoài cửa sắt đang quỵ xuống. Một cô gái bênh cạnh bà cúi xuống đỡ bà.

"Trần Lâm Thăng! Ai là Trần Lâm Thăng?"

Tiếng kêu tên tôi lặp lại một lần nữa. Tôi quay ra phía sau. Một phản ứng rất tự nhiên tôi giơ tay lên.

"Anh là Trần Lâm Thăng hả?" Tên coi tù, tay đeo đồng hồ, chống nạnh hỏi giọng bực bội. "Anh có điếc không?"

"Không." Tôi trả lời gọn.

"Không điếc, sao không lên tiếng?"

"Tôi tưởng có người nhà thăm nuôi"

"Tưởng cái gì? Đi theo tôi!" Hắn ra lệnh và quày quả bỏ đi.

Mấy người tù trong sân ngó tôi ái ngại. "Làm việc!"

"Sao làm việc ban ngày?" Tôi nghe tiếng cha Minh nói bên tai tôi khi cha đi ngược chiều tôi. "Cẩn thận!"

Băng qua bờ giếng, chui qua cánh cổng nhỏ nằm dưới chòi canh, tường lởm chởm mẻ chai và kẽm gai, tên công an dẫn tôi đến một căn phòng rộng. Giữa phòng là một cái bàn và hai cái ghế. Một người đang ngồi quay lưng về phía tôi. Mái tóc bạc trắng, những ngón tay đang gõ gõ trên mặt bàn, khói thuốc bay lên. Tên công an đến gần đứng thẳng người.

"Báo cáo thủ trưởng, Trần Lâm Thăng đã đến!"

"Cám ơn!" Người ngồi trên ghế không buồn quay mặt lại.

Tôi lặng người. Tôi biết người đàn ông tóc bạc kia là ai rồi. Tôi không ngờ. Tôi thật không ngờ. Người đang chờ tôi là Mười Tân .

Tên công an coi tù đã bỏ đi.

"Mời cậu Thăng ngồi. Lâu quá phải không?"

CHƯƠNG MƯỜI LĂM

Thật tình là tôi bị bất ngờ. Tôi đang nóng lòng chờ đợi Quỳnh và con. Tôi không hề nghĩ là sẽ có ngày gặp lại Mười Tân, nhất là ở đây trong hoàn cảnh này. Dù sao... sự thể đã như vầy. Tôi đi vòng ra trước mặt Mười Tân, kéo ghế ngồi xuống.

Những ngón tay của bàn tay trái Mười Tân vẫn gõ nhịp trên mặt bàn. Điếu thuốc vẫn còn trên môi. Tôi có cảm tưởng Mười Tân đang nhìn tôi cái nhìn xoi mói, muốn đọc những gì đang đi qua đầu óc tôi.

Tôi không biết cái thời gian im lặng nặng nề đó kéo dài trong bao lâu, nhưng rõ ràng Mười Tân là người mở lời trước.

"Tôi được người quen cho biết là *cậu* hiện đang ở đây. Từ một tuần trước kia. Nhưng bây giờ tiện dịp xuống dưới này làm việc với Bí Thư Tỉnh ủy, nên tôi ghé thăm *cậu*." Mười Tân bắt đầu nói sau khi nhấc điếu thuốc ra khỏi môi, dụi đốm lửa xuống cái gạt tàn, dí dí đến gãy cái điếu thuốc còn gần phân nửa.

Tôi vẫn im lặng. Tôi có cảm tưởng Mười Tân sẽ hỏi một câu gì đó. Tôi không chờ một câu nói vô thưởng vô phạt. Và tôi không phải chờ lâu.

"Có biết vượt biên là phản quốc không?"

Mười Tân hỏi cũng bất ngờ như sự xuất hiện vừa rồi của ông. Tôi không trả lời câu hỏi trống không của ông. Mười Tân lấy điếu thuốc bật diêm, châm lửa. tôi có cảm tưởng như ông đang dẫn cơn tức để nói. Điếu thuốc chưa bập được hai hơi Mười Tân đã dập xuống gạt tàn. Những ngón tay lại gõ trên mặt bàn. Sau cùng ông đứng dậy, hai tay thọc trong túi quần, đi qua đi lại, rồi dừng hẳn trước mặt tôi, ông nói:

"Có biết loại người nào trong xã hội mới này bỏ nước ra đi không? Đó là bọn ma cô đĩ điếm, bọn ăn không ngồi rồi, bọn sống bám trên mồ hôi lao động của người khác, bọn không có xương sống, không đầu óc, không biết suy nghĩ. Tại sao đi theo bọn đó? Tại sao?"

Tôi biết mình trước sau gì cũng sẽ nghe những lời nói đó, những câu hỏi loại đó. Bây giờ Mười Tân đã nói:

"Không phải đi học tập cải tạo như những tên có nợ máu với nhân dân sao không đội ơn lượng khoan

hồng của chế độ mà còn giở trò vượt biên. Có biết
hành động này không phải chỉ là hành động phản
quốc mà thậm chí còn là hành động vô đạo đức nữa
không?"

Mười Tân lại ngồi xuống ghế, rút thêm một điếu
khác, mồi lửa, thở khói.

"Bỏ vợ bỏ con một mình lén lút ra đi, trốn chạy
trách nhiệm với tổ quốc, trốn trách nhiệm với gia
đình, phải đánh giá một con người vô trách nhiệm
như thế ra sao?..."

Tôi vẫn ngồi im. Tôi cúi xuống nhìn hai bàn chân
không giày dép của tôi. Tôi đan chéo hai bàn tay vào
nhau. Tôi thấy những móng tay mình đã dài, cáu bẩn,
đen đúa. Tôi nhìn chiếc áo mình đang mặc, nhiều chỗ
đã ố vàng. Tôi thèm được uống một ngũm nước. Tôi
muốn chui xuống cuống họng điều mà tôi đang ngậm
đắng nuốt cay.

"Không đóng góp được gì tốt đẹp cho tổ quốc đã là
một con người xấu, bỏ tổ quốc ra đi theo bọn phản
động, còn làm cho mình trở nên tồi tệ..."

Tôi nhìn Mười Tân nói năng cử động như một
người đang lên đồng.

"Tôi đã nói với Quỳnh, ngay sau ngày giải phóng là
nó đã lấy một thằng đàn ông không ra gì. Một gia đình
cách mạng xấu hổ khi để lọt một người như cậu bước
vô."

Tôi ngó lên trần nhà. Tôi nhìn quanh nhìn quất. tôi
nhớ ra nơi chốn này tôi đã đến một lần. Cô học trò
công an tên Nhị Hà ngồi ở chỗ mà Mười Tân vừa ngồi

để lấy lời khai của tôi. Tôi không biết giờ này Quỳnh đang làm gì. Con tôi có khỏe mạnh không. Nếu có bị bịnh tật ốm đau làm sao có thuốc men mà chạy chữa, mặc dù gia đình của Quỳnh có cả một tiệm thuốc tây. Tôi nhớ có lần

Tâm-Khô-Khốc-Thiền-Sư nói về Mười Tân rằng đó là một con người có tài ăn nói, nhưng là người cực đoan chủ nghĩa về tất cả những gì mà ông theo đuổi một cách mù quáng. Những người trí thức bị chất mua túy của chủ nghĩa Mácxít cuốn hút, những người chán ngấy cái xã hội Saigon mà họ đã sống, những người trẻ tuổi bị bế tắc trước tương lai, những người sợ hãi trước chế độ mới... đều là những người hết lời ngợi ca Mười Tân. Những bài nói chuyện của ông lôi cuốn đám đông ấy trong một không khí sôi sục đến thần thánh, gần như sẵn sàng bùng nổ. Phải nói ông Mười Tân là một diễn giả tài giỏi và sức thuyết phục của ông trước một tình hình chính trị mới mẻ, trong một chế độ cai trị bằng bạo lực, thật là to lớn. Có lần tôi nghe được hay đọc được ở đâu đó rằng Mười Tân đã bỏ nhà ra đi làm cách mạng năm mới mười sáu tuổi. Năm mười tám tuổi, ông đã là chính ủy một Đại đội đặc biệt. Mười Tân không phải chỉ là người can đảm, kiên cường, hoạt bát, lý luận giỏi, ông còn là một người chọn văn chương nghệ thuật như một vũ khí để minh họa cho con đường cách mạng của ông.

Cái tiểu sử của Mười Tân được thêu dệt bằng nhiều câu chuyện kể hơn là bằng chữ viết. Mười Tân trong thời kỳ cao điểm của cuộc chiến Việt Nam dám đứng khơi khơi giữa vùng phi cơ oanh tạc trong chiến khu mà không bị một mảnh đạn nào ghim tới, trong

khi Trần Văn Trà chạy nhủi xuống địa đạo như con
cút đất không dám ló mặt. Mười Tân ra vô Saigon như
cơm bữa mà tình báo của chính phủ từ thời ông Diệm
đến ông Thiệu coi như bó tay. Người ta nói khi mà
Nam Bộ hát bài "Mùa Thu rồi, ngày Hăm ba, ta đi theo
tiếng kêu sơn hà nguy biến..." Mười Tân đã là một cán
bộ cao cấp trong Xứ Ủy Nam Bộ. Mười Tân, hồi còn là
học sinh đã chinh phục được một tướng cướp lừng
danh tên Ba Công. Ba Công người cao lớn vạm vỡ, mặt
đỏ như Quan Công. Ba Công lấy chữ Ba, vì như ông ta
vẫn thường giải thích với đám thuộc hạ là "tao không
muốn làm anh Hai thằng nào hết, nhưng thằng nào
muốn làm anh Hai tao là không được." Ba Công theo
Việt Minh thời kỳ đầu, nhưng đám lâu la bộ hạ của Ba
Công vẫn nằm nguyên trong đại đội của ông. Nhiều
lần Việt Minh muốn phân tán cái đám đàn em của Ba
Công ra mà không được. Ba Công là người trọng
nghĩa khinh tài, đúng là loại người "giữa đàng thấy
chuyện bất bình mà tha". Lính vệ binh của Ba Công có
lúc lên đến vài ba trăm. Đến lúc đó thì Ba Công gặp
được đại diện của tước Việt Minh Nguyễn Bình. Vệ
binh Ba Công gia nhập Việt Minh làm đại đội trưởng
trong một đại đội mà hầu hết lính của ông ta là những
người đã từng "vào sanh ra tử" trong các trận cướp
suốt một vùng Mỹ Tho - Chợ Gạo. Mười Tân, mười
tám tuổi làm chính ủy trong đại đội do Ba Công làm
đại đội trưởng, biến một tướng cướp thành một con
người bình thường. Người ta nói Mười Tân là người
tổng chỉ huy trong trận đánh Tết Mậu Thân Sáu Tám
tại Saigon. Và trận đánh thất bại vì Mười Tân đặt nặng
sức mạnh vào vai trò của trí thức sinh viên học sinh

mà lại xem nhẹ vai trò của công nhân, nên thất bại là lẽ thường tình. Mười Tân bị hạ tầng công tác.

Cuộc đời "làm cách mạng" của Mười Tân không suông sẻ, nhưng cái quan trọng là Mười Tân luôn luôn tự xem mình như là người cộng sản thứ thiệt. Sau Bảy lăm, Mười Tân vẽ ra cho dân Saigon cái hình ảnh Vùng Kinh Tế Mới, vùng đất lưu đày của những người mà chế độ mới gọi cái tên chung là "Ngụy", rằng đó là vùng đất lý tưởng, chỉ cần năm năm sau là nhà cửa vườn tược được điện khí hóa đến nơi đến chốn. Rồi con kinh đào nước trong xanh chảy qua. Đêm trăng, bầu trời trong đầy sao. Mười Tân nói hay đến nỗi, trừ những người bị cưỡng bách đi vùng kinh tế mới thì chẳng nói làm gì, có người đang đủ điều kiện sống ở Saigon cũng bỏ ra đi. Năm năm đã qua. Cái cảnh con kinh xinh xinh, cánh đồng, vườn tược, tiếng hát, tiếng cười của trẻ thơ mà Mười Tân vẽ ra chỉ là những hình ảnh trên trang giấy. Người đi kinh tế mới lũ lượt kéo nhau về Saigon, sống tạm bợ ở các vỉa hè, sống chui rúc trong những khu xóm tối tăm, ngay cả nghĩa địa cũng đầy những người sống. Mười Tân đề cao một thứ đạo đức mới của người cộng sản là "trung với nước, hiếu với dân, nhiệm vụ nào cũng hoàn thành, khó khăn nào cũng vượt qua, kẻ thù nào cũng đánh thắng." Các bài viết nào của Mười Tân cũng nhắc đi nhắc lại câu thơ của Nguyễn Đình Chiểu "chở bao nhiêu đạo thuyền không khẳm, đâm mấy thằng gian bút chẳng tà."

Mười Tân gọi mấy thằng gian này là đám cán bộ bắt đầu tham nhũng hối lộ, muốn lấy cái công lao kháng chiến làm công hãn mã để ăn ngon mặc đẹp, ăn trên ngồi trước. Đám này phải được trừng trị, dạy cho bài học làm người. Nhưng, thêm một lần nữa, Mười Tân bị hạ tầng công tác. Bộ chính trị trung ương đảng nói Mười Tân làm cách mạng bao nhiêu năm mà chưa thuộc bài học tư tưởng Mác xít Lê nin nít. Kẻ thù số một của cộng sản Việt Nam trong giai đoạn này là cái bọn ở Trung Nam Hải Bắc Kinh, còn kẻ thù cơ bản thì vẫn là "đế quốc Mỹ", chớ còn "mấy cái thằng gian" kia dù sao cũng là đồng chí anh em, những người đã từng nằm gai nếm mật, những người đã từng "áo anh rách vai, quần tôi có hai miếng vá, miệng cùng cười buốt giá chân không giày..." Cây bút của Mười Tân đâm sai chỗ. Mười Tân chưa bao giờ được đưa vào chức ủy viên trung ương, chớ đừng nói chi được vào bộ chính trị, trong khi những người được Mười Tân giới thiệu vào đảng, cất nhắc, bao che, lần lượt chiếm những chỗ mà bất cứ một đảng viên cộng sản nào cũng ao ước đạt tới.

Mười Tân có lần đến thăm nhà của Quỳnh. Ông cụ còn nằm trong trại cải tạo cộng sản. Đứa em trai của Quỳnh, cựu học sinh Taberd Saigon bị ma túy hành. Mười Tân rút khẩu súng ngắn ra đặt trên bàn nói với giọng lạnh lùng: một là gởi thằng này vào trại phục hồi nhân phẩm, hai là tôi bắn nó ngay tại chỗ này.

Đứa em trai của Quỳnh tên Dũng đi vào trại phục hồi nhân phẩm ba tháng sau trốn trại. Một tên công an khu vực bắt được Dũng khi cậu lần mò về nhà trong một đêm tìm thứ gì có thể bán được để mua thuốc. Dũng chống cự và bị tên công an đánh đập tàn nhẫn. Dũng chết ngay trong đêm đó. Mười Tân nói cái chết của Dũng là một điều hay. Xã hội này không có

chỗ đứng cho loại người chẳng những vô tích sự mà
còn ăn bám như Dũng.

Đó là Mười Tân.

Mười Tân cứ tiếp tục nói. Hai con mắt ông nhấp
nháy, thỉnh thoảng giật giật như bị kích thích. Những
ngón tay gõ nhịp trên mặt bàn. Khói thuốc bốc lên tỏa
ra căn phòng hỏi cung không ngừng khi ông nói. Tôi
nhìn ông. Dần dần tôi thấy ông như một diễn viên
kịch câm trên sâu khấu thành phố. Tôi nhớ Quỳnh.
Tôi nhớ con tôi. Tôi nhớ Saigon. Chẳng lẽ Mười Tân
biết tôi ở đây mà Quỳnh không biết? Chẳng lẽ Quỳnh
đã quên tôi? Chẳng lẽ Quỳnh đang gặp chuyện không
may? Chẳng lẽ...? Không. Tôi không được nghĩ ngợi
như vậy. Tôi tin Quỳnh. Cái hình ảnh Quỳnh trong
đêm sinh nhật của Uyên tại nhà ông Phan trước ngày
Saigon thất thủ vẫn còn trong trí nhớ tôi. Làm sao tôi
quên được cái đêm giới nghiêm sau cùng của thành
phố, Quỳnh xé chiếc vé máy bay của hãng CAL và
quyết định ở lại với tôi. Tôi yêu Quỳnh. Chính trị, chế
độ là cái sẽ đi qua. Tình yêu là cái còn lại vĩnh viễn.

Mười Tân tin tưởng vào những điều ông ta làm,
say mê những điều ông ta nghĩ. Có lẽ suốt đời Mười
Tân không biết thế nào là tình yêu. Nhưng những gì
mà ông ta làm và nghĩ tưởng chừng như là lớn lao,
thật ra dưới mắt tôi cũng chỉ là con số lẻ của một bài
toán.

Tôi đã có lần gặp chị Mười Tân. Đó là một phụ nữ
bình thường, ốm yếu, bệnh tật. Hơn thế nữa, chị là
một phụ nữ lạnh lùng. Tôi không thấy chị cười bao
giờ. Khuôn mặt chị giống như được đắp bằng sáp. Chị

ít nói đến độ tôi có cảm tưởng sự băng giá ấy đã làm đông cứng trái tim chị.

Người ta nói tại Hội nghị La Celle-Saint-Cloud ở Pháp, Nguyễn Thị Bình là cái bề mặt còn chính chị Mười Tân mới là người quyết định những phát biểu của Bình. Chính những ngày dự hội nghị ở Paris, chị Mười Tân đã có một hành động làm rúng động tới Praha về tận Hà Nội.

Trong một buổi tiếp tân của chính phủ Pháp khoản đãi các phái đoàn bốn bên, trong đó có các đại sứ và phu nhân của nhiều quốc gia tham dự. Bà đại sứ Ấn, mặc quốc phục để hở rốn - một chuyện bình thường – nhưng một tên đại sứ của Hà Nội từ Praha, Tiệp Khắc đến đã bất kể lịch sự tối thiểu cứ nhìn chằm chằm vào bụng người phụ nữ Ấn. Cái nhìn láo liên mất dạy của hắn không qua được mắt của chị Mười Tân. Trong bữa ăn sáng ngày hôm sau, giữa các thành viên trong phái đoàn, chị Mười Tân nhắc lại thái độ không đúng đắn của tên đại sứ. Hắn cho là chị đùa. Hắn vẫn cứ tiếp tục cười nói: "Ối, đàn bà có cái rún đẹp để cho đàn ông ngó. Mất mát hao mòn gì đâu mà phê bình!"

"Đồng chí nói sao?" Chị Mười Tân hỏi lại.

"Thì tôi nói đàn bà có cái rún đẹp…"

Tên đại sứ chưa nói hết câu, chị Mười Tân bỏ dao nĩa xuống, xô ghế đứng dậy, chồm qua mặt bàn, tát một cái thẳng cánh vào mặt tên đại sứ.

Xong, chị cầm cái khăn ăn chùi tay ngồi xuống ăn tiếp bữa. Chuyện đó người ta đồn rùm lên. Tôi nghe anh Phú, một cán bộ tập kết, người bạn cũ của anh Thúc tôi, kể lại như vậy.

Chị Mười Tân có yêu Mười Tân không? Tôi không biết. Nhưng cái mà tôi thấy bên ngoài giữa hai người là sự lạnh lẽo, cô đơn không có gì gắn bó. Trong ngôi nhà to lớn giữa Saigon, chị treo một chiếc võng, nằm đọc báo. Chiếc võng đu đưa, đu đưa. Thỉnh thoảng chị lấy chiếc kính ra khỏi mắt, đặt tờ báo đọc dở lên bụng, hai bàn tay xếp lại ngó lên trần nhà cao. Chị nghĩ gì? Khó có ai đọc được những suy nghĩ trong đầu chị, kể cả Mười Tân. Chị là người khôn khéo trong giao tế với Bắc Bộ Phủ. Tất cả những tay lãnh đạo Hà Nội đều ưu ái chị. Chính Mười Tân khi có những hành xử quá mức, vượt ngoài quyền hạn mà Hà Nội cho phép, đã được chị cứu gỡ. Mười Tân trong khu, chị Mười Tân ở nước ngoài. Hai người ở "hai đầu công tác".

Một lần đi với Quỳnh tới thăm chị, tôi biết thêm chị là người ăn nói nhỏ nhẹ dịu dàng, nhưng xa cách.

Tôi có cảm tưởng chị không muốn gia đình chị liên hệ họ hàng gì đến gia đình Quỳnh. Chị đối xử đúng đắn, phải lẽ, nhưng không thân thiết. Một gia đình cách mạng, không thể dính dáng đến cái bọn tư sản – như gia đình Quỳnh - lại càng không thể liên hệ được với một gia đình có quá nhiều điều còn cần phải xét lại như gia đình tôi – quen ông Phan là một tội, chơi bời với đám văn nghệ sĩ tự do phóng túng là một tội, đứng bên lề một cuộc chiến mà không tham gia Mặt Trận là một tội, Cha đi lính Tây là một tội, anh vào lính Việt Nam Cộng Hòa... là vô số tội... Đó là mẫu số chung duy nhất giữa ông Mười Tân và chị.

"Cậu có nghe tôi nói không?"

Tôi giật mình. Tôi đã để Mười Tân nói một mình quá lâu.

"Dạ... có!"

"Sao cậu không đi chơi với thằng Giang mà giao du chi với đám thằng Đình thằng Tâm?"

"Anh nói nhạc sĩ Nguyễn Giang phải không?"

"Chớ còn ai! Một tài năng âm nhạc như thế mà còn đứng về phía cách mạng, điều đó nghĩa là gì, cậu biết không? Cả cái Saigon này, cả cái miền Nam này, cả cái nước Việt Nam này, ai mà không biết Nguyễn Giang. Một tâm hồn lớn như thế đã thấy được đâu là con đường phải đi, đã biết chọn ánh sáng bỏ bóng tối. Còn cậu? Cậu là cái gì? Một thứ thầy giáo hạng bét. Dạy một môn học bá láp. Đồ cái thứ triết lý duy tâm không tưởng. Cậu tưởng là ghê lắm phải không? Cái thứ triết lý trên trời trên mây đó chỉ để cho bọn ăn không ngồi rồi, bọn trà dư tửu hậu, bọn no cơm rửng mỡ, bọn làm đầy tớ phục vụ đế quốc tư bản đọc..."

Dụi điếu thuốc hút dở xuống cái gạt tàn. Mười Tân ngừng nói, rút một điếu khác châm lửa. Tôi thấy ông nhìn tôi cái nhìn dò xét.

"Cậu có biết cái câu ngưu tầm ngưu mã tầm mã không? Tại sao chưa lần nào gặp Nguyễn Giang mà tôi thấy có mặt cậu cả vậy? Trước giải phóng là bạn thân mà, đúng không?"

"Dạ... không."

Tôi ngập ngừng. Thật ra tôi không biết có thể nói Nguyễn Giang là bạn thân hay bạn sơ. Anh ấy là một trong những nhạc sĩ mà tôi ưa thích nhất. Chúng tôi quen biết nhau khá lâu, nhưng đi lại với nhau không phải là nhiều. Tôi phục anh. Ngôn ngữ trong âm nhạc Nguyễn Giang gần gũi với chúng tôi, với cả một thế hệ chúng tôi. Cùng lứa tuổi, Giang lớn lên ở Huế, tôi sinh trưởng ở Nha Trang. Chúng tôi gặp nhau, quen nhau ở Saigon.

Âm nhạc của anh làm tôi nhức nhối. Nó luôn luôn làm tươi lại những bông hoa tình yêu đầu tiên của một đời người. Những ngày tháng yêu Quỳnh, tôi vẫn để băng nhạc anh tặng trên máy nghe ở đầu giường. *Ngày Chủ Nhật buồn, nằm trên căn gác đìu hiu...* Tôi đã là như vậy khi ly dị với "người đàn bà trong căn nhà có cây trứng cá", sau đó đi thuê một căn gác nhỏ trong Cư Xá Đô Thành. Những ngày Chủ Nhật buồn, đầy dẫy trong tôi thời gian đau đớn. Một buổi tối Quỳnh đến thăm tôi, cãi nhau về chuyện giữa tôi và Uyên, cô giận dữ bỏ về lúc nửa đêm, âm nhạc của Giang cũng đầy trong đầu tôi. Tôi lo sợ tình yêu ấy sẽ tan mất. *Từ lúc đưa em về là biết xa nghìn trùng.* Tôi rất yêu những ca khúc của Nguyễn Giang, nhưng có lẽ tôi chưa là bạn thân của anh. Và tôi nghĩ là anh cũng chẳng thân tôi. Có lẽ cái cơ hội để chúng tôi gần nhau khá hiếm hoi, nên sợi giây bạn bè không đủ siết chúng tôi lại gần nhau. Vả lại tôi chỉ là một thứ người vô danh trong xã hội đầy danh vọng kia, tôi có gì để đến với anh. Tôi chơi với Nguyễn Giang qua các bạn Đình, Nhật, Phùng, Tâm của tôi. Chúng nó viết văn làm báo. Chính tác phẩm của đứa này kéo đứa kia đến gần với mình và ngược lại. Một lần, theo các bạn Nhật, Tâm, Phùng, Đình để dự buổi ra mắt sách của một nhà văn nữ, tôi gặp lại Nguyễn Giang. Đó là thời gian cuộc chiến Việt Nam đang ở cao điểm, và hôm đó Nguyễn Giang đã hát một ca khúc làm tôi thật sự rung động.

"Đại bác đêm đêm vọng về thành phố

Người phu quét đường dừng chổi đứng nghe."

...

Giọng anh khàn và đục, anh không phải là ca sĩ nhà nghề, nhưng tiếng hát của anh diễn tả ngôn ngữ âm nhạc của chính anh viết ra có một sức thuyết phục kỳ diệu. Nó khác với những lần nghe nữ ca sĩ Mai Khanh hát nhạc anh. Tiếng ca ma túy của chị lôi cuốn người nghe theo một cách khác. Nhưng giờ đây, sau tháng Tư Bảy Lăm, người nữ ca sĩ ấy đã ra đi. Ngày đầu tiên Saigon bị cưỡng chiếm tôi nghe tiếng hát Nối Vòng Tay Lớn của Nguyễn Giang trên đài phát thanh Saigon. Và mấy năm sau tôi nghe những ca khúc mới của anh. *Em ra đi, nơi này vẫn thế.* Có phải là một lời nhắn nhủ Mai Khanh rằng Saigon vẫn như xưa hay tâm hồn anh vẫn không có gì thay đổi, dù vật đã đổi, sao đã dời. Tôi không tin rằng *nơi này* vẫn thế. Tôi nhìn thấy mọi vật hoàn toàn đảo ngược. Tôi không phải là một người bị đe dọa mạng sống như các bạn tôi, tôi cũng không phải là những người có tài sản bỗng một sớm một chiều trắng tay, tiêu tan sự nghiệp, tôi cũng không phải là người mà hôm qua tràn ngập danh vọng nay bị đẩy xuống đáy thứ dân. Tôi chỉ là một tên dạy học quèn, sống ở một căn nhà quá nhỏ đâu mặt với những căn nhà cũng quá nhỏ khác trong một con hẻm ngập nước cống, rất gần với một nghĩa địa chen chúc những túp lều của đám người nghèo nhất của một thành phố có bốn triệu dân. Có lẽ những con người nghèo khổ cùng cực kia có quyền nói câu Em ra đi nơi này vẫn thế hơn là Giang, tôi nghĩ vậy.

"Sao Giang nói với tôi là cậu thân với Giang?"

"Dạ, mà phải!" Tôi ngập ngừng, "Nhưng lâu rồi không gặp."

"Ngày nào Giang không có mặt ở Hội Văn Nghệ..." Mười Tân ngừng lại, bập một hơi thuốc, tiếp, "Vậy chớ những ngày trước khi vượt biên bị bắt làm gì, ở đâu?"

Mười Tân hỏi giọng gay gắt. Câu hỏi đó nghe quen, tôi trả lời không khó:

"Dạ, vẫn lái xe ủi đất ở công trường dưới Minh Hải."

"Lái xe ủi đất? Cậu làm cái nghề này từ hồi nào vậy? Sao con Quỳnh nó không cho tôi biết?"

"Lâu rồi anh. Khi được giấy cho phép nghỉ dạy là chuyển ngành ngay."

"Cậu có biết là tôi có đủ quyền hạn để cho cậu ngồi tù rục xương không?"

Tôi không trả lời.

Tôi biết điều đó.

Tôi thấy mình chưa đến nỗi rục xương lúc này, nhưng biết bao nhiêu người quanh tôi xương cốt đang bắt đầu mục rã. Người ta có cảm tưởng như cánh cửa nhà lao của chế độ mới chỉ rộng mở để đón người vào chứ không phải hé mở để cho người ra. Nhà giam của chế độ cộng sản là một nơi để người ta bỏ quên những sinh vật mà xã hội của những người tự xưng là "làm cách mạng" không muốn nhớ tới.

"Sáu Phận! Sáu Phận đâu!"

Sau cùng tôi nghe tiếng Mười Tân kêu lên hối hả.

"Thôi, tôi phải đi đây!"

Ông không chờ Sáu Phận đến. Ông bước ra cửa đúng lúc tôi nghe tiếng chân chạy ngược lại.

Mùi khói thuốc của Mười Tân khét nghẹt. Và tôi vẫn ngồi yên trên ghế.

Tôi không biết mình chờ đợi gì.

CHƯƠNG MƯỜI SÁU

Suốt một tuần sau bữa gặp Mười Tân, tôi thấy mình không còn chút hi vọng chi ngày ra tù. Tôi mất ăn mất ngủ. Tôi thấy lại cái hình ảnh Tư Long trong đêm đầu tiên đến nhà giam sai khi tôi đã bị Sáu Phận đẩy vào nhốt chung trong căn xà lim nhỏ xíu. Cha Minh nằm cạnh tôi nhắc chừng tôi phải ăn uống.

"Ai mà chẳng có lúc bị ngã, vấn đề là có biết đứng dậy để đi tiếp hay không?"

Cha làm tôi nhớ tới linh mục Alexis Cras. Cha không bao giờ nói chuyện đạo với tôi. Cha cũng chẳng hỏi tôi đạo gì. Đưa tay chỉ cho tôi thấy một người tù đang đứng bên lu nước, Cha nói nhìn kỹ coi có gì lạ không. Tôi quan sát người cùng cảnh ngộ và thấy không có chi lạ. Đó là một người đàn ông đã lớn tuổi chừng năm lăm sáu mươi. Đầu hói, mắt xếch, mặt ngạnh, trán dồ, cặp môi xệ, gầy gò xanh xao, hậu quả của sự thiếu ăn như mọi người tù khác. Ông ta đang vịn tay lên lu nước, mắt ngó chăm vào trong lu như thể đang tìm kiếm một thứ gì bị mất trong đó. Tôi nhìn lại cha Minh.

"Ông Ba đó!"

"Thưa Cha, ông đó là ai?"

"Ông Ba Trương Phi."

"Sao lại Ba Trương Phi?" Tôi hỏi lại cha, ngạc nhiên đến quên mất lời thưa gửi.

"Ổng là cán bộ hưu trí nhưng bị chính quyền cách mạng buộc tội quản quốc, cấu kết với tình báo CIA chống nhân dân, chống đảng. Trong tù người ta đồn như vậy."

Ông Ba Trương Phi, cha Minh kể, theo kháng chiến đánh Tây rồi sau đó đi tập kết ra Bắc. Năm Sáu Hai, vượt Trường Sơn vào Nam, chiếm đấu ở miền Đông cho đến ngày Saigon thất thủ. Năm Bảy Lăm, ông Ba Trương Phi về làng cũ ở Long Điền thì cả nhà ông không còn một ai sống sót! Ba Trương Phi không phải là tên của ông mà là tên của vợ ông. Bà tên thật là Ngô Thị Ba. Bà này cũng đi kháng chiến làm tới trung đội trưởng. Bà Ba cắt tóc cao, người to lớn, ăn mặc quần áo đàn ông con trai, nói to tiếng, bất bình chuyện gì thì kêu rầm trời lên nên người ta gọi là Ba Trương Phi. Ông Ba Trương Phi này tên thật là gì trong tù không ai biết. Ổng nói ổng đào ngũ khi mang lon đại úy bộ đội để nuôi bà Ba Trương Phi vì bà bị đau thần kinh sau khi bị thương ở đầu trong một trận đánh. Dưới mắt chính quyền "cách mạng" ông Ba Trương Phi là một tên đào ngũ, xách động, sống bất hợp pháp. Hai vợ chồng mặc dù công lao hãn mã không được cấp một cục đất chọi chim nói chi đất làm ruộng. Ông Ba Trương Phi bất mãn và khinh thường cái đám đang cầm quyền trong xã. Bao nhiêu công lao kháng chiến của ông và bà, ông sổ toẹt. Ổng nói tao là thằng đánh giặc mướn ở miền Đông chớ không có kháng chiến kháng cháo con mẹ gì hết, chẳng có công lao công láo cái con c... gì hết. Cái thái độ đó của một người đã từng một thời đổ xương máu cho một chủ nghĩa mà ông cho là phục vụ nhân dân phục vụ con người, nay bị bỏ bê và bị buộc tội chống chính quyền địa phương chỉ vì không chịu đóng thuế nông nghiệp làm cho bọn cầm quyền mới ngứa mắt. Ba Trương Phi là người cầm đầu đám nông dân biểu tình kéo rốc lên Saigon gây chấn động cả nước. "Có chết thì chết tao chống cho tới cùng!" Ba Trương Phi thường nói như vậy...

Cha Minh ngừng kể:

"Thấy chưa, đến như tên Ba Trương Phi này mà còn tù tội, nói chi anh và tôi, những người không có một chút công lao cho chủ nghĩa chế độ này. Nhưng mà," cha Minh ngập ngừng "phải lạc quan mà sống. Đừng để cho chúng hành hạ mình, đừng để chúng thấy mình suy sụp. Chúa ở cùng chúng ta!"

Tôi không biết nói gì với Cha.

Nhìn Ba Trương Phi tôi nhớ Tư Long và càng nhớ Tư Long tôi càng nhớ Mười Tân. Thiệt là kỳ lạ, cứ cái gì người ta càng cố quên thì lại càng bị bắt nhớ. Tôi không muốn giữ trong đầu tôi cái hình ảnh Mười Tân chút nào. Đối với tôi, những ngày tháng qua đã quá chật chội trong jý ức tôi. Tôi đã sống được với một người con gái mà tôi vẫn nghĩ là tôi yêu cô ta và cô ta cũng yêu tôi. Cô đã cho tôi một đứa con. Nhưng cô cũng đưa đến cho tôi một người bà con "khủng khiếp". Ai nói với tôi ông Mười Tân là lá chắn che cho tôi khỏi tù tội? Ai nói với tôi rằng Mười Tân là thần hộ mạng đưa cho tôi ra khỏi những cơn nguy biến của chế độ mới? Chủ nghĩa mà Mười Tân theo đuổi, tranh đấu, đổ máu để mà xây dựng, chắc chắn Mười Tân sẽ không bao giờ để yên cho ai làm hư nó, chống lại nó. Mười Tân lên án tôn giáo. Mười Tân đang tôn thờ một tôn giáo khác. Cứ cầu nguyện đi Phật Chúa có đem gạo đến không? Phải lao động thì mới có vinh quang. Nhưng Mười Tân cũng đưa ra một thứ giáo điều mới: kinh thánh Mác Lê Nin. Chống lại một giáo điều bằng cách đưa ra một giáo điều khác, Mười Tân có biết rằng ông đang đi trong vòng tròn hay không?

"Có người tìm cậu kìa!" Cha Minh vỗ vai tôi.

Tôi ngước mắt nhìn lên, Nhị Hà đang đi về phía tôi. Hôm nay cô ta lạ hẳn.

Cô không mặc quần áo công an, cũng không mặc thường phục kiểu Hà Nội nửa nạc nửa mỡ, mà hôm đầu tiên khi bước vào lớp học sau ngày mất Saigon tôi đã nhìn thấy. Nhị Hà rất thiếu nữ Saigon. Quần Jean, áo thun có vẽ chữ "I Love NY", đi giày thể thao hiệu Nike, Nhị Hà giống như một cô gái Saigon chính cống.

"Chào thầy" Nhị Hà mở lời, "Em mang tin vui cho thầy."

Tôi nhìn chăm vào mắt Nhị Hà. Tôi không đoán ra cô mang tin gì cho tôi. Quỳnh sẽ đến thăm tôi? Tôi sẽ nhận được quà thăm nuôi? Hay tôi sẽ được đưa đi công trường? Ở trong tù Kiên Giang này, người nào "được" gọi đi công trường lao động được coi như hên vì cực nhưng chắc chắn sẽ có ngày được thả ra, còn cứ ở đây ngày hai bữa cơm nước thơ thẩn qua lại thì "còn lâu" mới thấy cuộc đời.

Tôi đứng dậy, nóng lòng nghe Nhị Hà nói tiếp, nhưng cô chỉ nhìn tôi.

"Mời thầy."

Và cô quay đi.

Tôi bước theo Nhị Hà, đi ngang qua giếng nước, chỗ rửa chén, rửa mặt, băng qua chiếc cổng hẹp, nằm dưới chiếc chòi canh lởm chởm mẻ chai và kẽm gai.

Cô dừng chân ở cửa vào căn phòng chấp pháp mà người tù nào cũng bị gọi lên "làm việc".

"Thầy sẽ không *được* đi công trường đâu!" Nhị Hà nói, "em muốn cho thầy biết trước là đợt trả tự do kỳ này có tên thầy."

Tôi ngỡ ngàng, không tin lời nói của Nhị Hà. Tôi sợ mình nghe lộn. Tôi muốn hỏi lại cho chắc, nhưng tôi tự nghĩ tại sao phải làm vậy?

"Chỉ còn một tiếng đồng hồ nữa thôi, đợt điểm danh ba mươi người trước bữa ăn trưa là trả tự do chứ không phải gọi đi công trường. Chúc thầy trở lại cuộc sống bình thường." Nhị Hà ngập ngừng, "em nghĩ là đồng chí Mười Tân có tiếng nói trong vấn đề này. Chào thầy!"

Nhị Hà quay mặt về phía chiếc cổng hẹp.

"Cám ơn!"

Tôi lúng túng, mừng rỡ, bỡ ngỡ.

Tôi đi thật chậm. Bờ tường lởm chởm mẻ chai. Người lính gác trên chòi canh. Giếng nước bên tay trái, nhà bếp bên tay phải. Buổi sáng trong nhà tù không có chút dấu hiệu gì sẽ có đợt thả tù. Cái không khí "được" đưa đi lao động dưới U Minh hay chuyển trại, ra trại... bao giờ cũng ồn ào trước đó cả buổi. Tin tức loại này thường lộ trước. Sáu Phận hoặc tên "tù cò mồi" thường mang tin về báo sớm. Và mọi người lục đục thu xếp các thứ linh tinh. Hoặc xe nổ máy trước cổng nhà giam bóp còi inh ỏi. Lần này tuyệt nhiên không có gì. Mọi sự êm ả và lặng lẽ. Nhà bếp đã chuẩn bị phát cơm. Mọi người ơi ới gọi nhau chia thức ăn.

Tôi trở lại chỗ của tôi bên mương nước. Cha Minh vẫn còn ngồi dựa lưng vào tường.

"Anh được thả phải không?"

Cha hỏi tôi một câu cũng đột ngột như câu Nhị Hà đã nói với tôi trước đây mấy phút.

"Thưa cha..." Tôi ngập ngừng.

"Thằng Bình mới kiếm anh. Nó cho tôi biết."

"Nhưng tại sao tên Bình?" Tôi thật bối rối lòng dạ.

"Như vậy là anh phải tốn tiền với nó và Sáu Phận rồi! Chắc chị ở nhà chạy chọt dữ lắm!"

Tôi ngồi xuống bên cha Minh. Tôi dựa lưng vào tường. Một giờ nữa. Sáu mươi phút nữa. Thời gian đối với tôi lúc này sao dài dàng dặc. Tôi muốn có chiếc đồng hồ để nhìn cây kim kéo thời gian chạy. Không có đồng hồ, tôi có cảm tưởng mọi thứ mọi điều đang bị đóng băng, ù lì.

"Cha có nhớ rõ tên Bình đó nói như thế nào không?" Tôi vẫn nghi ngờ tai tôi.

"Nó nói anh đã có lệnh tạm tha."

"Thưa cha,... nhưng mà hắn có nói bao giờ thì tha không?"

"Nội trong ngày nay thôi. Nó biểu anh sửa soạn đồ đạc ngay bây giờ là vừa."

Đồ đạc? Tôi có đồ đạc gì đâu. Một chiếc chiếu sẽ trả lại cho nhà giam. Chiếc màn do người tù được thả đợt trước tặng, nay tôi sẽ tặng lại cho người khác. Cái chén, đôi đũa để cho nhà bếp. Tôi không còn giày dép. Quần áo tôi tuy có giặt giũ nhưng bẩn vì thiếu xà phòng. Tôi nhớ Quỳnh. Nhớ chiếc răng khểnh, đôi mắt lớn, chân mày xếch, nụ cười đầy quyến rũ. Tôi nghe tiếng con tôi khóc đói sữa. Tôi thấy lại căn nhà của tôi trong ngõ hẻm khu Mã Lạng, nước cống ngập tràn, mùi hôi nồng nặc. Tôi ngửi thấy mùi lựu đạn cay ngày nào ở quán nước Givral trước tòa nhà Quốc Hội, khi tôi và Quỳnh quen nhau, yêu nhau. Tôi nhớ các bạn tôi hiện giờ đang ngồi tù ở những nơi khác trong một

218 BỤI VÀ RÁC

đất nước quần đảo ngục tù. Lộc rất tây, rất parisien, không biết bây giờ sống chết ra sao. Còn Ký, thi sĩ say sưa, có một đời sống rất là thơ hơn cả những câu thơ do anh sáng tác, liệu anh phải sống cách nào trong lao tù? Nhật đã bị đưa ra Bắc, nhưng chúng tôi thỉnh thoảng vẫn được nghe tin tức về anh. Cha Nhật là một cán bộ cao cấp đã đến tận nơi thăm anh, khuyên anh viết bài phản tỉnh về những cuốn sách của mình, trước khi ông có thể dùng quyền thế của mình cứu anh, nhưng Nhật khăng khăng một mực từ chối. Anh nói anh đã thành thật khi viết những điều anh suy nghĩ, anh thấy những điều ấy cho đến nay chưa sai, vậy thì việc gì mà phải phản tỉnh. Người ta cũng kể là Nhật nói anh yêu cha anh, nhưng điều đó không có nghĩa là anh phản bội lại sự thật. Sự thật đó là nhân cách của người trí thức. Tôi không gặp lại Đình kể từ sau cái ngày mất Saigon. Tuy vậy tôi có nghe một ca khúc của anh mới sáng tác có nội dung về một thành phố bị mất tên. Anh viết văn nhẹ nhàng, nói năng cay độc, nhưng âm nhạc anh sao buồn khủng khiếp. Một người tù trẻ tối hôm qua vừa mới hát cho tôi nghe. Phùng đã vượt biên đường bộ băng qua Cam Bốt, đến Thái Lan. Nghĩa đã đến Mã Lai. Còn Bùi Giáng? Nhà thơ của chúng tôi vẫn bình thường một cách rất bình thường. Trước ngày đi Rạch Sỏi, tôi còn gặp anh trên đường Bùi Thị Xuân, quần jean trùm đầu, ba lô đầy màu sắc, quần áo mền gối vá chằm vá đụp, giày rách há mõm, gậy trúc cầm tay như một vị "cái bang" lạc lõng giữa những trang sách Kim Dung. Tôi đã đi quanh những nơi tôi từng đến. Ngôi nhà ông Phan nơi tôi đã quen Uyên, cái sắc đẹp chát chúa của một thứ tiểu thư vừa mới lớn, ngôi nhà ấy nay đã có một cán bộ cao cấp từ chiến khu về chiếm cứ. Tôi đã trở lại quán Cái Chùa tìm kiếm những người bạn cũ. Không một ai. Có chăng là một vài người quen cũ nay vừa ra mặt là nhà cách mạng đã hoạt động nội thành từ lâu. "Cái thằng vô thưởng vô phạt!" Nhiều người trong bọn họ đã nói với tôi như thế. Tướng tá, công chức cao cấp hay nhà văn nhà báo mới là "đối tượng" chớ còn thứ thầy giáo quèn như thằng này thì giờ đâu mà bận tâm! Có lúc tôi cũng đã nghe phong phanh như vậy về tôi. Kìa là cậu Sơn, luật sư tòa thượng thẩm Saigon, bạn của Tuấn-phở, nay mang quân hàm Trung úy cách mạng. Nọ là cậu Thảo, dạy Anh văn ở Tân Việt, đang đóng lon Thiếu tá cách mạng. Anh nhà báo nổi tiếng xì phé một cây, mà trước Bảy Lăm có lần Đình nói với tôi là tên này viết văn có đường lắm, vừa làm việc trong một tờ báo của chế độ mới ban ngày, ban đêm đạp xích lô nói khích với khách chửi rủa cách mạng, nếu khách vô tình nói theo, thì anh ta chở ngay vào đồn công an. Thế thì tôi biết phải làm sao? Tôi nói với ai, câu gì. Tôi phải có thái độ ra sao trước thời thế đang đổi thay. Tôi biết mình đâu phải con kỳ nhông, cứ thay đổi màu da tùy theo nơi nó ẩn nấp. Ở tù thế mà hay. Tôi biết mình đang ở đâu, và đang nói chuyện với ai. Ở mà không. Trong tù cũng có "đặc tình" nữa chớ. Tư Long đã dạy tôi bài học đó. Tù cò mồi như tay Bình chắc không hiếm...

Nhưng mà tôi sẽ được về. Tất nhiên. Tại sao? Tôi là người may mắn hay chẳng qua chỉ là vì tôi được Mười Tân can thiệp như suy nghĩ của Nhị Hà? Hay là Sáu Phận đã làm công việc này chỉ vì hắn đã móc nối được với Quỳnh để lấy vàng? Tôi không biết.

"Thưa Cha!..." Tôi ngập ngừng nói mắt nhìn thẳng vào mặt cha Minh. "Cha có tin là con được thả hay không?"

"Tôi không biết. Nhưng theo kinh nghiệm thì lần nào sắp có trả tự do, tôi cũng đều thấy xôn xao cả buổi. Mà bữa nay thì không thấy gì?"

"Vậy thì theo Cha chắc là tin đồn không thật?"

"Tôi không biết. Nhưng mà để coi, thằng Bình nó nói với tôi rõ ràng là anh sẽ được thả mà!"

Bất thình lình tôi nghe tiếng kẻng ầm lên.

"Tất cả ra sân tập họp!" Tiếng Sáu Phận vang vang trên máy phóng thanh.

Mọi người không ai nói ai dồn hết ra giữa sân. Tôi đỡ cha Minh dậy. Chúng tôi bước theo chân đám tù.

"Tổ cha nó chứ tập với hợp. Tập hợp cái mả mẹ tụi bây!"

Người tù chửi thề đi phía sau lưng tôi. Tôi quay lại và thấy Ba Trương Phi. Ông ta đi chậm, giọng nói oang oang khiến cả đám tù phải quay mặt lại.

"Vào hàng, trật tự!"

Vẫn tiếng Sáu Phận ở máy phóng thanh.

Một người tù đi ngược dòng, choàng tay quanh cổ tôi. Sự thân mật của Bình-cò-mồi làm tôi sợ.

"Anh thấy chưa? Tôi nói mà! Hôm nay anh được ra. Đừng quên!"

Chỉ mấy phút cả sân trại đã đâu vào đấy. Đám tù ngồi chồm hổm, vuông vức. Sáu Phận vác loa phóng thanh chạy "pin" đứng trước hàng tù. Tôi không thấy Nhị Hà.

"Do lượng khoan hồng của Đảng và Nhà Nước và căn cứ vào thái độ học tập tốt, lao động tốt của các anh (?) tôi xin đọc danh sách những người được lệnh tạm tha kể từ hôm nay. Nên nhớ, sau khi trở về nguyên quán, phải trình diện công an địa phương và phải quyết tâm làm ăn đàng hoàng, ra công đóng góp xây dựng xã hội xã hội chủ nghĩa..."

Sáu Phận nói dài dòng, như thuộc lòng từ một trang sách chính trị nào của nhà trường cách mạng.

"Tổ cha cái đồ nói dóc!" Ba Trương Phi nói, giọng khá lớn.

"Im lặng! Trật tự!"

Sáu Phận ngừng nói, mắt ngó chăm xuống chỗ Ba Trương Phi.

"Im lặng cái mả mẹ nó. Nói chừng đó đủ rồi!" Ba Trương Phi vẫn tiếp tục chửi rủa.

Sáu Phận thõng tay cầm loa xuống. Hắn bước vào căn phòng dành cho cán bộ coi tù. Liền đó, hai tên cai tù theo Sáu Phận bước ra. Sáu Phận đứng vào chỗ cũ. Hai tên kia đi thẳng xuống chỗ ngồi của Ba Trương Phi. Mọi con mắt đều dồn theo bước chân của hai tên coi tù. Ba Trương Phi không ngồi trong hàng. Tôi thấy ông đứng thẳng dậy, bước ra khỏi hàng đến thẳng trước mặt hai tên coi tù. Hai tay ông đưa ra trước như một người mộng du.

"Tụi bây muốn gì? Nè, tay đây, trói thì cứ trói, đừng nhiều lời!"

Một tên bất ngờ chụp cổ ông bẻ ngoặt hai tay Ba Trương Phi ra sau, tên kia nhanh như chớp thọc một khúc cây tròn và ngắn qua nách ông, kéo một sợi dây – đã cột sẵn ở hai đầu khúc cây – tròng vào cổ Ba Trương Phi quấn lại một vòng. Không ai nghe thấy Ba Trương Phi nói thêm một lời. Hai cườm tay ông liền đó đã bị còng. Ông bị đẩy đi về phía trái, nơi dẫy xà lim dành cho những người biệt giam kiểu Tư Long.

Sự việc xảy ra trong khoảnh khắc tưởng chừng như một giấc mơ. Tôi nhìn cha Minh. Cha không nhìn tôi. Tôi thấy khuôn mặt Cha ngó thẳng về phía trước. Nhìn nghiêng mới biết mũi cha hơi gẫy, môi mỏng và yết hầu lớn. Cha Minh có quá khứ thế nào tôi không được rõ. Mà thật tình thì tôi cũng không muốn tìm hiểu. Tôi, với ngay bản thân tôi, mà tôi còn thờ ơ thì nói chi đến người khác. Tôi ngước mắt lên trời. Buổi sáng, trời xanh lơ. Gió thổi mát. Tôi nghe tiếng cười ồ của những người tù giữa tiếng xướng danh của Sáu Phận. Tôi ngó ra sau lưng, thấy Bình tù-cò-mồi đang ra dấu chỉ ngón trỏ về phía Sáu Phận. Y có nụ cười cầu tài.

"Sắp đến tên anh rồi!" Y nói như người đã được đọc danh sách.

Tôi thèm khát biết bao nhiêu cái màu xanh trên bầu trời bên kia song sắt. Tôi sẽ nhảy cỡn lên, sẽ đi bằng những sải chân dài, sẽ chạy thật nhanh ra khỏi cánh cửa kia, sẽ bay lên những vòm cây, sẽ đậu trên mui chất đầy đồ đạc của chiếc xe đò ọc ạch chạy trên quốc lộ bốn... Tôi mặc xác cái tên Bình tù-cò-mồi, tôi thây kệ Sáu Phận, Nhị Hà. Nhưng mà tôi sẽ phải làm sao với Tư Long, Ba Trương Phi...? Có phải cứ để họ trả cho xong món nợ máu và xương, và những cuộc đời bình thường mà họ đã lấy đi trước khi họ thong thả bước từng bước bên những bụi hoa buổi sáng để nghe ngóng mùi hương của những đóa hoa. Tôi thấy trước mặt tôi là cha Minh, là Kiệt, là Nhật, là Tâm, là Ký, là Lộc, là Phùng là những con người đang chia sẻ cái số phận tù đày... Nhưng mà, tôi giật mình tự hỏi tôi sẽ bay đi đâu, về đâu trên cái đất nước này, bên ngoài cái song sắt kia? Sáu Phận ở đây. Mười Tân ngoài kia. Một nơi mình yên chí là mình đang bị tù, còn một nơi mình tưởng là mình đang tự do. Có khác nhau chăng là cái bề rộng của không gian ở mỗi nơi. Quỳnh? Trời ơi, tôi nhớ biết bao nhiêu khuôn mặt của em. Cái trán vồ kiêu hãnh. Nụ cười quyến rũ với chiếc răng khểnh. Tôi nhớ tiếng khóc của con tôi trong nôi. Làm sao tôi quên được căn nhà trong ngõ hẻm khu Mã Lạng?

"Trần Lâm Thăng! Trần Lâm Thăng!"

Tôi nghe vai đau nhói. Bình vừa đập vào vai tôi vừa giục:

"Lên nhận lệnh tạm tha đi kìa!"

Như một cái máy, tôi đứng dậy bước ra khỏi hàng, đi thẳng lên trước mặt Sáu Phận.

"Tên gì?" Sáu Phận hỏi.

"Trần Lâm Thăng!"

"Địa chỉ?"

"Địa chỉ?" Tôi hỏi lại.

"Phải, đọc địa chỉ nhà anh coi có đúng không?"

Tôi đọc số nhà và tên con đường. Sáu Phận nhìn vào tờ giấy.

"Đây là lệnh tạm tha của anh. Xếp hàng bên tay trái tôi. Chờ người hướng dẫn ra cổng."

Sáu Phận đưa cho tôi một miếng giấy mỏng lét màu vàng xỉn như màu rơm bị nước mưa. "Lệnh tạm tha". Tôi thấy tên tôi, nhưng không thấy ghi tội trạng. Tôi bước đến chỗ đám tù may mắn như tôi. Tất cả ngồi quay mặt về phía những người đang còn chờ nghe tên mình. Tôi thấy cha Minh ở gần cuối hàng. Mái tóc cha bạc trắng. Bình cò mồi đưa cao tay vẫy vẫy.

CHƯƠNG MƯỜI BẢY

Đến tối mịt tôi mới về tới nhà. Trong túi không còn một xu, tôi vừa đi vừa chạy. Bầu trời không một ánh sao. Con đường từ bến xe về nhà không xa, nhưng sao tôi đi hoài không đến. Tôi tưởng ở đầu hẻm anh Sáu vẫn còn ngồi với ngọn đèn leo lét trên lề chờ sửa xe đạp. Thằng út con của anh, bụng ỏng da chì đang chạy lòng vòng. Mấy chiếc xích lô đang đậu quanh trước rạp hát Quốc Thanh. Những hàng chè, cháo, thuốc lá lẻ... hiện lên dưới mấy ngọn đèn hột vịt hay những cọng nhang. Và bên trong phòng vé rạp hát ánh đèn điện sáng cho thấy tên vở diễn buổi tối.

Tôi tưởng... nhưng mà, không. Rạp Quốc Thanh đây rồi: Cửa sắt đóng im ỉm, tối om. Quán cà phê, sòng bi da..., có chút ánh đèn nhưng không bóng người. Không một chiếc xích lô ghếch càng đợi khách. Anh Sáu bên trong khu nghĩa địa không ngồi ở đầu hẻm. Cả khu Mã Lạng cũng chìm trong bóng đêm.

Tôi thò tay vào bên trong cánh cửa sắt nhỏ, kéo chốt. Tôi bước lên thềm hành lang cao – chính tôi đã mua xi măng và gạch về xây nó cao lên để chận nước từ ống cống chảy vào nhà mùa mưa – tôi lắng tai nghe ngóng. Bên trong nhà không có ánh sáng. Tôi vặn nắm cửa. Cửa đã khóa chặt. Tôi gõ, lúc đầu nhỏ, về sau tôi đập thật mạnh. Nhưng vẫn không thấy động tịnh gì. Không, chắc chắn là Quỳnh không có nhà. Không một ai trong căn nhà tôi. Tôi mệt mỏi, hụt hơi. Tôi ngồi bệt xuống đất, tựa lưng vào cửa. Tôi nghe tiếng lách cách của những căn nhà bên cạnh. Bác Tốt phía trước. Nhà anh chị Bằng kế bên. Nhà ông bà Ngô, nằm chéo bên phải... Tôi nóng lòng muốn biết Quỳnh đi đâu. Nhưng tôi không vội. Có thể Quỳnh đi loanh quanh gần đây, chưa về kịp. Tôi ngước mắt nhìn lên bờ tường cao, nơi Quỳnh vẫn để những chậu hoa vui mắt. Buổi tối đứng bên cửa sổ nhìn trời, tôi vẫn thường được ngửi mùi hoa dạ lý thơm ngát. Nhưng bây giờ tôi có cảm tưởng những cay hoa đã chết khô trong chậu không người tưới.

Tôi cảm thấy lạnh. Tôi thèm được bước qua cánh cửa này. Tôi thấy chiếc giường kê sát cửa sổ ngó ra sân trước, mà sau đó khi Quỳnh về sống chung đã chuyển qua một bên nhường chỗ cho chiếc bàn ăn. Tôi nhớ chiếc ghế sopha ở phòng khách bị rách lớp vải ở mặt sau, tủ sách đã dọn gần trống trơn một năm sau khi Saigon mất. Tôi thấy cái máng xối bằng thiếc bị bể nước trút ào ạt xuống mặt sàn gỗ căn gác sau, nơi chứa những thứ đồ vật không dùng đến... Không, chắc Quỳnh đi đâu đó, sắp về. Tôi phải kiên nhẫn chờ.

Tôi đã ngồi như vậy lâu đến chừng nào, tôi không nhớ. Tôi nghe tiếng muỗi kêu bên tai. Cái còn lại là sự lặng im. Cả một thành phố trên bốn triệu con người đột nhiên như bị cơn gió độc thổi qua làm câm họng. Tôi lại áp tai vào cánh cửa – cánh cửa tôi đã cho thay khi Quỳnh dọn về căn nhà này sống với tôi – nhưng tôi vẫn không nghe thấy gì. Không có chút sự sống ở bên trong. Vắng ngắt. Lạnh tanh.

"Con ơi!" Tôi nghe tiếng kêu từ bên trong tôi. "Quỳnh ơi!"

Khi bước chân lên chiếc xe đò chật ních những người buôn gánh bán bưng Kiên Giang – Saigon, trí tưởng tượng đã vẽ cho tôi thấy cảnh Quỳnh đang cho con bú, đứa bé khóc nhoi lên vì đòi mẹ bế. Điện trong hẻm bị mất, nhưng trong phòng Quỳnh một ngọn đèn dầu lửa bóng bầu dục vẫn sáng lấp lánh ấm áp. Tôi sẽ gõ cửa rất nhẹ và khi Quỳnh biết chắc tôi đang đứng trước thềm, cô sẽ mở toang cánh cửa ra, ôm chầm lấy tôi. Và tôi sẽ lặng im đón nhận những chiếc hôn tới tấp của Quỳnh, nghe thấm ướt trên môi chất mặn của những giọt nước mắt vui mừng đoàn tụ.

Tôi sẽ ôm trong tay mình tấm thân thể nồng nàn của người đàn bà đã nuôi sống tôi, đã làm cho tôi tin tưởng rằng cả thế gian này sở dĩ tồn tại được là nhờ có cô, có khuôn mặt rực rỡ với đôi mắt màu mã não, cặp chân mày hơi xếch, nụ cười răng khểnh... Chính là người đàn bà này đã mang đến cho tôi niềm lạc quan

tin đời và yêu người. Tôi tưởng tượng Quỳnh sẽ nói
với tôi về những ngày sống trong lo âu vì chạy ngược
chạy xuôi lo cho sự tự do của tôi. Tôi sẽ bế con tôi lên
và đứa bé sẽ thôi khóc mỉm miệng cười. Quỳnh sẽ nấu
nước nóng bắt tôi tắm, sẽ lau khô những giọt nước
bám trên thân thể tôi, sẽ để sẵn trên giường bộ quần
áo đã ủi thẳng nếp. Và chúng tôi sẽ nói với nhau bao
nhiêu là chuyện. Tôi sẽ quên đi những điều thắc mắc
tại sao Quỳnh không thăm nuôi tôi, tạo sao cô có thể
ngờ nghệch đến độ không biết chồng mình sống chết
ra sao, tại sao, tại sao và tại sao... Với tôi, ra khỏi nhà
tù đã là một điều hạnh phúc, ôm Quỳnh trong tay còn
hạnh phúc hơn. Nhưng mà..., tôi bỗng nhớ tới Mười
Tân. Phải rồi, tránh được Sáu Phận, rốt cuộc tôi cũng
gặp Mười Tân, lại gặp những "ông cách mạng ba mươi
tháng Tư", lại gặp những cái nón cối u ám, những đôi
dép râu hãi hùng, những khuôn mặt lạnh tanh. Đi
trong một nhà tù nhỏ hay bơi lội trong một nhà tù
lớn, đằng nào tôi cũng là tù nhân của một chế độ mà
tôi không chọn. Nhưng mà tôi là thứ người có bao giờ
chọn lựa cái gì đâu. Có lần Mười Tân nói thứ người
như tôi giống như bóng ma chập chờn trong một
nghĩa trang những đêm tháng Bảy. Cái bóng ma ấy
chẳng làm hại được ai, nhưng chắc chắn xã hội không
cần. Ông ta nói đúng. Tôi nghĩ như vậy, nhưng ông nói
có phần quá đáng. Tôi cũng thấy sự có mặt của ông
khác tôi, nhưng là khác một cách tai hại. Dưới những
quyết định của ông, bao nhiêu người đã chết. Cái lý
tưởng mà ông theo đuổi, đã được xây trên bao nhiêu
xương máu của người khác. Có bao giờ ông nghĩ lại để
thấy rằng cuộc chiến đấu của ông thật sự mang lại cái
gì sau khi đã chôn vùi những con người có lý tưởng

khác ông... Trời ơi, tạo sao tôi phải nghĩ tới Mười Tân nhiều như vậy. Tôi giật mình thấy một cơn lạnh chạy dọc theo sống lưng tôi. Tôi nghẹn thở. "Quỳnh!" Tôi nghe tận trong tiềm thức tôi tiếng kêu thảng thốt của một người đàn ông tả tơi đang ngồi trước thềm nhà mình. Tôi muốn nằm xuống thềm xi măng lạnh lẽo và bụi bặm như một cọng rác. Tôi là một thứ rác rưới trong một xã hội bụi bặm. Tôi là một hạt bụi trong một xã hội rác rưới. Tôi rác rưới bụi bặm. Tôi bụi bặm rác rưới... Và tôi thấy mình ngã xuống, ngã xuống. Tôi mở mắt to ngó lên bầu trời cao, mỗi lúc một xa. Tôi quay mặt ngó cái đáy hun hút phía dưới mà mỗi lúc tôi mỗi lao nhanh xuống. Tôi gào to tên của Quỳnh. Tôi vùng vẫy la hét. Tôi thở hụt hơi. Tôi tìm cái gì để bám. Khuôn mặt Quỳnh hiện ra chỗ này, chỗ kia. Tôi chụp bắt, nhưng khuôn mặt ấy ẩn hiện như một bóng ma...

Tôi nghe một luồng hơi ấm chạy khắp than thể tôi. Ánh sáng chui vào hai mí mắt tôi làm tôi phải mở ra. Tôi thấy những khuôn mặt quen thuộc chụm lại ngó xuống. Hai ông bà Ngô, bác Tốt, bác Kỳ, chị Bằng, anh Sáu sửa xe đạp...

"Tỉnh rồi! Tỉnh rồi! Xoa dầu thêm nữa đi!"

Tiếng những người nói xì xào.

"Cậu Thăng! Cậu Thăng!"

Tôi nhắm mắt lại, nghe tiếng người gọi tên tôi.

Tôi mở mắt ra. Những khuôn mặt mờ mịt như bị che phủ bởi một lớp sương mù. Tôi không thấy Quỳnh. Tôi cảm giác có một bàn tay đang đặt lên trán tôi. Tôi đổi thế nằm, kéo tấm chăn lên tận cằm. Tôi chỉ muốn được yên thân một mình. Tôi nghe tiếng ông bà Ngô thì thầm. Ánh sáng vụt tắt không còn chui vào hai mí mắt tôi. Tôi nghe tiếng chân bước ra ngoài, cánh cửa phòng khép lại.

Nhưng tôi không ngủ được. Tôi nhớ Quỳnh. Trời ơi, tôi nhớ Quỳnh biết là bao nhiêu.

Tôi muốn được ôm em, chẳng phải để hỏi tại sao thế này tại sao thế kia, mà để được hỏi với em là em có làm sao không, em và con đã phải sống như thế nào trong những ngày không có tôi...

Nhưng mà kỳ quá, tại sao không ai buồn nói với tôi điều gì cả.

Tự nhiên tôi cảm thấy ngộp thở. Tôi kéo chăn xuống. Mắt tôi bắt đầu quen với bóng tối. Tôi thấy chỗ nằm tôi là chiếc giường nhỏ sát bên cửa sổ ngó sân nước. Chiếc bàn tròn loại mở ra xếp vào được đặt cạnh bếp, nơi tôi vẫn đến ăn cơm với ông bà Ngô thời gian Quỳnh đi thăm nuôi ông ngoại cháu. Chiếc tủ đựng quần áo kê sát vách làm bằng loại gỗ tạp. Cái bàn nhỏ có tấm kính bên trên để bình trà và mấy cái ly. Bộ sa lông bọc vải đã bị sờn, tủ kính để ly chén thủy tinh, bên trên thờ Phật Bà Quan Âm. Sân trước hẹp và thấp, cánh cửa sắt mới thay. Tôi nhắm mắt cũng có thể thấy rõ tất cả mọi vật trong nhà này như của nhà tôi. Bởi vì cả khu phố này được kiến trúc một kiểu như nhau, nhà nào y như nhà nấy. Cũng cái sân nhỏ vừa để đựng một chiếc xe Honda, vì tường, để vài chậu bông, bước vào là phòng khách, bên trong là phòng ngủ, sau cùng là sàn nước và nhà bếp. Hơn nữa dù có thuê hoặc sang, có xây thêm tường hay cất thêm căn gác gỗ phía sau để lấy chỗ ngủ thì cũng chỉ chừng đó không hơn không kém. Vả lại trong cả khu phố này chỉ có căn nhà ông bà Ngô là tôi tự tiện ra vào như nhà mình, còn các căn kia thì năm thì mười họa tôi mới bước vào, nói láp dáp vài câu xã giao là ra ngay.

Tôi thuộc lòng bề mặt của những căn nhà và cả những con người trong khu phố tôi. Đối với những người cùng khổ sống chen chúc trên mồ mả ở bên trong hay những người chỉ kiếm đủ ăn đủ mặc bên ngoài như chúng tôi thật ra không cách biệt là bao nhiêu. Cái khoảng cách lớn nhất mà tôi đã gặp ít ra hai lần trong đời tôi là khi tôi bước chân vào gia đình ông Lý và khi tôi sống trong ngôi biệt thự ông Phan. Với con gái ông Lý tôi làm rể của một tay cự phú, tổng giám đốc ngân hàng, chủ tịch một công ty xuất nhập cảng, các loại máy móc kỹ nghệ, có cổ phần trong hãng hàng không Việt Nam v.v... Chính ông Lý là người đầu tiên gọi tôi là người đi trên mây. Chính ông Lý đã từng nói với tôi rằng ông không cần một thằng rể làm ra tiền – cái thứ giấy lộn ấy tao có thể đốt cháy cả cái xứ này mà trong kho cũng chưa cạn nữa - vả lại nếu chẳng may mà cậu có làm ra tiền thì lương tháng nhiều lắm cũng chỉ đủ trả một chầu rượu cho tao ở Caravelle là cùng.

Với cô Uyên, tôi bước vào thế giới quyền lực của ông Phan. Mỗi lời nói của ông có thể đưa một người từ cõi sống vào cõi chết hoặc ngược lại. Mội sự can thiệp của ông có thể làm cho tay nhà buôn kia lời thêm vài chục triệu như chơi, hay trái lại làm cho đương sự tán gia bại sản trong nháy mắt. Đồng tiền trong tay ông Lý, quyền lực trong tay ông Phan, cả hai thứ đó đều đè lên đời sống của mọi người. Và hơn ai hết, ông Lý là người biết kết hợp cả hai trong tay khi ông gả đứa con gái út của ông cho con trai của một tay trung tướng cầm đầu cuộc chính biến. Chính tay này đã đóng chặn cánh cửa không cho ông Phan trở về nước sau chuyến công du. Những bữa ăn thịnh soạn - gần như ngày nào cũng tiệc tùng, xe hơi loại mới nhất, đắt tiền nhất, quần áo được đặt may ở tiệm sang nhất, nổi tiếng nhất. Những thứ vừa thấy xuất hiện ở Paris, Hồng Kông tuần trước, tuần sau nhà ông Lý đã có.

Đời sống của gia đình ông Lý hoàn toàn khác hẳn đời sống của gia đình tôi. Nếu nói tấm mề đay có mặt trái thì gia đình tôi là mặt trái đó. Nó sần sùi, nháp xỉn, trong khi cái mặt phải màu mè đẹp đẽ. Lúc đầu tôi tắm trong sự giàu có của ông Lý, tôi tưởng mình là sự giàu có ấy. Về sau tôi khám phá ra mình đã vơ vào cái không phải của mình. Cái cuộc sống hào nhoáng sao mà hời hợt. Cả cái gia đình ông Lý đã bị mục rỗng tự bao giờ. Những đứa con trai cao bồi du đãng, những đứa con gái chỉ biết có tiền. Quả thật, những đồng lương hàng ngày tôi mang về cho con gái ông Lý không đủ cho ông đãi một chầu rượu ở tiệm Admiral đường Nguyễn Văn Thinh, chớ đừng nói chi đến Caravelle cho nó xa. Tôi từng nhiều lần nhìn thấy cái cảnh mọi người trong một nhà hàng tây đứng dậy khi ông Lý bước vào. Tôi đã nhìn thấy cách ông chi tiền cho mấy anh nhà báo viết về kinh tế hoặc viết về ông.

Ông Lý mua được tất cả mọi thứ mà ông muốn, kể cả một "thằng chồng" cho con gái ông hay một "đứa con dâu" cho con trai ông. Sau cùng tôi khám phá ra mình chỉ là một món hàng, một đồ vật trang trí trong nhà ông như mọi thứ trang trí khác.

Còn ông Phan thì sao? Tôi không cách nào quên được bàn tay với những ngón mập ú rịn ướt mồ hôi khi lần đầu tôi bắt tay ông. Tuy vậy rõ ràng ông là người làm chính trị có một cuộc sống đạm bạc. Những bữa cơm gia đình với bà Phan và cô Uyên cho tôi thấy mình gần gũi hơn với nếp sống của ông bà. Tôi biết với quyền lực trong tay, ông bà Phan có thừa sức để sống cuộc sống kiểu ông Lý, nhưng ông bà đã không làm như thế. Nếu ông Lý không bao giờ đọc một cuốn sách - trừ việc đọc báo hằng ngày, mà cũng chỉ đọc những bài liên quan đến kinh tế tài chánh thôi – thì ông Phan là người đọc khá nhiều. Cái tiểu thư viện của ông không phải chỉ gồm có những cuốn chính trị và hồi ký của những nhân vật lịch sử. Tôi đã tìm thấy những tác phẩm văn học của nhiều thế kỷ được ông trân trọng sắp xếp theo thể loại của nó. Truyện của Jack London hay tiểu thuyết của Dostoievsky, Sử Ký của Tư Mã Thiên hay Đông Châu Liệt Quốc qua bản dịch của Nguyễn Đỗ Mục... Những cuốn sách ấy tôi đã thấy dấu vết của ông Phan... Nhưng... giữa hai ông, tuy có nhiều điểm dị biệt, tôi vẫn nhận ra một điều, một điều rất giống nhau khi phải trực tiếp tiếp xúc với hai con người ấy: sự soi mói của họ với người đối diện.

Chính cái quan niệm sống đầy mùi tiền bạc của ông Lý đã chuyển sang con gái ông - người đàn bà đã có với tôi những đứa con - chuyển sang một cách trung thực nhất khiến tôi bị ngộp thở phải trốn chạy. Và chính cái quan niệm quyền lực của ông Phan đã tiếp sức cho Uyên khiến cô say mê chế ngự và ra lệnh hơn là hiến dâng và phục vụ.

Chỉ có Quỳnh mới làm cho tôi tin được nơi con người sự chia sẻ và tận tụy. Quỳnh chọn tôi như chính tôi đã chọn Quỳnh.

Cô đơn thương độc mã đến với tôi. Trước mặt không có chi, sau lưng cũng chẳng có gì. Quỳnh tự lập. Tôi không tiếp xúc với người cha của Quỳnh. Tôi không rõ ông là loại người nào, kiểu ông Lý hay kiểu ông Phan. Nhưng tôi luôn luôn nghĩ rằng kiểu nào thì kiểu, Quỳnh đã đứng vững trong cuộc sống của cô. Quỳnh không phải là thứ cây mọn bám vào gốc sồi già. Quỳnh sống đời sống của mình. Và tôi hiểu tôi không thể nào sống nếu thiếu Quỳnh.

"Quỳnh!"

Bỗng nhiên tôi rùng mình sợ hãi. Tôi nhận ra tôi đang bị mất một cái gì, như cái bình dưỡng khí của người bệnh đã bị người ta rút ra, mang đi khỏi phòng hồi sinh. Những ngày trong tù tôi nhớ Quỳnh nhớ con nhưng tôi vẫn yên tâm nghĩ rằng Quỳnh vẫn còn đó, vẫn có mặt trong căn nhà ở Khu Mã Lạng nghèo nàn kia. Và tôi đã đón nhận mọi việc đến với tôi trong nhà tù như đón nhận một việc không thể không đến được. Quỳnh chẳng phải là nỗi ám ảnh của tôi bởi vì tôi đinh ninh là mình đang có Quỳnh.

Tôi bị mất tự do, nhưng tôi không phải là người cô đơn. Những chấn song sắt kia, cái căn phòng giam hôi hám này, những bữa ăn nghèo nàn thiếu thốn trăm thứ... không đè ép nổi tôi. Những người bạn tù sống khốn khổ gấp trăm lần tôi, dạy tôi bài học kiên nhẫn. Và trái tim tôi luôn luôn ấm áp vì bạn tù và vì hình ảnh Quỳnh lúc nào cũng nồng nàn trong trí nhớ tôi. Quỳnh không phải chỉ là cái phao của đời tôi. Quỳnh còn là cái mẩu ánh sáng duy nhất trong đêm tối của hồn phách tôi. Tôi ngã xuống đời Quỳnh. Cái lạnh lẽo của tôi tan trong khí hậu nhiệt đới của Quỳnh. Chính là nhờ Quỳnh, tôi khám phá ra tôi, nhận ra sự yếu đuối và cả sức mạnh của mình... Nhưng mà bây giờ đây, nằm trong căn phòng của ông bà Ngô, tôi có cái cảm giác của một người bị té sông, tay chân quờ quạng, đập đạp lia lịa vào một thứ chất lỏng không có chi bám víu. Và nước cứ tha hồ chui vào mắt, vào mũi, vào miệng tôi, đẩy tôi xuống, xuống mãi. Tôi đã mất tấm ván, cái phao để bám lấy. Cũng không còn cái ánh sáng trong đêm để tôi trông theo mà sống, mà đi. Tôi run rẩy. Tôi lo sợ hãi hùng. Cái cảm giác lạnh lẽo chạy lan khắp cơ thể tôi, kéo tôi ra khỏi trạng thái mê man thần trí. Và tôi nghe tiếng tôi hét to. Tôi không rõ là mình la cái gì.

Cửa phòng mở. Ông bà Ngô chạy vào. Ánh sáng của ngọn đèn bỗng vụt chói mắt.

"Cậu Thăng! Cậu Thăng!"

Bà Ngô ngồi xuống mép giường nắm tay tôi.

Ông Ngô đứng ngay giữa cửa.

"Cậu làm sao vậy?"

"Thưa bác, không có gì!" Tôi để yên tay tôi trong tay bà Ngô.

"Cậu thấy trong người ra sao? Có đỡ không?"

"Thưa bác, tôi khỏe. Tôi muốn hỏi thăm bác, nhà tôi..."

"Cô Quỳnh, tôi biết. Mà cậu đã khỏe chưa?"

Bà Ngô đặt tay lên trán tôi.

Bàn tay bà ấm. Dưới gọng kính lão, đôi mắt bà hiền từ.

"Anh Tư, anh lấy dùm em lá thơ của cô Quỳnh."

Bà nói với ông Ngô giọng ngọt ngào như hai người trẻ tuổi yêu nhau.

"Cô Quỳnh có để lại cho cậu một cái thơ, nói chừng nào cậu về đưa dùm. Cổ đưa nhưng mà cổ nói thêm không chắc gì cậu trở lại đâu. Cổ nói cậu đã tới đảo gì gì ở Mã Lai rồi. Suốt mấy tuần nay, cổ ẳm con sang đây khóc lóc, nói với tôi là cậu tệ bạc quá, sao ra đi mà không nói với mẹ con cổ một lời..."

Những điều bà Ngô nói làm tôi sửng sốt. Tin đồn ở đâu mà kỳ quái. Nhị Hà, Sáu Phận, rồi Mười Tân... ai cũng hé cho tôi biết là đã gặp Quỳnh, đã cho cô biết rằng tôi đang ngồi tù. Ai cũng cho tôi cái cảm tưởng là tôi được Quỳnh đứng ra chạy chọt lo lắng. Vậy nghĩa là sao?

"Cô Quỳnh nói cậu đã bỏ hai mẹ con cổ. Ở tù Rạch Giá có một tuần là cậu được thả rồi, cậu ra bến xe tình cờ gặp một cô gì ở Saigon xuống, hai người quen nhau từ hồi nào, bây giờ gặp nhau, cô ta rủ cậu, cho cậu một chỗ trên ghe, rồi đi luôn."

"Trời ơi!"

Tôi xoay người lại, bước xuống giường. Tôi thọc tay vào túi quần. Tôi đi qua đi lại. Tôi nhìn bà Ngô, rồi nhìn xuống bàn chân không giày dép của tôi. Tôi gãi tóc, gãi đầu. Tôi cắn ngón tay trỏ. Tôi đan hai bàn tay vào nhau. Tôi vòng tay trước ngực. Tôi nghe lạnh run, lạnh từ trong xương tủy lạnh ra.

"Trời ơi! Sao đến cớ sự này?"

"Mà bác Tư ơi, mẹ con nó đi đâu?"

"Cổ nói cổ cũng vượt biên, cổ đi tìm cậu, cổ hỏi cho ra lẽ, tại sao cậu đi mà không nói với mẹ con cổ một tiếng. Cổ nói cổ tin cậu, nhưng cổ không ngờ…"

"Mà hai mẹ con Quỳnh đi hồi nào Bác Tư?"

"Mới hồi sáng này chớ mấy! Đi ngõ Phan Thiết. Cổ đã đình lại ba lần rồi. Lần này cổ đi thiệt. Cổ nói chắc là cậu cũng đã đi thiệt rồi, nếu cậu chưa đi thì hoặc là cậu còn ở tù, hoặc là cậu phải về nhà. Mà tù thì nói không có tên cậu. Vậy chắc là cậu đã đi."

"Bác Tư à, bác có thể nào cho tôi mượn đỡ ít tiền."

"Chi vậy? Bộ tính đi Phan Thiết tìm mẹ con nó hả?"

"Dạ phải. Tôi muốn đi tìm mẹ con nó. Tôi lo quá!"

"Mỹ Trân!"

Ông Ngô gọi bà Tư.

"Cái thơ của cô Quỳnh em để đâu anh tìm không ra."

"Ở dưới tượng Phật Bà chớ đâu. Mà thôi, anh để em lấy cho."

Bà Ngô đứng dậy trở ra phòng khách.

Tôi phải làm sao bây giờ. Một đồng xu dính túi tôi cũng không có. Tôi cho tay vào hai túi quần trống rỗng. Tôi tìm túi áo. Tờ giấy mỏng dính xếp làm sáu. Tôi nhớ ra rồi. Mình còn có cái lệnh tạm tha. Tôi ngồi dậy, lấy tờ giấy ra, mở rộng, trải xuống mặt giường. Giấy tạm tha có ghi rõ ngày tháng, và nhà tù nào giam giữ tôi. Không biết bây giờ là mấy giờ. Tôi chợt thấy hình như căn nhà ông bà Ngô trống vắng, tịch liêu. Tôi nhận ra hai em Đạt và Vỹ không có ở nhà. Những gia đình ở Saigon trong mấy năm nay "đầy vơi vơi đầy" là lẽ thường. Một buổi sáng tinh mơ dắt díu nhau đi. Một buổi tối chập choạng dắt nhau trở về. Đôi khi gia đình chia làm hai. Chồng và con lớn đi trước, vợ và con nhỏ ở lại chờ chuyến sau. Chồng con chẳng may không đi trót bị giam, vợ ở nhà thăm nuôi, chạy chọt, lo cho chồng con ra. Rồi mót máy, vay mượn, giật gấu vá vai, lại làm một chuyến hải trình khác. Cái nhà tù nằm ở trước mặt, mặt biển, sóng gió, vực sâu nằm ở sân sau nhà tù. Đến bến bờ tự do hay là chết, mọi người không nói ra lời đều thấy đó là châm ngôn của mình. Có lẽ Đạt và Vỹ đã đi. Hay là hai em đã đi cùng với mẹ con Quỳnh?

"Thơ của cổ đây, cậu Thăng!"

Bà Ngô bước vào phòng đưa lá thơ còn trong phong bì cho tôi.

Ông Ngô đứng ở cửa:

"Cậu Thăng ăn chút gì nghen! Nhà tôi nấu cháo rồi!"

"Thưa Bác Tư!" Tôi ngập ngừng, "hai em đi chơi đâu mà giờ này chưa thấy về?"

"Hai đứa nó đi được rồi! Cả một tháng trời nay hai vợ chồng tôi ăn chay nằm đất cầu Trời khấn Phật... cháy ruột cháy gan, cậu Thăng ơi!"

"Hai em đã đi hơn một tháng rồi?"

"Phải, hơn một tháng nay. Gia đình của một người cùng đi chuyến với hai em đã nhận thơ, mà sao hai đứa nó vẫn chưa biên cho tụi tui chữ nào!"

Bà Ngô nói giọng lo lắng như sắp khóc.

Tôi cầm lá thơ của Quỳnh. Nét chữ tròn trĩnh mềm mại quen thuộc. Những chữ T, L, a và g rất đặc biệt của Quỳnh không giống chữ của bất cứ người nào. Tôi không mở vội thư. Tôi nhắc lại câu hỏi với bà Ngô:

"Bác Tư à, có thể nào bác cho tôi mượn đỡ ít tiền?"

"Bộ cậu tính đi Phan Thiết thiệt hả?"

"Dạ!..."

"Mà sao không đọc thơ đi, coi cổ nói cái gì ở trỏng!"

"Dạ!..."

"Chìa khóa nhà cậu tôi còn giữ đây. Cổ dặn tôi chừng nào công an khu vực có hỏi cứ nói cổ ẳm con đi thăm cậu làm việc ở dưới Minh Hải. Đừng cho chị tổ trưởng ở đầu hẻm biết. Chừng nào cổ đi trót lọt biên thơ về thì khai báo cũng không muộn…"

"Dạ!..."

Bà Ngô có vẻ bỡ ngỡ khi thấy tôi không nói gì hơn chữ "dạ!", ngó tôi chăm chăm. Sau cùng bà đứng dậy đến bên tủ thuốc lấy chiếc chìa khóa to bản móc trên cây đinh gần đó.

"Cậu muốn về nhà thì về. Muốn đi đâu cũng được. Nhưng phải ăn một chút cháo cho ấm bụng."

"Dạ! Chắc tôi xin phép bác Tư về bển…"

"Thì cũng phải bỏ chút gì trong bụng chớ!"

Bây giờ tôi mới nghe gan ruột cồn cào. Đói thật. Bà Ngô đứng dậy đi xuống bếp. Đúng vào lúc đó đèn trong nhà tắt phụt.

"Anh Tư ơi!", bà Ngô kêu chồng, "In hình hôm qua nhà đèn cúp rồi mà phải không anh?"

"Phải. Nhưng bữa nay là thứ Ba mà! Đâu, anh tìm dùm em cái hộp quẹt coi!"

"Có liền! Có liền! Mà em đừng đi, cứ đứng đó anh đem xuống cho. Có lẽ bữa nay nó cúp *đột xuất.*"

Tôi nghe tiếng bật diêm quẹt, tiếng dép khua lết trên sàn nhà. Thoáng qua cánh cửa phòng tôi đang ngồi một ánh lửa lập lòe chực tắt trên tay ông Ngô.

Mà lửa tắt thật. Tôi nghe tiếng ông Ngô càu nhàu. Lại quẹt thêm một lần nữa. Rồi một lần nữa.

"Hộp quẹt hồi này nó làm bằng đất sét chắc. Mười cây xài không tới một cây, mà phải mua chợ đen nữa chớ!"

Ông Ngô càu nhàu.

"Anh đưa cái hộp quẹt cho em. Sao anh nóng quá vậy!"

Tôi cầm chặt lá thơ của Quỳnh trong tay. Tôi muốn đọc ngay, nhưng tôi chỉ muốn đọc khi quanh mình không có ai. Tôi nhét lá thơ dày cộm vào túi áo. Tôi bước theo ông Ngô xuống nhà bếp.

Tô cháo bà Ngô giúp tôi tỉnh táo hẳn.

Tôi nuốt vội nuốt vàng.

Bà Ngô kín đáo đặt trên bàn một bao thư khác. Bà nói:

"Nếu cậu cần đi Phan Thiết tìm cô Quỳnh thì phải đi chuyến xe sớm nhất. Sợ không kịp."

Tôi quyết định trở về căn nhà của chúng tôi, đốt nến đọc lá thư của Quỳnh chờ sáng.

Tôi nhất định phải đi tìm mẹ con Quỳnh.

CHƯƠNG MƯỜI TÁM

Ngồi chen chúc trên chiếc xe đò ọp ẹp, giữa những khuôn mặt thất thần, tôi nhận ra hình như đâu phải chỉ có một mình tôi đang phập phồng, sợ hãi. Người đàn ông ngồi sát bên tôi đeo kính đen, đội cái mũ nồi đã rách, chiếc áo jacket màu vàng đã sờn chỉ, hút thuốc liên tu hồ tận. Người đàn bà cùng dãy ghế gác chân lên một cái túi xách khá lớn không cách nào nhét lọt xuống gầm chỗ ngồi được. Tiếng thở dài của một bà lão tóc bạc trắng ngồi xéo bên kia. Người tài xế mở nhạc lớn. Tiếng hát của một ca sĩ trước Bảy Lăm. Nhiều tiếng cười ồ lên, nhưng sau đó tất cả đều chìm xuống trong im lặng. Xe chạy chậm. Dọc đường quá nhiều trạm kiểm tra. Một số người lên, một số người xuống. Một vài con buôn ăn cò với tài xế chờ ở một ngã tư đường. Xe dừng khá lâu để chuyển hàng lên mui. Tài xế và con buôn cười nói hăng hái nhất. Thỉnh thoảng tôi nghe tiếng thở dài của người đàn ông ngồi bên. Tự nhiên tôi cũng nghe mình thở dài, như thể trong trái tim tôi là cả một trời gió chướng. Tôi thu nhỏ lại giữa hai người đàn ông trung niên. Đầu tôi ngã ra sau. Gió thổi làm tôi buồn ngủ.

Suốt đêm qua tôi không hề chợp mắt. Khi bà Ngô đưa cho tôi chiếc chìa khóa và cây nến, tôi đã trở lại căn nhà của tôi. Quỳnh bế con đi chỉ mới một ngày mà căn nhà lạnh ngắt như tờ giấy. Đổ nến lỏng nóng xuống mặt bàn, cắm nến lên tôi mở thư Quỳnh ra đọc. Chưa bao giờ Quỳnh biên cho tôi một bức thư dài như vậy. Tôi đọc đi đọc lại nhiều lần. Tôi cố tìm xem qua những lời trách móc và hoài nghi của Quỳnh, cô muốn nói gì với tôi. "Em có còn yêu tôi không?" Tôi không thấy có câu trả lời qua bức thư tràng giang đại hải của cô. Quỳnh tin là tôi đã ra đi, đã đến được một trại tị nạn nào đó ở Nam Dương, Mã Lai, Thái Lan hay Phi Luật Tân. Quỳnh đặt quá nhiều câu hỏi về việc ra đi của tôi. Quỳnh viết ông Mười Tân có đến gặp Quỳnh và nhiều lần hỏi tôi hiện giờ đang làm gì, sao không thấy ở nhà. Quỳnh phải nói dối rằng tôi vẫn ở Minh Hải làm nghề lái xe ủi đất. Ông Mười Tân nói có đi Minh Hải, có ghé công trường tìm thăm tôi nhưng không gặp. Quỳnh nói có gặp một cô gái tên Nhị Hà. Cô ta nói cô là học trò của tôi, cô nói cô muốn đến thăm tôi và cô ngạc nhiên khi Quỳnh nói tôi hiện là tài xế lái xe ủi đất ở một công trường dưới Minh Hải. Quỳnh nói mặc dù tin đồn tôi đã bỏ đi nhiều đến nỗi không thể không tin, nhưng dù sao Quỳnh vẫn mong rằng đó không phải là sự thực. Sự thực là tôi vẫn còn ở đâu đó. Quỳnh nói rất tiếc là không biết địa chỉ của Kiệt. Nếu không may ra Quỳnh sẽ tìm được tôi, biết rõ tôi đang làm gì. Quỳnh mong tôi đọc được thư này và hãy cầu nguyện cho mẹ con Quỳnh thuận buồm xuôi gió. Nhưng Quỳnh cũng không mong tôi được đọc nó. Để mẹ con Quỳnh sẽ gặp tôi ở một trại tị nạn nào đó ở bên Phi Luật Tân. Một lá thư dài viết rối rắm, lủng củng, hoài nghi và đầy mâu thuẫn. Một mặt Quỳnh không muốn đi, một mặt Quỳnh cũng không muốn ở. Ở lại với ai? Mà ra đi để kiếm ai? Quỳnh nghĩ tôi đã đến nơi. Rồi Quỳnh lại nghĩ là tôi vẫn còn ở đâu đó.

Tôi không hiểu gì cả. Ông Mười Tân. Nhị Hà. Những người đó đã làm gì, nói gì, suy nghĩ gì, âm mưu gì. Và tôi, tôi đã làm gì. Tôi bị bắt, bị giam, bị đẩy vào một nơi chốn cô lập. Không. Không. Tôi không thể để Quỳnh ra đi. Tôi không muốn mất mẹ con Quỳnh. Tôi muốn Quỳnh hiểu là tôi vẫn còn ở đây. Tôi yêu Quỳnh. Tôi cần Quỳnh biết là bao nhiêu. Tôi có thể chịu đựng mọi thứ vì tôi biết Quỳnh đang ở bên tôi, đang hiện diện trong tôi. Tôi không thể làm được điều gì, suy nghĩ cho xong một chuyện gì nếu không có Quỳnh.

Tôi lại nghe tiếng thở dài của người đàn ông ngồi bên cạnh. Tôi nhìn ông. Chiếc kính đen che kín mắt, cái mũ nồi rách sụp xuống trán.

Đường ổ gà. Xe xóc dữ.

Dọc đường khách lên nhiều hơn là khách xuống. Hàng hóa chất lên mui, nhét dưới ghế ngồi. Người đứng, leo, bám lên phía sau xe. Chiếc xe chạy rướn, mệt nhọc, như con ngựa già thở phì phèo. Nhưng mà xe vẫn cứ chạy.

Tiếng hát của một ca sĩ Saigon trước đây phát ra từ cái loa nhỏ gắn phía trước chỗ ngồi cạnh người tài xế vẫn rên ư ử.

Tôi thấy mệt. Đêm qua thức suốt, không ngủ. Trước đó một ngày, từ Rạch Giá về, cũng không một phút nhắm mắt. Những ngày ở trong tù, tôi thấy mình còn có một căn nhà, một người vợ, một đứa con. Bây giờ ra khỏi nhà tù, tôi không còn gì hết. Quỳnh đã bế con đi. Căn nhà trống trơn lạnh lẽo. Tôi sẽ sống cách nào nếu không có hai người thân thích kia? Liệu tôi có gặp lại được hai mẹ con Quỳnh không? Tôi còn nhớ tối qua, ông bà Ngô trước khi đi ngủ còn gọi cửa tôi, nhắc cho tôi biết phải dậy sớm ra bến xe, mua vé chợ đen, mua giấy đi đường, vẽ cho tôi căn nhà Quỳnh đến tạm trú ở Phan Thiết trước khi có người dẫn xuống bãi. Nhớ hỏi nhà bà Sáu Mượn. Trong túi tôi đã có đủ thứ giấy tờ của một công dân đi đường hợp pháp. Xuống bến xe, tôi sẽ tấp vào một quán cà phê bên cạnh tiệm hủ tiếu Hai Ký. Uốn nhâm nhi xong tôi sẽ lửng thửng như một người dân địa phương đi dạo mát. Nhà bà Sáu Mượn nằm mép bờ con sông cạn ở cuối đường Phan Bội Châu.

"Nói với bà Sáu, cậu là chồng của cô Quỳnh mới ở tù ra, bả sẽ giúp cậu."

Tôi tưởng tưởng Sáu Mượn là một người đàn bà mập mạp chừng sáu chục tuổi, tóc bạc thưa búi ngược, miệng ăn trầu tỏm tẻm, đứng trước cửa một ngôi nhà ba gian rộng. Giữa nhà là một tấm phản dầy và lớn, láng bóng. Một bàn thờ cao bằng gỗ mun cẩn xà cừ với bình hương bằng đồng bóng lưỡng, hai chân đèn cao với hai cây nến đỏ đã cháy đến một nửa, tim nến màu đen... Tôi tưởng tượng thấy Quỳnh đang đứng dưới ở nhà bếp, ôm con ngó đăm đăm ngọn lửa cháy hừng hực, nước mắt chảy ròng ròng. Tôi tưởng tượng con tôi đang ôm chặt Quỳnh, cái đầu nhỏ bé tóc mềm vàng ngã lên vai Quỳnh ngủ ngon lành... Và khi bà Sáu Mượn chận tôi ở cửa hỏi "cậu kiếm ai?" tôi nhận ra khuôn mặt của bà chính là bà lão tóc bạc trắng ở hàng ghế xéo bên kia. Tôi chập hai khuôn mặt ấy làm một và tôi ngủ.

Xe đã ngừng ở trạm nào, đã chạy qua bao nhiêu làng xã... tôi không hay biết. Tôi ngủ như chưa hề được ngủ. Hai mí mắt tôi cứ kéo xuống không cách nào cưỡng nổi. Toàn thân tôi rũ liệt. Giống như một người thả lỏng cơ thể dưới mặt nước, tôi mặc kệ cho cơn buồn ngủ lôi kéo tôi đi.

Bà Sáu Mượn, Quỳnh, con tôi, ngôi nhà cất bên bờ sông cạn, những chiếc ghe, mặt biển đen, những giọt nước biển như những giọt thủy tinh, những tên công an biên phòng đứng chờ sẵn trên chiếc ghe vượt biên, dí những họng súng vào đầu từng người đẩy lên bờ rồi lùa hết đàn ông đàn bà trẻ con lên một xe thùng chạy về đồn công an...

Tôi thấy nhà giam qua ba tầng cửa sắt. Tiếng khóa tra vào ổ gây một âm thanh lạnh lùng. Và cả đám tù ngồi lổn ngổn lảng ngảng giữa sân chờ điểm danh. Tôi thấy tôi nằm bên một người tù bị xiềng cả tay và chân, mỗi khi trở mình, những sợi xích sắt kéo lê khua động. Tôi thấy khuôn mặt người tù giống Tư Long, người cán bộ Mặt Trận bị tình nghi làm CIA bị nhốt từ những ngày còn trong rừng và tiếp tục nhốt khi vào thành phố.

Tôi thấy Mười Tân đứng ở cửa nhà lao, hai tay thọc túi quần, điếu thuốc trên môi ánh sáng chiếu từ sau lưng tới, nên khuôn mặt ông khi tỏ khi mờ tuỳ theo đốm lửa trên đầu điếu thuốc.

"Đảng luôn luôn là chân lý chỉ có những con người bất toàn mới sai mà thôi."

"Những thứ người như thằng Thăng này là đồ thừa của xã hội."

"Nó là sản phẩm của một xã hội đồi trụy."

"Vượt biên là phản bội tổ quốc."

"Vượt biên là đi theo con đường của bọn đĩ điếm ma cô, bọn lười biếng, bọn ngồi nhà mát ăn bát vàng..."

Tôi thấy ông Ba Trương Phi đưa hai tay cho bọn cai tù trói sau khi chửi rủa Sáu Phận. Và những hình ảnh của cô công an Nhị Hà, từ một khuôn mặt hơi ngơ ngác khi mới từ Hà Nội vào mặc chiếc áo may theo kiểu nửa bà ba nửa sơ mi, đến một khuôn mặt đã bắt đầu biết dùng phấn son, chiếc áo thun mang câu "I Love NY" nhét trong cái quần jean xanh hiệu Levi's, mà giá cả hai thứ đó không dưới mười tháng lương của cô công an chấp pháp mới vào nghề.

Tôi thấy tôi đang ngồi trước mặt cô học trò công an tên Nhị Hà điền lời khai sau những câu hỏi.

Cha tên Trần Văn Lâm, sanh năm 1910 chết năm 1968. Mẹ tên Hoàng Thị Cúc, sanh năm 1920 chết năm 1972.

Sau khi đọc lướt qua, Nhị Hà hỏi:

"Lý do chết?"

"Bệnh." Tôi không hiểu tại sao cô công an này quan tâm đến điều đó. Tôi nhìn vào mắt cô.

"Sáu Tám là Tết Mậu Thân. Còn Bảy Hai là mùa hè đỏ lửa. Thầy không hiểu sao?"

"Tôi hiểu, tôi hiểu."

Tôi hiểu và tôi giật mình. Cái chết dính vào một biến cố thời sự cũng là một vấn đề. Tại sao chết vào năm Mậu Thân là năm mà Hà Nội gọi là Tổng tấn công và Nổi dậy? Tại sao không chết vào một năm trước đó hay một năm sau đó? Đằng nào cũng chết. Nhưng sao hai người chết đúng vào hai thời điểm dễ gây thắc mắc.

"Em hỏi vậy thôi. Để ghi cho đầy chỗ trống. Thầy đừng ngại!" Cô học trò công an Nhị Hà an ủi.

Rồi tôi lại thấy Quỳnh đang ôm con đi dọc bãi biển theo một đoàn người già trẻ lớn bé trong một đêm không trăng. Những bóng đen di chuyển trong nỗi hăm hở đầy lo âu. Những bước chân cương quyết. Những bước chân ngập ngừng. Sự lạnh tanh của những đôi mắt ngó về phía trước. Những giọt lệ ấm lăn trên gò má của những con người thỉnh thoảng quay đầu về phía sau. Như những con ngựa ngậm tăm lặng lẽ bước, cả đám người dắt díu nhau leo lên những chiếc ghe nhỏ, những "tắc xi" như các người tổ chức vượt biên hay nói. Và "con cá lớn" đang bỏ neo ở ngoài xa chớp đèn theo như qui ước để đón những người hành khách kỳ quái nhất trên thế giới. Tôi thấy Quỳnh ôm chặt con, bước đi thất thểu. Và tôi đã đến kịp lúc. Dưới một bầu trời đêm lạnh buốt, trên một

bãi biển phập phồng chúng tôi ôm siết lấy nhau, đứa
con ở giữa chúng tôi chia cái hơi ấm của một gia đình
nhỏ bé trong một thời đại nghi hoặc nhất của con
người.

Và bất chợt ngay lúc đó những tiếng hô "đứng lại!"
vang lên, những tiếng nổ chát chúa từ tứ phía chụm
vào đoàn người đang bắt đầu bước xuống lội bì bõm
trong nước biển.

Tiếng súng nổ lớn quá làm tôi giật mình. Người tài
xế đạp thắng. Xe còn trớn kéo lết bốn bánh trên mặt
đường. Tôi ngó ra cửa xe. Công an đứng ngay trước
đầu xe từ bao giờ.

"Mời tất cả hành khách xuống! Kiểm tra!"

"Chết rồi!" Tôi nghe tiếng người đàn ông ngồi bên
cạnh thở dài. Vẫn cặp kính đen trên mắt, vẫn cái mũ
nồi chụp trên đầu, ông đứng dậy nối theo những
người khách bước xuống cửa sau. Người đàn bà ngồi
bên cạnh kéo cái bị dưới gầm ghế ra định xách theo,
nhưng nghĩ sao lại nhét trở xuống. Bà lão tóc trắng đi
trước, người đàn bà cùng dãy ghế tôi bước theo. Và
tôi theo chân người đàn ông đeo kính đen.

Tôi nhận ra không phải chỉ có một chiếc xe bị chận.
Nhiều xe khác đang đậu bên kia đường. Nhiều hành
khách đang xếp hàng trước trạm công an.

"Đồng bào xếp hàng trật tự. Cầm sẵn sàng giấy đi
đường và thẻ chứng minh nhân dân!" Một tên công an
mang súng ngắn đứng ngay ở cửa xe nhắc.

Tôi cho tay vào túi tìm tờ giấy đi đường và thẻ
chứng minh nhân dân. Giấy đi đường giả mang tên tôi

được viết bằng một giòng chữ rất Hà Nội, nghĩa là những chữ viết hoa G, T, H và các chữ n, m, g không giống kiểu chữ dân Saigon chút nào. Nó giả một cách rất thật, bởi vì nó do một cán bộ tổ chức bán ra.

Khi tất cả mọi người xuống xe, hai công an leo lên sục sạo hàng hóa và hành lý. Người đàn bà đứng cạnh tôi nhấp nha nhấp nhổm, lúc tiến lên, lúc quay đầu lại. Cái túi xách của bà đang làm bà bối rối. Người đàn ông đeo kính đen lui ra sau, cái mũ nồi rách chụp xuống tận mắt. Bà cụ tóc trắng nhai trầu bỏm bẻm. Vừa đi vừa lầm bầm trong miệng. Người tài xế và người "lơ" xe đứng lại nói chuyện với người công an đang soát xe. Hai bên có vẻ ăn ý. Tôi thấy họ cười nói vui vẻ.

Khi tôi trình giấy tờ đi đường ở trạm gác dã chiến, chiếc xe đò đã lăn bánh qua phía bên kia rào cản, dừng lại chờ khách. Tôi thở phào nhẹ nhõm khi người công an trả lại giấy tờ và phất tay cho tôi đi.

Khách lục tục kéo lên đầy xe. Người đàn ông đeo kính không biết đi ngã nào đã ngồi vào chỗ trước. Tôi thấy tỉnh người hẳn khi người đàn ông mời tôi điếu Phù Đổng. Thuốc vấn rời rạc, những sợi màu vàng rớt trên đùi tôi, gãy vụn, nhưng mùi thuốc thơm dễ chịu.

Sắp vào thành phố. Xe bắt đầu xuống đám khách con buôn. Hàng bỏ xuống lề cỏ. Chỗ ngồi dễ thở. Xe chạy nhẹ.

Đêm ở nghĩa địa.

Tôi ngồi với người thanh niên tên Long, con trai bà Sáu Mượn trong một ngôi nhà mồ. Ngôi nhà, không đúng. Nó giống như một cái miếu thờ. Xung quanh là tường gạch cỏ hoang mọc tràn lối đi. Bên trong, ngau giữa nhà là một cái mồ xây cao đến ngực và phẳng như mặt bàn, tráng xi măng láng. Một cái hốc đứng để bài vị và những cọng nhang cắm trên một bình bằng sành đựng cát. Từ cái ô của những viên gạch lỗ tôi nhìn ra con đường mòn hẹp đi ngoằn ngoèo xuống những lùm cây đã lẫn vào bóng đêm.

Gió biển lạnh thổi vào cùng với hơi lạnh của nhà mồ làm tôi rùng mình. Long cởi chiếc áo choàng nhà binh cũ quàng lên vai tôi:

"Lạnh hả?" Long nói thầm vào tai tôi. "Tôi không biết chị Quỳnh đi theo đám nào. Hôm qua có một chuyến đi trót lọt. Chuyến này do một người quen của má tôi tổ chức. Khách được ém ở nhiều chỗ trong thành phố, buổi chiều họ đi chơi bằng xe lam ba bánh, do người của tổ chức làm tài xế, chừng tối xuống thì tập trung hết ở đây. Bãi đáp là bên kia đường. Mình cứ chờ đây. Anh đừng nói gì. Chừng nào có chị Quỳnh và cháu, anh cho tôi biết, tôi liệu. May ra...", ngừng một phút, Long tiếp, "nếu chị và cháu chưa đi."

Long là con út bà Sáu Mượn. Trước Bảy Lăm anh là lính địa phương quân. Lính trơn nên chỉ học tập có ba ngày. Người anh rể của Long là Trung tá, sau ba mươi tháng Tư bị bắt đi học tập cải tạo tận ngoài Bắc. Người vợ ở nhà chạy xuôi chạy ngược lo cho chồng ra, gặp cửa nào cũng gõ, gặp người có họ hàng xa nào tập kết về cũng lạy lục năn nỉ xin được cấp tờ giấy gia đình có liên hệ với cách mạng để chồng được sớm trả tự do. Nhưng tiền của thì cứ mất dần mà những khuôn mặt cán bộ họ hàng thì cứ tiếp tục cười vui một cách nhăn nhở, không hiệu quả. Đồ đạc, của cải cho thì cứ nhận, nhưng chẳng những không giúp được gì mà còn nói: "để anh ấy học tập tốt rồi ra. Cách mạng lúc nào cũng khoan hồng với những người biết ăn năn hối cải." Và cứ thế mà chị ngày càng xác xơ từ sợi tóc đến đầu ngón chân. Sau cùng thuê được một chỗ bán bánh xèo ngoài chợ. Long thì làm rẫy, mỗi tuần chỉ về nhà một lần. Làm rẫy gì, ở đâu, sao mỗi tuần về nhà một lần, có lẽ anh rành về việc đưa người vượt biên. Còn bà Sáu Mượn? Khi gặp bà tôi mới thấy trí tưởng tượng của tôi trật chìa đến là chừng nào. Bà gầy nhom, người nhỏ thó, lớn tuổi mà tóc còn đen huyền. Tôi nhìn thấy bà ăn mía mà phát sợ. Bà tước mía bằng răng, và nhai mía như một thiếu nữ mới lớn. Ngôi nhà bà nằm sát bờ sông trang trí đâu thua gì một ngôi biệt thự ở Saigon. Sau Bảy lăm, một ngôi nhà kiểu này còn tồn tại thật là một điều khó tưởng tượng. Bà Sáu Mượn nghe tôi nói đến ông bà Ngô là vui ngay. Tối hôm tôi đến, Long về nhà. Bà cho tôi biết Long sẽ giúp tôi tìm Quỳnh.

"Cậu đừng lo, ở đây có mấy người tổ chức vượt biên tôi biết hết. Trước sau gì cũng có tin mà!"

Gầy ốm như bà Sáu Mượn, nhưng cao như một cây tre miễu, Long có khuôn mặt lúc nào cũng như một người đang cười. Trước khi đến chỗ trú này, Long kéo tôi ra quán cà phê. Chúng tôi nhâm nhi chờ một người bạn của Long. Gần một tiếng đồng hồ sau, ông ta đến. Không uống cà phê, ông ta kéo chúng tôi đi ngay. Ba người trên một chiếc xe Honda, chúng tôi đi một quãng khá xa. Đường vắng, hai bên không nhà cửa, gió biển thổi lạnh thốc. Tôi ngồi giữa, Long ngồi sau ôm choàng cả tôi lẫn người lái. Bỏ chúng tôi ở đầu con dốc tẻ vào con đường mòn của nghĩa địa, người bạn của Long quay về thành phố. Suốt dọc đường ông ta không nói một tiếng nào.

Trong bóng tối, con đường mòn lờ mờ bị khuất vào các lùm cây nhỏ. Long như một người từng sống ở đây lâu năm. "Coi chừng cái hố này! Bụi gai nghe, quẹo trái theo tôi... Nè, thấy mấy cái đốm sáng kia không? Mả mới chôn hồi chiều đó. Đám ma giả! Tối nay có chuyến!..."

Long gần như kéo tôi đi. Chính trong cái ngôi nhà mồ này, chúng tôi chờ đám người vượt biên đến.

"Nếu không có Quỳnh và đứa bé thì sao? Nếu Quỳnh đã đi rồi, tôi sẽ phải làm sao đây?"

"Anh đừng lo. Tại anh gấp quá, chớ để mai tôi chạy hỏi mấy nơi là biết chắc chị và cháu đã đi hay còn ở đâu?"

"Nếu chút nữa có vợ con tôi đi, anh Long có bảo đảm cho tôi đi cùng chuyến được không?"

"Anh yên tâm, dì Ngô là bạn thân của má tôi, hai ba chỗ thì không được, chớ một mình anh, tôi bảo đảm."

Tôi nghĩ thầm, vậy là yên. Tôi mong gặp Quỳnh và con. Tôi bồn chồn nôn nóng. Tôi che tay, bấm cái nút nhỏ ở chiếc đồng hồ xem giờ. Thời gian chậm quá sức. Cái áo nhà binh Long đưa tôi mặc dày như thế mà vẫn không che nổi cái lạnh. Tôi ngồi bệt xuống đất, đầu tựa vào mồ. Long vẫn ngồi một chỗ, mắt dán vào cái ô của viên gạch lở. Tôi cảm thấy mỏi mệt, quá mỏi mệt.

Ngày hôm kia vừa mới chạy ra khỏi cái nhà tù ở tận phía Nam, bây giờ đã ở một thành phố ven biển miền Trung. Hôm kia là nhà tù, bây giờ là nhà mồ. Giữa hai cái nhà này, hôm qua tôi nằm trong căn nhà của tôi ở khu Mã Lạng, một căn nhà quạnh quẽ, trống trơn, đầy kỷ niệm. Không ai chờ đợi tôi.

"Anh Thăng!" Long bỗng đập tay lên vai tôi. "Kìa, có người đến rồi kìa!"

Tôi chồm dậy đẩy Long ra lấy chỗ nhìn. Tôi chẳng thấy gì. Bên ngoài là một vũng đen hoàn toàn.

"Thấy không? Thấy chưa anh Thăng?"

"Thấy gì đâu!"

"Trời ơi!" Long kêu nhỏ, "anh nhích ra, để tôi."

Tôi rút đầu lại, ngã lưng vào thành ngôi mộ.

"Họ đang đến!" Long đứng xổm dậy, "anh ngồi yên đây, để tôi xem sao?"

Long bước ra nhà mồ. Tôi ngồi dậy dụi mắt, ngó chăm ra lỗ gạch lần nữa. Tôi nghe có tiếng trẻ nhỏ khóc. Tiếng chân đang đến gần. Tôi ép mặt tôi sát vào. Tôi cố phân biệt tiếng nói của Quỳnh và tiếng khóc của con tôi. Nhưng vô ích. Bất thình lình mọi tiếng động bỗng im bặt, tắt ngúm như ngọn đèn bị gió thổi. Tiếng khóc của trẻ thơ như bị một bàn tay bụm lại. Và một loạt những ngọn đèn bấm sáng lên chiếu dồn một tụ điểm. Từ cái ô tròn của viên gạch trong ngôi nhà mồ tôi nhận thấy lố nhố mấy chục con người dớn dác, há hốc mồm, tay dụi mắt.

Tiếng lên cò súng cùng lúc với tiếng nói ra lệnh:

"Đứng yên! Các người đã bị bắt!"

Một tia sáng lớn chiếu quét vào từng khuôn mặt. Những người đàn bà, những đứa trẻ. Vài thanh niên. Một ông lão tóc bạc trắng. Một cái đầu với chiếc mũ nồi.

Một bàn tay đặt lên vai tôi bất ngờ làm tôi giật mình.

"Tôi đây mà!" Tiếng nói của Long sát bên tai tôi. "Ngủ đi!"

Anh tựa lưng vào lưng tôi.

Tôi làm sao ngủ được.

Ánh sáng chấp chới của mấy cây đèn bấm. Tiếng người nói chuyện rân ran. Trẻ con khóc thả giàn.

Cả đám người xa dần nghĩa địa xuống con đường lớn.

Tôi nghe tiếng máy xe nổ, xa dần.

CHƯƠNG MƯỜI CHÍN

Tôi trở về Saigon ngay buổi sáng hôm sau. Long đã hỏi dò và cho biết chắc chắn mẹ con Quỳnh đã đi trót chuyến vượt biên đêm trước. *Trót* có nghĩa là không bị công an biên phòng bắt, còn có *lọt* đến được một nước nào khác không thì quá sớm. Phải đợi ít nhất một tháng hoặc có khi nhiều tháng sau mới có thể có tin tức dội về, nếu...

Tôi không muốn nghĩ gì hết sau chữ *nếu*. Tôi nhớ con tôi, tôi nhớ Quỳnh. Cái nôi nhỏ vẫn còn tấm màn vắt lên. Chiếc bàn ăn sát bên cửa sổ ngó ra sàn nước. Cầu thang bằng gỗ tạp đã gãy vài đoạn dẫn lên căn gác thấp lợp mái tôn chứa đồ lặt vặt và là chỗ phơi quần áo. Căn bếp thông qua con hẻm bên rạp Quốc Thanh nguội lạnh như mùa đông.

Làm gì?

Tôi đi lang thang các khu chợ sách, chợ trời. Hình như đồ đạc trong tất cả các gia đình của thành phố đều được tuôn xuống dưới đường. Sách vở không thiếu thứ gì. Những tạp chí cũ mà trước Bảy Lăm tôi ao ước được có một bộ trong tủ sách gia đình, nhưng giá quá đắt không cách nào mua được thì nay đang nằm chổng chơ trên một cái sạp làm bằng những miếng ván chồng lên bốn chiếc ghế đẩu. Một người bạn cũ trước làm ở đài phát thanh nay là chủ một hành sách nói với tôi: "Cứ ngồi với tao. Vượt biên thì không đủ tiền. Nhưng sống qua ngày thì được!" Nhưng tôi không cách nào ngồi lại được ở một chỗ.

Tôi lại thang lang qua các khu chợ trời quần áo, chợ trời máy ảnh, đồng hồ, chợ trời ti-vi, cát-sét, băng nhạc.

Tôi thong dong, dạo qua khắp phố phường như một người không chủ đích. Mà tôi còn có chủ đích gì. Chiếc đồng hồ đeo tay của tôi đã bị giật trên đường Hồng Thập Tự sau chuyến ở Phan Thiết về. Đó là món quà đắt giá duy nhất tôi có trên người do bác Ngô đã tặng khi tôi đi tìm mẹ con Quỳnh. Chìa khóa nhà tôi là vật còn lại tương đối nặng trong túi. Người tôi nhẹ tênh như mây.

Tôi lại ra các quán cà phê vỉa hè.

Tôi uống cái thứ nước đen nhạt nhẽo làm bằng bắp rang, vỏ măng cụt ấy với số tiền bán những cuốn sách cuối cùng, những bàn ghế, quần áo cuối cùng... trong nhà tôi.

Tâm khô-khốc-thiền-sư đã có việc làm, một thứ công nhân chạy việc cho một hợp tác xã tiêu thụ.

Đình bị bắt vì có tên nội tuyến trong chuyến tổ chức vượt biên tố. Cả đám ngồi trên xe đò đi nửa chừng đường đã bị công an chận lại gọi từng tên một xuống trói thúc kéo chở về Chí Hòa.

Đó là thời gian tôi quen một số bạn mới. Những người đầu đường xó chợ. Những người từ ngoài Bắc vào thuộc loại không sống nổi ở ngoài đó. Những người vừa ở cải tạo ra. Những người đàn bà không biết ngày mai. Những đứa con gái phung phí đời mình trong cái xã hội tuyệt vọng. Những người nuôi một mối căm thù muốn lật đổ chế độ. Những lý thuyết gia của một chủ nghĩa hoàn toàn không cộng sản mà cũng chẳng tư bản. Tôi nghe đến một thứ tên gọi là chủ nghĩa bình sản.

Như thế nào là bình sản? Chỉ nghe vậy thôi, còn cụ thể thì không rõ. Người ta nói đến Đài Loan như một quốc gia muốn vươn tới chế độ bình sản. Điện khí hóa tối tân nông thôn. Không có người giàu quá. Không có người nghèo quá. Tiện nghi công cộng được chăm sóc tối đa. Đời sống tinh thần lành mạnh. Y tế hoàn toàn miễn phí. Giáo dục hậu Trung học là cưỡng bách. Trẻ em và người già được nhà nước quan tâm đặc biệt. Những tên sát nhân đều bị xử tử. Trại trừng giới dành cho những người phạm pháp là xưởng thợ sản xuất nhu yếu phẩm. Phạm nhân được thả khi xét hạnh kiểm đã tốt. Mỗi người dân đều có sẵn giấy thông hành trong tay, có thể đi đến bất cứ nước nào, miễn là phải thông qua tòa đại sứ của nước ấy.

Cũng có người nói đó chỉ là một chủ nghĩa không tưởng. Điều kiện kinh tế, xã hội chính trị của mỗi xứ, mỗi quốc gia trên toàn cầu không giống nhau nhưng nó phải đồng bộ. Một chế độ như kiểu bình sản trước hết cần phải có một chủ thuyết, và muốn có một chủ thuyết trước hết phải có một con người cha đẻ của chủ thuyết ấy.

Tôi cứ như thế quanh quẩn trong các khu phố. Có lần tôi gặp Nguyễn Giang. Đôi kính cận màu nâu trên khuôn mặt xương nhỏ, mái tóc dài thưa hơi gợn sóng. Nguyễn Giang vẫn gầy, có phần còn gầy hơn nữa. Giang viết một số ca khúc mới, làm nhạc cho phim, hát một vài nơi công cộng. Âm điệu trong nhạc anh không gì mới. Lời hát nếu có đôi bài ca ngợi cuộc sống mới thì cũng có những bài nói lên cái tạm bợ của cuộc sống. Thấp thoáng qua những lạc quan là bóng dáng của tuyệt vọng. Suốt buổi Giang uống nhiều, cái thứ rượu Bình Đông làm ở Chợ Lớn pha trộn đủ thứ chất hóa học làm xé ruột xé gan. Cái cảnh Giang cúi xuống thùng đàn so dây, chiếc kính to mặt, gọng nâu, tụt trên sóng mũi, và những ngón tay anh run lên vì thiếu rượu vẫn ám ảnh tôi.

Có vẻ như Giang ngày càng xa lánh bạn bè cũ. Cùng với một người viết văn và một nhạc sĩ tập kết trở về, Giang tạo thành một bộ ba lúc nào cũng xuất hiện bên nhau ở những chốn công cộng.

Tâm khô-khốc-thiền-sư thì lúc nào cũng nồng nặc mùi rượu. Từ khi hay tin vợ con chết mất xác trên biển đông, Tâm vốn còm cõi càng còm cõi hơn. Chúng tôi gặp nhau ở các quán cà phê vỉa hè. Phùng đã vượt biên đường bộ qua đất Miên và Thái, mang theo một bé gái, vợ nằm nhà chờ xem tình hình ra sao. Lỡ có gì còn bới cơm thăm nuôi chồng con.

Lộc học tập cải tạo về đã vượt biên đến được Canada. Nghĩa biệt tăm. Ký sau ngày được trả tự do, gầy ốm hẳn, bẳn tính và chua chát. Sau cùng đã nằm chết trên bãi chỗ ghe vượt biên đã đón vợ con anh đi.

Tôi bây giờ đâu khác gì Ký.

Tôi không có gì để sống. Tôi đi lăng quăng. Nhiều khi tôi thấy mình như một con thú, có lẽ như một con chó hoang thì đúng hơn. Hai vợ chồng bác Ngô thỉnh thoảng dúi cho tôi ít tiền. Nhưng tiền không bao giờ nằm lâu trong túi tôi. Tôi bệ rạc, xơ xác. Nhiều bữa tôi nằm vùi trong nhà, mệt mỏi, như một con cá khô. Tôi ngó xung quanh thấy sao lạnh lẽo, đầy hồn ma bóng quế.

Tôi đã chết chưa?

Tôi chưa chết. Nhưng tôi thấy mình đã không còn sống. Cái xác sống. Tôi chỉ là cái xác sống.

Nhiều đêm tôi nghe có tiếng gõ cửa nhưng tôi không buồn ngồi dậy. Kệ nó. Chẳng phải là công an đâu. Nếu công an nó đâu để mình yên. Có lẽ một ông quen nào đó. Chờ lâu không thấy trả lời rồi họ cũng đi thôi. Thế nhưng tối nay, tiếng gõ cửa khá lâu, không có gì khẩn cấp, nhưng chắc chắn người gõ khá là kiên nhẫn. Mấy lần tôi dợm mình thức dậy. Nhưng rồi tôi lại nằm xuống. Tiếng gõ không tắt.

"Ông Thăng! Ông Thăng! Tôi là Phước đây!"

Phước? Tôi đâu có quen ai tên là Phước. Kệ nó. Phước, Phúc, Phét gì cũng kệ. Ngủ lại đi.

Tuy vậy tiếng gõ vẫn đều đặn gấp mà không mạnh. Sau cùng không chịu nổi, tôi bước ra mở cửa.

"Ông Thăng! Ông còn nhớ tôi không?Tôi là Ngô Văn Phước đây!"

Ánh sáng của ngọn điện đường ở đầu hẻm không chiếu rõ khuôn mặt người đối diện. Tôi hơi ngập ngừng.

"Người thí sinh lựu đạn đây."

"Ồ, nhớ rồi!"

Tôi đưa tay bắt tay Phước.

"Vào đi, vào nhà đi!"

Tôi mở rộng cửa.

Phước bước vào. So với lần gặp Phước ở hàng bánh mì đêm trên đường Lê Lợi thì Phước gầy nhiều lắm. Tuy vậy cái khuôn mặt chữ điền cằm bạnh, hai con mắt to, chân mày rậm, gò má nhô xương và chiếc mũi gãy như vẫn còn nguyên.

"Tôi vừa ở tù ra, tôi có chuyến đi gấp. Tôi muốn mượn anh chị một lượng vàng."

"Ngồi xuống đây đi." Tôi kéo ghế ở căn phòng vừa dùng làm buồng ăn buồng ngủ.

Phước ngồi tự nhiên. Tôi thấy anh đưa tay sờ túi áo. Sau đó anh hỏi:

"Anh Thăng có thuốc lá không?"

Tôi lấy thuốc cho Phước.

Hồi chiều Tâm vừa cho tôi một bao ba số năm. Phước gõ gõ giọng giọng điếu thuốc lên hộp quẹt, bật lửa, châm, thở khói.

"Chà. Sướng gì đâu!" Phước vừa nói vừa ngó những dòng chữ trên điếu thuốc. "Anh có phải đi tù không anh Thăng?"

Tôi kéo ghế ngồi đối diện với Phước. Tôi cũng châm một điếu thuốc.

"Cũng có chút chút. Mỗi nơi vài ba tháng. Tôi vượt biên."

"Anh ở tù nào?"

"Rạch Giá. Nha Trang. Mỹ Tho..."

"Tôi ở ngoài Bắc."

Bỗng nhiên Phước rùng mình. Tôi thấy hai tay anh vòng trước ngực.

"Nhà gì lạnh quá chừng!" Phước vừa hút thuốc, nhả khói vừa ngó quanh nhà.

"Mà chị đâu anh?"

"Nhà tôi và con tôi đã vượt biên!" Tôi nghe chính giọng nói của tôi như thể là giọng của một người nào khác.

"Vượt biên? Còn anh tại sao anh không đi?"

"Tôi không đi vì lúc đó tôi còn ở tù dưới Rạch Giá."

Phước đứng dậy, dập điếu thuốc hút dở xuống cái dĩa làm gạt tàn. Anh cho hai tay vào túi quần, đi qua đi lại. Căn phòng chật, chỉ bước ba bước, Phước đã đụng vách. Dừng lại trước mặt tôi, anh hỏi:

"Bây giờ anh Thăng làm gì?"

"Tôi chưa làm gì. Tôi không biết làm gì?"

"Vậy anh sống cách sao?"

Tôi sống cách sao? Tôi đi qua đi lại. Tôi đi rong trên phố. Tôi đứng ở chợ trời. Tôi uống cà phê của bạn bè. Tôi ăn cơm chực của bác Ngô. Tôi nhớ Quỳnh, nhớ con. Tôi như một thứ cây, mà nhựa sống đã bị rút hết, đứng khô héo dưới một thời tiết hạn hán. Tôi mong tin Quỳnh biết là chừng nào. Hai mẹ con đã đến đâu? Palawan? Poulo Bidong? Sungei Beisi? Songkla? Hay... Tôi không bao giờ dám nghĩ đến điều đó. "Hay"... không nên có cái chữ "Hay" đó. Mà tôi cũng chẳng biết mình có sống không, làm sao tôi biết mình có sống không, làm sao tôi biết tôi sống cách nào. Nếu sống chỉ giản dị là ăn, là thở, là đi đứng, là cười nói... có lẽ tôi đang sống.

Đột nhiên, Phước dừng lại, ngồi xuống ghế:

"Tôi hiểu rồi! Anh Thăng. Thật tình là tôi đến gặp để mượn anh chị một lượng vàng. Tuần tới tôi có chuyến đi. Nhưng mà... tôi hiểu rồi! Anh ăn gì chưa?"

"Ăn rồi! Tôi đã ăn từ hồi chiều."

Nhìn quanh căn buồng trống trơn, Phước hỏi:

"Bán hết rồi hả?"

"Hết. Chẳng còn gì để bán." Tôi cắn đầu điếu thuốc, đổi đề tài "Sao bây giờ mới tính chuyện đi?"

Phước xua tay, châm lửa đốt thêm một điếu khác. Im lặng một lúc Phước nói:

"Hồi giữa tháng Tư tôi phân vân lắm không biết đi hay ở. Tôi còn nhớ rõ tờ Tiền Tuyến ngày 27 tháng Tư có đi một cái tít dài tám cột Việt Nam Cộng Hòa sẽ không bao giờ đầu hàng Cộng Sản, chừng nào quân đội vẫn còn đó và vẫn còn sự ủng hộ của nhân dân. Và tướng Kỳ đã tuyên bố trong một cuộc mít tinh lớn rằng các lực lượng của Việt Nam Cộng Hòa vẫn còn mạnh và sẽ mang lại hòa bình trong danh dự cho xứ sở. Tôi đi làm sao được. Tôi quyết định ở lại. Mặt khác hồi đó tôi không muốn khi mình tới trại tị nạn sẽ bị người Mỹ xịt thuốc DDT như xịt vào một con vật hôi tanh, như thể mình có chí, có rận hoặc có mùi nặng. Tôi nghĩ rằng chắc mình sẽ có một cái mùi mà người Mỹ sẽ không bao giờ chịu được là mùi bại trận của họ..." Ngưng một lát, Phước tiếp, "Vả lại, muốn làm người tị nạn thì phải rất trẻ hoặc phải rất giàu. Trẻ thì tôi không còn trẻ và giàu thì tôi cũng chưa bao giờ giàu..."

"Vậy sao bây giờ tính chuyện đi?"

"Tôi không thể sống nổi ở đây."

"Nhưng bây giờ gặp anh, để tôi tính lại. Có thể tôi sẽ hoãn chuyến đi của tôi."

"Mà tôi làm gì để anh đổi ý?"

"Anh chẳng làm gì. Tôi đổi ý vì tôi đang nghĩ khác. Đi chậm không có nghĩa là sẽ không đi. Thôi bữa khác gặp anh."

Phước đứng dậy, chìa tay cho tôi bắt.

Phước đi rồi tôi không ngủ được. Tôi nhớ Quỳnh và con. Tôi thấy lại khuôn mặt của Uyên, hai con mắt đen, tóc chải cao, cái trán bướng, áo hở cổ rộng, da trắng. Tôi thoảng nghe tiếng khóc của con, những ngón tay gầy, đôi mắt to trên một khuôn mặt thiếu chất dinh dưỡng. Đứa bé ra đời trong một Saigon tan nát. Nó không chỉ đánh dấu tình yêu của hai con người, nó còn đánh dấu những tháng năm khổ nhục của cha mẹ và cả một dân tộc.

Tôi tưởng tượng lúc này Quỳnh đang dắt con đi trên bờ biển của một hòn đảo đầy những thuyền nhân tị nạn. Quỳnh đang xếp hàng chờ lãnh phần ăn. Quỳnh đang giặt quần áo trên tảng đá của một con suối. Quỳnh đang ôm sách đến một lớp học Anh ngữ. Quỳnh đang bị bao vây giữa những người đàn ông. Quỳnh xông pha giữa bầy cá mập. Quỳnh và con nằm bất động trên một chiếc ghe đầy những xác chết. Ghe đang trôi lềnh bềnh giữa đại dương. Quỳnh bị đưa lên một thuyền đánh cá của bọn hải tặc. Quỳnh bị đánh đập, bị hãm hiếp, bị làm đồ chơi cho bọn thú vật Thái. Quỳnh giãy giụa. Quỳnh chống chọi, vùng vẫy. Quỳnh ôm chặt con vào lòng. Quỳnh cắn lưỡi. Quỳnh ôm con nhảy xuống biển. Quỳnh được một tàu buôn cứu. Quỳnh đã đổi khác. Hai con mắt căm hờn, chiếc miệng có cái răng khểnh đã khép lại vĩnh viễn nụ cười đã từng làm chết lòng tôi. Quỳnh đi đứng lo cho con như một hồn ma trên dương thế. Trong trái tim Quỳnh, tôi đã biến mất như một làn khói mỏng. Quỳnh không bao giờ còn nhớ tôi. Cô không muốn nhớ tôi. Tự nhiên tôi có cái ý nghĩ ấy. Đùng một cái, cả một đất nước sụm xuống. Đùng một cái, cả một dân tộc tan nát.

Đùng một cái, tôi đánh mất tất cả. Tình yêu của tôi, con cái tôi, gia đình tôi biến đi như những bóng mây. Và tôi, thứ rong rêu bèo bọt, một sinh vật bình thường bất ngờ bị tước đoạt tất cả, trần truồng trước cõi đời. Nhưng mà có đúng là "đùng một cái" không? Có đúng là đùng một cái gạo trong kho sạch trơn không còn một hột không? Có đúng là bừng con mắt dậy thấy mình tay không hay không? Có đúng là tự nhiên một hôm thấy mình mất sạch sành sanh, tay chân bị trói bỏ rọ không? Hôm ở nhà tù Rạch Giá, Linh mục Minh nói với tôi rằng chính những người cầm vận mệnh dân tộc trong tay đã đẩy đất nước này đến chỗ suy sụp cùng tận.

Càng có nhiều quyền lực chừng nào họ càng có trách nhiệm lớn lao chừng nấy trong vụ làm mất nước. Máu của cả một dân tộc đổ xuống, xương của nhiều thế hệ xếp lại để cho cả bọn mua bán quyền lực đưa đẩy đến ngày Ba Mươi tháng Tư Bảy Lăm. Chính cái tham vọng chính trị và quyền lực của bọn cầm đầu Bắc Bộ Phủ họp với cái tham vọng địa vị và tiền bạc của bọn trong phủ Đầu Rồng đã làm nên cuộc chiến thắng vĩ đại cho bên kia, cái thất bại nhục nhã cho bên này. "Chính cái thứ người như anh, sống lửng lơ bên lề xã hội, sống như cơm nguội và nước lạnh với cuộc đời đã góp phần vào sự tan nát này!" Đâu phải một ngày mà sự thế nó trở thành thế kia. Lâu lắm rồi, một khi "triều đình" không biết nỗi khổ của dân đen, thì cái thế tất yếu của thất bại đương nhiên là phải đến.

Tôi chấp hai tay lót dưới ót, ngó lên trần nhà thấp tối om. Cây đèn hột vịt hết dầu đã tắt ngúm. Căn nhà tràn ngập một thứ bóng tối buồn bã. Tôi nhớ đến

Uyên đến ông Phan, bà Phan. Uyên nồng nàn. Bà Phan kiểu cách. Ông Phan đầy tham vọng, những ngón tay tròn và mập, lòng bàn tay ướt rịn mồ hôi. Cái tiểu thư viện, nơi lần đầu tiên tôi gặp ông. Bức tự họa của Van Gosh trên tường. Những thứ ấy cùng lúc bỗng hiện ra trong trí tưởng tôi. Rồi ông Mười Tân, con người theo đuổi một thứ lý tưởng mà ông tự cho là cao đẹp tự mãn về sự chiến thắng của một chủ nghĩa như đã tìm được đáp số cho một bài toán mà dân tộc đã đặt ra cho mình. Đáp số ấy, buồn thay, tôi nhìn kỹ, nó chẳng qua chỉ là cái âm bản của một tấm phim mà phần dương bản là cái ông đã cùng với các đồng chí ông đem chính máu xương của mình và đồng đội mình ra để tiêu diệt thôi.

Đâu có gì khác khi người ta lật đổ một chế độ để xây dựng một chế độ giống như cái chế độ mà mình từ khước, phủ nhận. Cái câu nói của bà Phan vậy mà hay, "Cậu trốn nhà tù này để chui vào một nhà tù khác chứ có gì khác đâu." Tôi nhìn ngó xung quanh nhà trống trải. Đường xá bẩn thỉu, đầy ổ gà. Những con người lạ lẫm. Cảnh vật tiêu điều buồn bã. Những nụ cười gượng. Cái công viên trước Dinh Độc Lập trước kia đẹp đẽ trang nghiêm bây giờ khi bóng tối xuống đã đầy những gái ăn sương. Mà đâu phải dân chuyên nghiệp gì. Con gái của một ông giáo. Bà vợ của một sĩ quan học tập cải tạo. Những con người thất cơ lỡ vận. Cánh cửa của xã hội đóng lại trước mũi của những con người cũ. Ở trên mỗi khuôn mặt của người Saigon luôn luôn có một chữ vô hình nhưng rõ nét. Ngụy! Ngụy! Ngụy! Chỗ nào cũng Ngụy. Có học đã là Ngụy. Đĩ điếm cũng là Ngụy. Người ta có biết đâu con số đĩ điểm đã gia tăng gần bằng thời gian quân đội Mỹ và Đồng Minh tới Sài Gòn...

Tôi còn nhớ cái gì nữa? Đăng và Mai hiện đã theo mẹ chúng đến Pháp. Cái thư hai đứa viết cho tôi đề tại Paris. Đã đi học lại. Má đã lấy chồng, bắt tụi con kêu ông này là ba. Không được, con chỉ có một người ba thôi. Mỗi tối má giành mười lăm phút để chửi ba. Đàn ông bội bạc. Đàn ông tồi. Đàn ông là rác rưởi. Đàn ông làm má tởm. Và má lấy chồng. Người chồng mới của má tuy bề ngoài có hơi thấp lùn một chút và không được bảnh trai lắm, nhưng bù lại tánh tình dễ chịu, cần kiệm, tiện tặn, tiêu một đồng một cắc cũng suy đi tính lại "Một cái giẻ rách trong nhà cũng lưu luyến, khó mà bỏ nó được." Ông chồng mới của má ở Âu Châu lâu năm, học hành đỗ đạt, việc làm tốt, lương cao, bổng hậu. Nhưng dè sẻn tiện tặn chẳng qua là vì có truyền thống gia đình thôi. Thế là quá tốt. Khi má chửi đàn ông có lẽ má chửi ba, chớ không phải chửi bất cứ người đàn ông nào. Má nói sao ba không ở tù chết rục trong mấy cái trại cải tạo của cộng sản. Đăng viết trong thư nói nó muốn bảo lãnh cho tôi đi Pháp mà tuổi nó còn nhỏ không thể làm giấy tờ được. Chú nhỏ nói có gặp một cô bạn gái hồi ở Sài Gòn của tôi, "cô ấy là ma-ren của con, cô đứng tên với con ký giấy tờ với con, chở con đi chỗ này chỗ nọ làm các thủ tục để lo cho ba." Thư đi kèm mấy cái "xét-ti-fi-ca" bảo đảm nơi ăn chốn ở cho tôi của Brigitte Huỳnh. Brigitte Huỳnh? Tôi không nhớ. Có lẽ hồi ở Saigon cô có tên khác. Dù sao Brigitte không biên cho tôi một chữ nào để nhắc kỷ niệm cũ. Có thể cô là bạn của Uyên không chừng. Nhưng không sao. Tôi hi vọng tờ giấy của Brigitte và Đăng có hiệu lực. Tôi vẫn giữ cái thư và tờ giấy bảo lãnh trong túi, nhưng chưa nộp. Tôi cứ hẹn lần hẹn lữa. Mai đi! Mai đi! Tờ giấy đã hơi nhàu. Cái gì giữ chân tôi lại khi cầm tờ giấy này đi xuống công an quận. Có thể nó sẽ không nhận. Dù sao? Còn ông Mười Tân? Chẳng lẽ ông ta không biết rằng tôi ở tù ra? Chính ông đã vào trong tù gặp tôi. Chính ông chẳng đã từng nói một người dân ngụy nào đó vượt biên mà bị bắt thì "tùy địa phương xử lý vài ba tháng đến vài ba năm, chớ thằng Thăng thì cứ cầm chắc trong tay bốn chục năm. Bốn chục năm rất khác với bốn tháng hay bốn năm!" Ông gằn từng tiếng như vậy. Tôi không rõ ông yêu cái chế độ mà ông góp công xây dựng và cái chủ nghĩa mà ông theo đuổi từ khi mới mười sáu tuổi hay ông yêu cái chỗ đứng của ông trong cái chế độ này. Ông có lạc quan quá đáng chăng khi mà cái thành phố Sài Gòn đẹp đẽ này và cả một đất nước thân yêu này mỗi ngày một lún sâu xuống cái bãi lầy của sự nghèo khốn, xót xa, đau đớn, khổ nhục. Cách mạng là đoàn tụ cho người này, chia ly cho người nọ, là sự hãnh tiến cho cái đám lau nhau này, và sự cúi đầu nghiến răng của đám kia. Cách mạng có phải là giật ngôi nhà của người này, đuổi họ ra đường để cho một tay tự xưng là từng đổ máu xương cho chủ nghĩa dọn vào. Cách mạng có phải là làm trống trải những căn nhà - kể cả những căn nhà không còn có gì để làm trống trải thêm nữa - để làm đầy những căn nhà khác. Cách mạng có phải là hạ thấp mức sống của một xã hội đang không cao gì cho lắm xuống bằng một xã hội mà cuộc sống đã bị ngưng đọng suốt hai mươi năm?

Tôi không hiểu chính trị là gì. Tôi là một tên dốt nát về nhiều mặt. Cả cái lũ bạn tôi, từ Tâm khô-khốc-thiền-sư, Đình cay-chua-độc-mồm-độc-miệng, đến Nhật can đảm một cách ka-mi-ka-de... hoặc như "Lộc-Sorbonne", "Ký-thi-sĩ", "Nghĩa-kinh-tế." Thằng nào cũng lãng mạn về chính trị. Lãng mạn về chính trị, ai đã nói với tôi như vậy? Tôi không nhớ. Nhưng mà có lẽ ai đó đúng. Tôi khinh bỉ cái thứ chính trị xu thời, xa lông, cái thứ chính trị bằng mồm, cái thứ chính trị được làm vua thua làm giặc. Trời ơi, tưởng tượng một quốc gia tràn ngập những loại người đó kèm theo đủ loại công an và nhà tù thì nó sẽ ra sao? Mà đâu cần tưởng tượng. Tôi chỉ cần mở cánh cửa bước ra đường là tôi có thể thấy ngay rồi. Đầu hẻm, cuối hẻm, có công an. Khu vực có công an. Ngôi biệt thự cửa đóng im ỉm có cổng sắt của một gia đình Ngụy nào đó có thể là một nhà giam. Run sợ: đó là cái cảm giác thường trực trong tôi. Và để trấn an nó, tôi thường nói không sao, không sao, tôi đâu có làm gì, tôi đâu có nợ máu với bất cứ ai. Tôi không ăn cắp, không nói dối, không giết người. Tôi sống lương thiện. Tôi không ân hận hối tiếc về những ngày tôi đã sống qua. Tôi yêu người, yêu đời. Không sống được với người đàn bà kia tôi đã thẳng thắn chia tay. Tôi yêu thương các con tôi. Tôi yêu Quỳnh và tôi sống với Quỳnh. Nếu cô không yêu lại tôi và nếu cô không sống với tôi, chắc chắn là tôi sẽ đau khổ. Nhưng tôi đã được người phụ nữ mà tôi ao ước. Tôi đã có với Quỳnh một đứa con thay vào chỗ những đứa con tôi đã ra đi. Nhưng sau cùng tôi cũng đã mất. Cái có đã trở thành cái không. Cái tự do đã trở thành tù ngục. Tôi hoang mang về lẽ tử sinh. Cái bóng tối của đêm Sài Gòn sao mà đen sệt như thế này.

CHƯƠNG HAI MƯƠI

Quán cà phê là sân của một ngôi biệt thự nằm khuất sau một bờ tường cao trơ trụi. Những chiếc bàn thấp đặt dưới những tàn cây. Cà phê thơm lừng. Thứ thiệt. Bánh "ba tê sô" nóng. Chỗ ngồi mát mẻ. Đủ mọi loại người đang trò chuyện bên ly nước đen sánh bốc khói. Một quán cà phê rất Sài Gòn trong một Sài Gòn đang bị chìm khuất, u ám. Nó có cái vẻ thanh bình của những năm tháng trước Bảy Lăm. Nhưng mọi người đều biết không phải thế. Chỉ cần đặt chân ra khỏi cái cổng rỉ sét kia, người ta sẽ gặp một thế giới khác, in tuồng như cái cổng là rặng núi Pyrénées mà một bên là sai lầm, còn bên kia là chân lý.

Vũ ngồi đối diện tôi. Hai cánh tay anh xếp lại. Một khuôn mặt vuông. Đôi mắt tình cảm. Da mặt xanh. Cái cảm giác lần đầu khi gặp Vũ là tôi đang đối diện với một tâm hồn yếu ớt và lãng mạn. Nhưng dần dần được đọc những bài viết của anh, tiếp xúc với anh, tôi hiểu cái cảm tưởng đầu tiên ấy là sai. Cái bề ngoài của một con người đôi khi chả vẽ lên được bản chất của con người đó chút nào cả. Vũ có một tâm hồn khỏe mạnh, những suy nghĩ sâu sắc và thâm thúy. Các sáng tác thơ, truyện, và nhất là kịch của anh, không những chỉ được bạn bè và người đọc, người xem ở "ngoài đó" ưa thích mà đối với dân Sài Gòn, những người nhạy cảm cũng tìm thấy một tâm hồn đồng điệu. Bảy năm sau ngày Sài Gòn mất tôi gặp Vũ ở một hàng sách chợ trời đường Đặng Thị Nhu. Con đường ấy, hai đầu được chận lại bằng cái rào gỗ đóng tạm. Sách báo trước Bảy Lăm không những chỉ bày trên vỉa hè mà con tràn ra cả mặt đường. Hôm đó tôi ngồi núp sau hàng sách của Vĩnh, uống cà phê. Vĩnh trước làm ở đài phát thanh Sài Gòn, phụ trách một chương trình ca nhạc. Anh bị tật ở chân nên không phải đi lính. Gia đình Vĩnh vượt biên hết, anh nhất định không đi. "Để coi thử thời thế nó ra sao." Hàng sách của Vĩnh có đủ loại Anh, Việt, Pháp, Tàu, sách, báo, tạp chí... từ những cuốn xưa cũ đến những cuốn mới nhất. Xưa như Nam Phong Tạp Chí, Tản Đà Vận Văn, gần nhất như tạp chí Sáng Tạo, Hiện Đại, Bách Khoa, Trình Bày, Văn... mới như các tờ Newsweek, Time, Paris Match, L'Express... có hàng tuần do những người dọc dẹp phi cơ trên Tân Sơn Nhất tuồn ra. Những tạp chí này chỉ cần cho người thuê trong vòng một tuần. Vĩnh đã lấy lại vốn. Còn sách cũ khi gặp mối, do những người có giấy xuất cảnh đi ngoại quốc hoặc do những người chuẩn bị vượt biên, anh mua cả tủ sách gia đình của họ, giá rất rẻ. Và sau đó, Vĩnh giữ giá bán lời lên cả mấy chục lần. Vĩnh cũng mua sách "Lê nin toàn tập" xé ra lấy giấy bán kí lô, còn bìa đem bán cho các nhà đóng sách. Tôi quen Vĩnh qua Tâm Khô Khốc Thiền Sư. Tâm là khách hàng của Vĩnh, sau khi đã là bạn của Vĩnh. Một người đọc sách nhiều như Tâm dễ làm khách ngộp thở. Một lần vào chơi nhà bạn, tôi chỉ thấy sách và sách, báo và báo. Ở chỗ nào cũng có sách. Sau Bảy Lăm, khi chợ trời sách bắt đầu xuất hiện, trước tiên là sách Hà Nội loại hiếm, sau đó là sách Sài Gòn, loại đã bị sở Văn hóa Thông tin tịch thu vì gán cho cái nhãn hiệu phản động và đồi trụy. Tâm gặp Vĩnh, và anh trở thành người cung cấp hàng sách đầu tiên cho "ông chủ sạp" sách Vĩnh. Bán hết sách, Tâm đâm ra thèm và nhớ sách. Ngày nào cũng một lần đi chợ trời sách ngắm nghía những cuốn sách của chính mình bán ra. Lật lại từng trang, sờ từng gáy sách. Cuốn nào Vĩnh bán được cũng làm Tâm đau xót. Có lúc Tâm đề nghị mua lại những cuốn mình đã bán. "Để làm chi? Mày bán rồi mà!" Vĩnh hỏi. "Chẳng để làm chi hết!" Có lần, tình cờ ra thăm Vĩnh, Tâm thấy một người khách đang săm soi cuốn *L'Être et le Néant* của Jean Paul Sartre, Tâm trả giá cao hơn người khách và lấy lại cuốn sách mà ngay trang đầu có chữ ký của anh kèm theo con số ghi rõ ngày tháng mua.

Từ chiếc ghế thấp sau sạp sách, vừa nhấp cà phê vừa nhìn những người qua lại mua bán sách, tôi chợt thấy một người đàn ông tròn và hơi thấp, mang dép da, mặc quần jean xanh, đang cúi xuống cuốn *Bếp Lửa* của Thanh Tâm Tuyền. Một lúc sau anh ta cầm lên lật từng trang đọc rất nhanh.

"Tôi muốn mua cuốn này." Người đàn ông nói, mặt hướng về phía tôi. Có lẽ anh ta nghĩ tôi là chủ sạp.

Tôi thấy một khuôn mặt vuông vức, cằm bạnh, nước da tái, hai con mắt buồn rầu, giọng nói rõ ràng không phải là dân Saigon.

"Vĩnh, có người mua sách!"

Tôi đặt ly cà phê xuống dưới đất. Vĩnh bước ra, liếc mắt nhìn tựa đề cuốn sách và chỉ thoáng liếc thấy mắt của người khách, Vĩnh nói một cái giá mà tôi vừa nghe đã đỏ lỗ tai. Chỉ mấy năm làm nghề bán sách chợ trời Vĩnh khám phá ra cái giá của cuốn sách tùy thuộc vào con mắt của người khách. "Khi người ta kết cuốn sách rồi thì bất cứ giá nào họ cũng mua." Đó là bí quyết của Vĩnh.

Người khách nói:

"Đắt qua! Tôi tưởng giá vừa phải thì tôi lấy quyển này!"

"Ông muốn bao nhiêu?" Vĩnh hỏi lại, rõ ràng là sẵn sàng hạ giá.

"Tôi chỉ còn có hai chục thôi."

"Không được đâu ông. Giá chót là một trăm." Vĩnh nói chắc như đinh đóng cột.

Người khách đặt cuốn sách trở lại chỗ cũ.

"Tiếc quá. Tôi không đủ tiền." Anh ta vừa nói vừa bỏ đi.

"Thôi, để tôi bớt một tiếng chót. Tám chục." Vĩnh lại ra giá.

Anh ta lắc đầu, khuôn mặt vuông tái lại, nụ cười buồn. Bỏ đi.

"Cám ơn. Để chừng nào mượn đủ tiền tôi sẽ quay lại."

Hôm đó tôi có tiền, không nhiều, một số tiền tàm tạm nhờ bán bộ đồ vía sau cùng, kèm theo hai lố khăn mù soa Quỳnh đã mua tặng sinh nhật tôi năm Bảy Tư.

Tôi đứng dậy nói với Vĩnh:

"Ông để tôi mua cuốn đó."

Và thật nhanh, tôi chộp cuốn Bếp Lửa chạy theo người đàn ông.

"Sách đây ông! Người ta chịu bán giá hai chục rồi!"

Người đàn ông nhìn thẳng vào mặt tôi, thoáng một cái tôi có cảm tưởng như anh ta biết là tôi nói dối.

"Đây, sách của ông đây!" Tôi dúi cuốn sách vào tay anh ta.

Đúng như tôi nhận thấy cái thoáng mắt ấy, sau này Vũ nhắc lại chuyện cũ hỏi tôi "Sao anh tặng sách cho tôi, khi mà mình chưa quen nhau?"

"Không biết. Lúc đó tôi nghĩ là tôi thích anh vì anh cũng thích cuốn sách mà tôi thích."

Bẵng đi một thời gian khá lâu, tôi gặp lại người khách mua sách tại một quán cà phê với Tâm Khô Khốc Thiền Sư.

"Đây là anh Vũ. Lâm Quốc Vũ. Nhà viết kịch. Và đây là Thăng, bạn tôi."

Tôi bắt tay Vũ nhớ ra lần gặp gỡ ở sạp sách của Vĩnh. Vũ cũng vậy, anh nhìn ra tôi ngay.

"Quen nhau rồi à?" Tâm hơi ngạc nhiên.

"Không. Chỉ mới biết nhau thôi." Vũ nói, "Nhưng cũng nhờ ông Thăng này mà tôi biết ông Tâm."

"Tại sao?" Lần này tôi ngạc nhiên.

"Bởi vì, tôi đọc cuốn *Bếp Lửa*, in lần thứ hai có lời tựa của ông Tâm này. Nhờ đó mà tôi quen. Chẳng phải sao?"

"Trời ơi! Sao mà rắc rối!" Tôi đập tay lên trán.

Và như thế chúng tôi quen nhau.

Vũ nói: "Tôi sắp về Hà Nội. Người ta đang dựng một vở kịch mới của tôi. Tôi không biết vở này có được trình diễn không. Dù sao…"

Vũ không nói hết câu. Vở trước bị cấm sau khi diễn phúc khảo, chỉ vì Vũ đã để cho một nhân vật câu cá ở Hồ Tây khi bị công an bắt đã nói rằng: "Ông bắt được tôi chỉ vì tôi ngủ gục chứ nếu tôi tỉnh táo thì…"

Vũ không phải gốc người Hà Nội, nhưng cung cách của anh rất là Hà Nội xưa. Điềm đạm, từ tốn. Người ta nói quê anh ở Đà Nẵng theo cha tập kết ra Hà Nội. Tại đây anh đi học rồi đi bộ đội. Đào ngũ khi theo "quân giải phóng" đánh trận Hạ Lào. Trở lại Hà Nội, Vũ sống lêu bêu không "hộ khẩu." Người vợ trước của Vũ là một nữ diễn viên điện ảnh, sống ngay với một người khác khi anh vừa đi bộ đội. Trong thời gian sống chui rúc, Vũ làm thơ viết văn. Sau khi tập thơ đầu tay ra đời, in chung với một người bạn khác, Vũ bắt đầu viết kịch. Trong tình hình sân khấu thiếu kịch bản, hai vở kịch của Vũ gửi đến tạp chí Sân Khấu trở thành bùa hộ mệnh của anh. Hội Nghệ Thuật Sân Khấu bắt được một tay có cỡ đi theo ngành này, nên đứng ra che chở anh, cho anh một chỗ ở tạm tại cơ quan tờ báo. Thế nhưng trong hai năm trời, Vũ sáng tác sáu vở, và gần như vở nào cũng có vấn đề đối với Đảng và nhà nước.

"Hôm qua tôi vừa đi họp một hội nghị về sân khấu." Vũ uống một hớp cà phê, "Người ta nói tự do sáng tác là điều kiện sống còn để tạo nên giá trị đích thực trong văn hóa văn nghệ, để phát triển tài năng. Tôi có nêu trường hợp mấy vở kịch của tôi bị kiểm duyệt quá kỹ, cắt xén nhiều đối thoại, thậm chí đổi cả tính cách nhân vật. Và tệ nhất là sau cùng còn cấm không cho trình diễn nữa."

"Như vậy theo anh có tự do trong nghệ thuật dưới chế độ xã hội chủ nghĩa hay không?"

Vũ ngồi im không trả lời. Hai con mắt anh nhắm lại. Hai bàn tay mở ra. Anh ngó chăm vào những đường chỉ tay như săm soi tìm kiếm điều gì đó. Tôi đốt thuốc. Thuốc *Vàm Cỏ* khét nghẹt. Tôi nhớ hình như vang vọng đâu đây bài hát đang ăn khách *Vàm Cỏ Đông, Vàm Cỏ Tây*:

Ở tận sông Hồng em có biết

Quê hương anh cũng có dòng sông

Mẹ, quê hương ai mà chả có dòng sông.

Rồi tôi nhớ tới cái anh chàng bộ đội làm thơ mà tôi đã gặp trong một quán cà phê trước ngày tôi ngồi tù. Cũng Tây, cũng Đông. Mà không phải *Vàm Cỏ*. Chỉ là *Trường Sơn*. Anh ta nói anh ta mê tiếng hát Khánh Ly. Khi mới đặt chân tới Sài Gòn, trong cái ngổn ngang của một thành phố bị chiếm đóng, trên vai vẫn còn mang ba lô anh ta đi hỏi thăm Khánh Ly và khi biết người nữ ca sĩ mà mình ưa thích đã bỏ đi, anh ta làm một bài thơ. Câu duy nhất mà tôi còn nhớ trong bài thơ đó là: Đã *Khánh* tận đâu mà em *Ly* biệt. Anh ta đã kể lại như vậy và chỉ vài năm sau, anh thấy câu thơ của mình sai. *Đã Khánh tận rồi nên em biệt Ly...*

Anh ta đọc cho tôi nghe hai câu thơ của anh đã làm anh khổ sở:

Khói bom lên trời thành một vòng đen

Trên mặt đất hiện bao nhiêu vòng trắng

Cái thằng cha này coi bộ vậy mà hay. Mình đã lếch thếch kể từ khi *cách mạng* vô, nó là *cách mạng thứ thiệt* còn lếch thếch hơn mình.

"Này!" Vũ đập tay lên tay tôi "Có lẽ tôi phải đi." Anh vẫn chưa trả lời câu hỏi tôi.

"Ngồi lại một tí nữa thôi. Tôi cũng sắp đi mà!"

"Còn anh, anh nghĩ sao?"

"Nghĩ cái gì?"

"Cái mà anh gọi là tự do..."

"Theo tôi," tôi nhìn người khách-bạn nói, "chắc chắn là không có chuyện tự do dưới chế độ này. Tôi chỉ thấy bích chương tuyên truyền chứ không thấy họa phẩm. Chỉ có... những cuốn sách hô hào chống Mỹ-Ngụy chứ không thấy tác phẩm văn học..."

"Theo tôi," Vũ nói, "cái chính không phải là điều anh vừa nói." Có lẽ anh thấy không tiện trả lời tôi về cái vụ có hay không có văn chương. Rõ ràng là mặt anh không đồng ý cái suy nghĩ hàm hồ của tôi. Anh nói, "Ghê tởm là sự giả dối. Hôm trước ông Tổng bí thư tuyên bố *cởi trói* văn nghệ sĩ, kêu gọi văn nghệ sĩ phải nói lên sự thật, dù là sự thật phũ phàng. Ông ta nói. Dù thế nào *các đồng chí* cũng không nên bẻ cong ngòi bút của mình. Ấy vậy mà hôm sau, vở kịch tôi bị cấm trình diễn. Lý do nêu ra hết sức đơn giản: chống lại dân tộc, chống lại chủ nghĩa xã hội, phá hoại hòa bình, phá hoại nhân phẩm."

"Nhưng tôi thấy kịch anh vẫn có vở được trình diễn mà!"

"Ừ, thì cũng có vở được trình diễn chứ. Nhưng mà, anh không thấy sao, một tình trạng độc đoán về tư tưởng như vậy, văn học nghệ thuật chỉ có khô kiệt, chứ làm sao mà nẩy nở được..." Trầm ngâm một lúc, Vũ tiếp: "Ôi, chỉ cần một người suy nghĩ giùm cho mọi người, một cái đầu tối cao suy nghĩ cho mọi cái đầu khác, cũng đủ rồi!"

"Tôi muốn hỏi anh một câu..."

Vũ đặt ly cà phê xuống bàn, ngó vào mắt tôi, chờ đợi.

"Có bao giờ anh nghĩ tới chuyện vượt biên chưa?"

"Tôi có một số bạn quen đã vượt biên. Tôi không nghĩ đến chuyện đó. Tôi chọn ở lại đất nước này. Có người thân rủ tôi đi đường bộ qua cửa hữu nghị quan vào đất Trung Quốc. Tôi thấy mình không có lý gì để vượt biên. Còn anh thì sao?"

"Có phải anh muốn lên án những người vượt biên không?"

"Không. Hoàn toàn không! Tôi tin tưởng rằng những người bỏ nước ra đi đều có lý lẽ riêng của họ. Cũng như tôi, tôi tự hiểu tại sao tôi không bao giờ nghĩ đến chuyện ra đi."

"Tôi thì trái lại, tôi luôn luôn nghĩ đến chuyện phải ra đi. Vợ con tôi đã đi. Bạn bè tôi kẻ trong tù, kẻ đã chết, kẻ đã đi. Người ta không đi tìm một tình bạn khi đã quá cái tuổi bốn mươi."

Vũ không tiếp lời tôi. Anh cúi xuống ly cà phê như đang soi tìm điều chi trong đáy cốc nước đen sánh.

"Cũng chẳng ai đi lính, học nghề, theo cách mạng... ở cái tuổi *nhi bất hoặc* này."

Vũ ngước lên, hai con mắt buồn rầu của anh ngó chăm vào mắt tôi.

"Tôi vừa mới qua cái tuổi ba mươi. Tôi đoán chừng tôi thua anh đến dăm ba tuổi. Cũng như anh, tôi đã hai lần lập gia đình. Nhưng vào trong Nam này tôi mới biết tôi đang có trong tay quá nhiều cái đáng xem, đáng nghe, đáng nói và đáng viết. Nhưng xem vậy mà chả biết thế nào là đủ cho một người cầm bút."

Tôi có kể cho Vũ nghe về tôi. Hai lần lập gia đình của đời tôi là hai lần thất bại. Người đàn bà đầu tiên đã đến với tôi bằng tình yêu và chia tay tôi trong thù hận. Những đứa con chung của chúng tôi trở thành cái thùng đựng những lời nguyền rủa của bà mẹ căm ghét người cha của chúng. Tôi không hiểu tại sao. Tôi tìm kiếm cho người đàn bà ấy lý do để căm thù tôi và tôi thấy có quá nhiều lý do để tôi khinh bỉ bà ta. Để tỏ ra mình cao thượng, tôi cố thấy mình có lỗi. Người ta không thể buộc tội một người cha quá yêu con, người ta cũng không thể lên án một người đàn ông lúc nào cũng chăm sóc gia đình nhà cửa. Người ta càng không thể trách cứ một người chồng không hề biết ghen là gì. Tôi không nhìn ra rằng tôi có một tội rất lớn đó là sự không biết làm ra tiền trong một xã hội mà đồng tiền là thước đo của mọi giá trị. Mãi về sau này, khi tôi đã mất thêm người đàn bà thứ hai - cứ cho việc Quỳnh bỏ đi vượt biên như là một hình thức chạy trốn tôi – tôi còn nghiệm ra rằng thật ra tôi là một thứ người không biết yêu. Trong trái tim tôi, mọi thứ đều nhòa nhạt như thể tất cả đều chìm dưới một làn mưa. Cái nhìn của tôi bao giờ cũng phải lọc qua một tấm kính đục mờ. Tôi không yêu nổi chính con người tôi, tôi còn có thể yêu nổi được ai. Và như vậy nếu không ai yêu tôi, không yêu nổi tôi, điều đó cũng chẳng có chi là lạ. Những biến cố chính trị và thời sự có tác động đến nếp sinh hoạt tôi, nhưng hình như vẫn không làm thay đổi con người tôi: Tôi dửng dưng với tôi. Tôi nhàm chán tôi. Ngay cả trong tình bạn tôi cũng thiếu luôn cái nồng nhiệt và tận tụy. Tôi yêu một người bạn, không có nghĩa là tôi cứ phải gặp gỡ anh ta, cứ phải bênh vực những điều anh ta suy nghĩ, làm hay nói ra. Tôi yêu một người bạn có nghĩa là tôi giữ lòng quý trọng bạn, ngay cả trong khi tôi chống bạn. Tôi có đúng chăng, tôi không biết. Bạn bè tôi đã đi tản mạn. Người duy nhất tôi còn gặp là Tâm. Một người còm cõi, đen đúa. Hai con mắt sâu hoắm trên một khuôn mắt nhô xương. Một dáng tất bật. Một nụ cười rất buồn. Những ngón tay vàng khói thuốc...

Chính Vũ tìm đến Tâm và nói cho anh biết là Vũ thán phục bài viết của anh. Và Tâm cũng nhận ra rằng anh đang đối diện với một tài năng. Vũ kể người vợ trước của anh là một diễn viên điện ảnh. "Cô ta đẹp lồ lộ và yêu tinh lắm." Họ có với nhau một đứa con trước ngày Vũ đi bộ đội. Khi được lệnh theo quân đi chiến dịch Hạ Lào, Vũ đào ngũ. "Không, người ta sinh ra không phải để chém giết nhau," Vũ luôn luôn nghĩ như vậy. Anh sống chui rúc từ nhà người bạn này đến nhà người quen khác. Những căn "hộ" vốn chật hẹp, không tới chín thước vuông mà chứa đến bốn năm con người, chỗ nằm cũng là phòng khách, là bàn viết, là bếp núc, là thứ gì cũng được. Sau cùng Vũ chui vào hội Nghệ thuật Sâu khấu. Anh viết một kịch bản. Tác phẩm như một tấm giấy tùy thân, như cái nón che đầu. Vũ tìm được một chỗ để thở là một góc trong căn phòng làm việc của Hội để đêm đêm có chỗ trải chiếc chiếu, giăng cái màn. Người đàn bà thứ hai Vũ yêu và rất yêu anh là một phụ nữ bình thường. Chị mồ côi từ lúc còn rất bé. Chị sống gian khổ và lập gia đình với một đảng viên cao cấp. Đó là một người chồng giả dối. Y húc vào đời chị như một con heo húc mõm vào chậu cám. Y nói chuyện đạo lý trong khi y đi đến đâu để con rơi con rớt đến đấy. Y luôn mồm đăng đàn diễn thuyết nói về người phụ nữ đã được giải phóng, trong khi chính chị là nạn nhân của những hành vi thô bỉ của y. Y sống trong một căn nhà khá rộng so với nhiều cán bộ đảng viên ở Hà Nội. Y hưởng chế độ đặc biệt: mua bán ở những quầy hàng đặc biệt với hàng hóa thực phẩm có phẩm chất cao với giá rẻ. Và chị chỉ là con vật phục vụ cho hắn từ nhà bếp đến cái giường. Chị làm quen với Vũ khi lần đầu tiên xem kịch anh ở Hà Hát Lớn. Chị là một phụ nữ đặc biệt. Chị thắm thía những lời nói và suy nghĩ của nhân vật trong kịch của Vũ. Chị nói anh nghe những điều chị nghĩ về kịch của anh. Và họ yêu nhau. Người chồng đảng viên cao cấp của chị biết. Y đưa nội vụ ra "tổ chức." Vũ bị công an "hỏi thăm." Chị tiếp tục bị y hành hạ. Y nhốt chị trong nhà như người ta nhốt một con chó. Các vở kịch của Vũ bị soi mói từng dòng, từng chữ. Các nhân vật của Vũ bị giải thích là ám chỉ "các đồng chí lãnh đạo kính mến," phỉ báng lãnh tụ, coi thường những thành quả to lớn của cách mạng, đi chệch hướng, tư tưởng lệch lạc, văn chương theo "chủ nghĩa hiện đại..."

Nhưng tình yêu họ mạnh hơn mọi sự áp chế. Hai người được bạn bè bao che, gỡ bỏ dần những sợi dây trói buộc họ về mặt chính trị. Họ sống với nhau như thể hai người trẻ tuổi lần đầu tiên gặp nhau và yêu nhau.

"Vả lại," trầm ngâm một lúc lâu, Vũ tiếp "cũng như anh, tôi không thể nào đi học một cái nghề vào cái tuổi đã không còn trẻ nữa. Ngay như ở đây, tại Sài Gòn này, mà tôi còn thấy mình sống còn khó huống gì là đến một nước Tây phương... Nhưng mà, anh Thăng này, tôi có điều muốn hỏi anh..."

Vũ ngập ngừng, lấy cái thìa ra khỏi ly cà phê, đặt xuống thành dĩa:

"Anh nghĩ gì về tôi khi anh rủ tôi vượt biên? Anh không sợ sao?"

"Anh có nghĩ rằng anh là người đáng cho tôi sợ vì anh có can đảm bán đứng một người bạn không?"

Vũ không trả lời tôi. Anh bưng ly cà phê lên chiêu một ngụm.

"Không khí ở đây êm đềm quá nhỉ?"

"Nhưng mà ở ngoài kia, anh có biết mỗi căn nhà của bốn triệu dân thành phố này đang có bao nhiêu là sóng gió. Cả cái miền Nam này biết bao nhiêu là tủi nhục xót xa, chia lìa và chết chóc."

"Anh đừng quên cả miền Bắc từ năm Năm Mươi Tư mười mấy triệu con người cũng đã sống như thế. Sống như thế gần ba chục năm trời rồi. Và không biết còn đến bao giờ nữa..."

"Như vậy theo anh, chọn ở lại phải chăng là để chịu đựng một đời sống như trong một trại súc vật?"

"Tôi không nghĩ vậy. Chọn ở lại có nghĩa là tôi không muốn nhìn thấy cái đất nước này là một trại súc vật."

"Liệu có ai làm nổi chuyện này không?"

"Liệu còn có con người nào chịu suy nghĩ và muốn làm điều đó không?"

Tôi nhìn Vũ. Đôi mắt anh đỏ, hai con mắt lấp lánh màu xanh trong. Cái vẻ thư sinh của anh đã đánh lừa tôi. Vũ là một con người dũng cảm.

"Có lẽ tôi phải đi." Tôi nói với Vũ, sau khi đặt tiền lên mặt bàn.

"Bao giờ anh lên đường?" Vũ nhìn thẳng vào mắt tôi, "tôi hỏi câu này không tế nhị, nhưng tôi muốn từ giã anh… không biết lần sau tôi vào Sài Gòn tôi còn có dịp nào gặp lại anh nữa không?"

"Chưa. Tôi không đủ phương tiện để đi. Nhưng nếu gặp cơ hội, chắc tôi sẽ không chần chờ đâu."

"Chúc anh Thăng may mắn." Vũ đứng dậy bắt tay tôi.

"Còn anh, anh muốn tôi chúc điều gì?"

"Chúc cho tôi có thì giờ và không ngồi tù."

"Xin chúc cho anh như vậy đi!"

Tôi đứng dậy, bắt tay Vũ.

"Anh có muốn tôi đưa anh về không?"

"Cám ơn, tôi có xe!"

Tôi nhìn theo Vũ đẩy xe ra cổng. Hai tay giữ ghi đông, chân trái đặt trên pê đan, anh nhấp nhấp lấy đà và vòng chân phải qua bánh sau. Vũ đạp xe về phía ngã tư Duy Tân.

Tôi không biết rằng đó là lần cuối cùng tôi gặp anh.

CHƯƠNG HAI MƯƠI MỐT

Vừa kéo chốt cổng bước lên thềm sân, tôi nhìn thấy mấy bao thư nhét giữa bản lề cửa. "Quỳnh!" Ý nghĩa đầu tiên của tôi đó là những lá thư của Quỳnh. Không thể là thư của ai khác. Mấy bữa nay đêm nào nằm mơ tôi cũng thấy cả căn buồng ngủ tôi tràn ngập những lá thư của Quỳnh. Những lá thư với nét chữ cứng và mạnh, và nhọn..., những tấm ảnh màu chụp Quỳnh đang đứng trước một dãy nhà lụp xụp của trại tị nạn, ảnh Quỳnh đang bế con chen chúc xếp hàng giữa một dòng người, đứa bé còi cọt bám vào bầu ngực lép của một bà mẹ xanh xao. Thư của Quỳnh, đó là nỗi ám ảnh của tôi. Tôi cúi xuống. Có tất cả ba cái. Một cái có dấu ấn bưu điện Hoa Kỳ, một cái có con tem lạ hoắc. Và một cái ở Nha Trang.

Không thư nào có giòng chữ của Quỳnh. Tôi không vội vàng. Tôi mở cửa vào nhà. Nhà trống, ẩm mốc, lạnh lẽo. Tôi ngồi xuống chiếc ghế mây, gác hai chân lên vì cửa sổ. Tôi lật qua lật lại từng bao thơ.

Thư Hoa Kỳ của Uyên. Thư Nha Trang của bà chị dâu. Cái thư kia lạ quá tôi đoán không ra. Bao thư đề tên và địa chỉ người gửi. Chữ viết có vẻ là của một người ngoại quốc hơn là của một người Việt Nam.

Tại sao không có thư của Quỳnh?

Tại sao? Tại sao?

Tôi không hiểu. Tôi không có câu trả lời.

Tôi để nguyên cả quần áo và dép ngã xuống giường, mấy là thư bỏ trên ngực, hai tay vòng xuống ót. Tôi chưa muốn đọc thư ngay. Tại sao Quỳnh không biên cho tôi một chữ? Bao nhiêu người vượt biên chỉ hai ba tháng sau là người ở nhà nhận được tin, tại sao tôi không nhận được một chữ nào của Quỳnh? Em còn sống hay em đã chết? Hải tặc? Cá mập và biển cả? Em đã cố quên tôi, đã xóa tôi trong trí nhớ em hay em đã bị những tên cướp biển Xiêm La hãm hại đưa vào đất Thái bán cho...? Hay em đã là mồi ngon của cá mập, và mộ chí em là cái đại dương bao la xanh thẳm kia? Tôi mở lá thư của Uyên. Thư của một người con gái đã một thời chia sẻ da thịt cùng tôi. Uyên. Bà Phan. Ông Phan. Quyền lực và sắc đẹp. Bàn tay mập, mềm, ướt rịn mồ hôi của ông Phan. Cái thư viện nhỏ âm u đầy sách vở. Bức tranh Van Gogh. Tác phẩm Sứ Quân của Niccolo Machivelli. Uyên. Tấm thân mềm mại nóng hổi ngọn lửa của da thịt. Hình như lúc đó tôi có trong tay ôm cả Uyên và Quỳnh. Tôi có một tình yêu đầy nhục cảm. Tôi có sự dâng hiến và cả sự thụ nhận. Tôi tưởng như mình luôn luôn là một cái gì tràn đầy. Đời sống tôi thuở đó không có một lỗ hổng để cần phải lấp. Đời sống tôi bây giờ không có một cái gì dù nhỏ nhoi để có thể đặt vào một chỗ khiêm tốn trong cái lỗ hổng kia. Tôi xé lá thư. Nắng chiều hắt qua song cửa sổ chiếu dọi lên tờ thư. Thư viết khá dài nhưng chia làm hai phần rõ rệt. Phần bà Phan gửi cho tôi và phần của Uyên gửi cho Quỳnh. Bà Phan hỏi thăm gia đình tôi hiện nay sống ra sao, tôi và Quỳnh đã có cháu nào chưa. Tôi có ý định "đi thăm bác Phan" không. Cần bao nhiêu để đi bà sẽ gửi. Bà viết bóng gió cho tôi biết là mọi phí tổn cho chuyến đi của gia đình tôi bà sẽ chịu, miễn là tôi và Quỳnh có thể đến thăm được hai bác Phan. Cuối thư bà cũng nhắc là nếu ai nhặt được thư này xin làm ơn trao lại dùm cho Trần Lâm Thăng trước ở địa chỉ này này... "Bác nhớ cháu lắm! Bao giờ bác cũng nghĩ tiếc cho cháu, tiếc cho cái sự bướng bỉnh kỳ cục của cháu. Giá mà cháu nghe lời bác có phải bây giờ đã yên thân không!"... Bà Phan đã viết như vậy. Phần gửi Quỳnh là của Uyên. Uyên cho biết cô đã đi học lại và đã ra trường, đã đi làm. "Bây giờ em đã trưởng thành rồi!" Mùa đông ở Virginia chán lắm. Tuyết, tuyết và tuyết. Ở xứ nóng người ta cứ mở mình ra, còn ở xứ lạnh, người ta luôn luôn thu mình lại. Uyên nói tuổi trẻ đôi khi có những hành động điên rồ, nhưng bao giờ nghĩ lại những hành động điên rồ ấy cũng thấy thích, không tiếc nuối, không ân hận. "Có lúc em đã yêu anh Thăng. Tưởng chừng nếu không có anh ấy chắc em sẽ chết mất. Nhưng mà, chị thấy không, bây giờ em vẫn sống. Có lẽ em sẽ lấy một người chồng Mỹ. Đàn ông Mỹ dẫu sao vẫn dễ thở hơn. Chúc Quỳnh hạnh phúc bên một ông chồng đầu óc lúc nào cũng như một người đi trên mây!" Cũng như thư bà Phan, Uyên hỏi thăm Quỳnh có cháu nào chưa, biên thư cho cô, cô sẽ gửi quà cho cháu. "Ở bên này quần áo trẻ con rất đẹp. Nếu Quỳnh sanh con gái đặt tên là Uyên nhé!"

Tôi nhớ in hình lúc quen Uyên tôi chưa bao giờ nghe cô gọi tôi là người đi trên mây. Uyên chỉ gọi tôi một lần là kẻ tà đạo. Và cái buổi tối ở ngôi biệt thự của ông Phan, trong căn phòng riêng của tôi với cửa sổ mở ra đã thấy những cành lá của cây trứng cá thò vào kêu gọi, chúng tôi yêu nhau như hai con thú hoang. Và khi Uyên gối đầu trên vai tôi, những sợi tóc ngắn làm tôi nhột, cô nói "Này, kẻ tà đạo, em chỉ muốn giết anh thôi, tại vì anh là của em, phải không?" Lúc đó Uyên đã cắn gần như nát vai tôi. Những dấu răng của cô cắm sâu vào da thịt tôi, rướm máu, cả một tuần lễ sau vẫn còn bầm tím. "Để cho anh nhớ rằng anh là của em, luôn luôn là của em, bất cứ lúc nào, bất cứ ở đâu cũng vẫn là của em!" Vậy mà,... không, cũng chẳng làm sao. May mà cô ấy vẫn còn nhớ đến mình, dù chỉ là nhớ bằng chút trí nhớ khiêm tốn lạnh nhạt.

Cái thư thứ hai là của bà chị dâu tôi ở Nha Trang. Chị cho biết chị vừa ra Bắc thăm thằng cháu lớn. Đi tàu lửa Thống Nhất, khổ cực lắm, bị cướp giật, bị xô đẩy, quà thăm nuôi cho cháu bị vơi đi một phần vì bị bọn ăn cắp giật trước mặt chị, ngay dưới chân chị. Đường đến trại giam của cháu, chị phải đi bằng xe bò. "Thằng Hải ốm tong teo như một bộ xương cách trí. Mấy lần gửi quà bằng bưu điện nó không nhận được, vì trại A và trại B có hai tù cải tạo cùng tên là Trần Lâm Hải, cho nên quà của Hải ở trại A đều được trao cho Hải ở trại B. Vì vậy, lần nào gặp cháu, hai mẹ con chỉ còn có nước mắt, mà thật ra cũng chả còn dư nước mắt đâu mà khóc nữa. Chị nói nhưng mà Hải nào cũng là con cháu và anh em chúng ta, thằng Hải nhà mình ăn hay Hải khác thì cũng vẫn là những con người "ngụy" đang lâm nạn của chúng ta thôi. Sau đó hai mẹ con ôm nhau cười." Chị cũng kể một câu chuyện thương tâm mà chị nghe được trên đường từ Bắc trở về. Nó còn địa ngục hơn là địa ngục chị đang sống.

Một người bộ đội từ miền Nam lấy được mấy ngày phép về thăm bố. Mẹ anh ta đã qua đời khi anh ta đi chiến trường B. Gia đình chỉ còn một bố một con. Mười năm đi bộ đội, lặn lội từ chiến trường này đến mặt trận kia, thoát chết nhiều lần trong đường tơ kẽ tóc, cho đến ngày lấy Sài Gòn, anh mua được một "chiếc đài" định bụng mang về biếu cho bố. Anh ta biên thư trước báo cho bố biết sẽ về thăm nhà, nhưng không nói rõ ngày nào, vì thủ trưởng đã hứa, nhưng cứ hẹn lần hẹn lữa là công tác khẩn trương, hết chiến dịch đánh tư sản mại bản đến chiến dịch đổi tiền, linh tinh đủ thứ. Sau cùng anh ta lấy được phép. Từ Sài Gòn, anh ta đi tàu Thống Nhất về Hà Nội. Tại Hà Nội anh mượn chiếc xe đạp của em gái người bạn cùng đơn vị và cùng được phép về một chuyến. Nhà anh tuy thuộc một vùng quê nhưng không xa Hà Nội là bao. Anh cho bạn biết thăm bố, biếu bố cái đài xong ở chơi với bố một hôm rồi ra Hà Nội ngay. Ngày phép còn ít nhưng anh ta yêu cô em gái người bạn. Anh ta muốn lợi dụng thời gian còn lại để tìm hiểu nhau.

Nhưng người bạn anh ta chờ hết ngày này sang ngày nọ, phép chỉ còn có một ngày mà vẫn chưa thấy bạn về. Sốt ruột anh ta đi tìm bạn. Đến nhà nhưng không gặp ai, anh thấy chiếc xe đạp của cô em mình dựng trong nhà yên lòng ngồi chờ. Mãi sau, người bố bạn về. Anh hỏi ông cụ "ngày phép đã hết sao anh ấy chưa chịu ra Hà Nội rồi trở lại đơn vị với cháu một thể?" Người bố hỏi lại "Nó về hồi nào? Tôi cũng đang mong nó đây!" Anh không hiểu gì hết, đứng dậy đến bên chiếc xe đạp hiệu Phượng Hoàng. Một chiếc pê đan bị gãy. Cái vết cào ở cây đòn dông có vết chữ P là tên Phương em gái anh. Không thể nhầm được.

"Nhưng mà thưa bác anh ấy đã lấy phép về cùng ngày với cháu. Chiếc xe đạp này là của em cháu!"

Ông bố nghe xong lặng người, đầu gục xuống, hai tay bưng mặt. Một đỗi, không lâu lắm, bất ngờ ông đứng bật dậy chạy tuôn ra cửa băng ngược về phía bờ sông. Ông vừa chạy vừa hét tán loạn "Bố giết con rồi! Con ơi, bố giết con rồi!". Chỉ hỏi tôi rằng chú là người ưu đọc sách có bao giờ chú được đọc một tác phẩm văn chương mô tả một thảm kịch tương tự như vậy chưa? Thành ra chuyến đi thăm cháu Hải ở Vĩnh Phú, mặc dù đầy nước mắt của hai mẹ con - Hải bị liệt không đi nổi, người ta phải võng cháu ra để chị đưa quà cho cháu - chị vẫn thấy thật ra mình chưa đến nỗi bi thảm lắm. Chị viết có lúc buồn quá, vì hai đứa con bị đi cải tạo tận ngoài Bắc, chồng thì chết, nhà thì bị chế độ mới chiếm đoạt, nhưng nghĩ lại nếu chị buông tay thì đám con của chị sẽ ra sao. Chị phải sống. Ít nhất còn có ích cho mấy đứa con. Bao giờ chúng được trả tự do hết hẳn tính. "Một trăm năm nữa nếu mấy cháu còn ngồi tù tôi cũng vẫn cứ chờ chúng nó."

Một trăm năm nữa nếu con còn ngồi tù bà mẹ sẽ vẫn chờ. Tôi tin chị. Chị là chị dâu tôi nhưng chị giống mẹ tôi một cách lạ lùng, như thể chị chính là mẹ tôi, là hòn máu, là khúc ruột của mẹ tôi. Chìu chồng, lo cho con, chị hoàn toàn quên mình. Thư chị viết cho tôi khá dài nhưng tôi có cảm tưởng, sau khi đọc xong, rằng chị muốn nhắn một điều gì khác hơn là sự kể lể chuyến đi ra Bắc thăm cháu Hải. Tôi lật qua lật lại tờ giấy viết thư màu vàng xỉn và mỏng lét, cái bao thư còn nghèo nàn hơn như làm bằng rơm rác. Cuối lá thư chị hỏi thăm Quỳnh và cháu có khỏe không, đang làm gì để sống. Chị không biết là Quỳnh đã bế con đi, chị càng không biết tôi từ nhà tù ra. Câu chuyện chị kể nghe tưởng như là Kịch bản Ngộ Nhận của Albert Camus, hay xưa hơn, Vua Lear của Shakespeare. Cái ghê gớm là nó xảy ra trên đất nước mình, ngay trong đời sống mình. Nó không ở trong trang sách. Nó không ở trên sân khấu. Thảm kịch ấy đang diễn ra vô số, khắp nơi trên quê hương mình. Đất nước gì mà mỗi người cứ y như là một diễn viên. Người ta giả với nhau hết. Giả nhân, giả nghĩa, giả hình. Chế độ nói những lời đạo đức, người thừa hành nói những lời đạo đức. Chỉ có hành động là ngược lại thôi. Giáo dục là hàng đầu nhưng thầy giáo cô giáo phải đạp xích lô hoặc bán xôi để kiếm thêm cái sống, và trẻ con thì mở miệng là chửi thề suốt. Ông Mười Tân có lần nói những cái tiêu cực đó là điều xấu xa dễ hiểu. Nhưng nó chỉ là hiện tượng. Bản chất của chế độ là tốt, dứt khoát là tốt. Một lần tôi theo Quỳnh đến thăm ông

Mười Tân, đúng ra là đến nhờ vả ông Mười Tân, giúp cho ba Quỳnh sớm ra tù. Ông cụ bị nhốt hai năm vì tội tư sản mại bản. Ông Mười Tân không có nhà. Ông đi họp ở Hà Nội. Chị Mười nằm trên võng vườn sau. Nhà là một ngôi biệt thự xưa. Tôi bấm chuông và chờ đợi khá lâu mới nghe tiếng dép đạp trên những hòn sỏi. Cánh cổng sắt nặng nề nhích ra và một khuôn mặt đàn ông lạnh nghiêm hỏi tôi hỏi ai. Quỳnh nói tên ông Mười. "Có chuyện gì?" Quỳnh nói "Chuyện nhà." Ông ta lắc đầu "Chú Mười đi Hà Nội chưa về." "Tôi muốn được gặp chị Mười." Quỳnh tiếp, giọng bực bội. "Nhưng anh chị là ai?" Tôi thọc tay vào túi quần ngó lên trời. Buổi chiều đang xuống. Trời còn sáng nhưng mưa lất phất. Tôi nghe Quỳnh nói tên. "Xin anh chị chờ." Tiếng sỏi khua dưới chân lạo xạo. Một đỗi lâu tiếng bước chân trở ra, cánh cổng mở. "Mời anh chị vào." Tôi dắt chiếc Honda đi sau Quỳnh. Con đường rải sỏi. Sân trước rộng. Một hồ nước lớn có thả sen. Những bụi hoa dọc theo đường. Tường cao. Tôi nhớ ngôi biệt thự của ông Phan mà tôi đã đến, đã ở, đã quen. Ông Mười Tân và ông Phan. Tại sao có những trùng hợp kỳ lạ? Tôi luôn luôn là kẻ đứng mấp mé bên cạnh những người quyền lực và những người giàu sang. Tôi có phải là kẻ ưu thích tiền bạc và quyền lực không? Tôi biết tận trong thâm tâm tôi câu trả lời là không. Tại sao tôi phải ưu thích những thứ mà nếu không có nó tôi vẫn tồn tại. Mà tồn tại để làm chi? Nhiều khi tôi tự hỏi như vậy. Tôi lớn lên trong chiến tranh và tôi đang thấy mình sắp chết trong một cuộc chiến. Bao nhiêu người cầm súng chiến đấu cho bên này, bao nhiêu người cầm súng chiến đấu cho bên kia. Những ông Phan và ông Mười Tân, không ai nghĩ kẻ khác yêu nước hơn mình. Trong cái ánh mắt lấp lánh tia nắng quyền lực của hai ông, tôi thấy phản chiếu thứ bóng tối của sự chết. Người ta làm việc tranh đấu và hy sinh là đi tìm cái sự sống, sự sống, chứ đâu thể là đoạt cho được cái chết, sự chết. Bàn tay luôn luôn ướt rịn mồ hôi của ông Phan và cái vết sẹo lớn trên trán kéo xuống tận mắt trái chẻ ngay đường chân mày của ông Mười Tân là những điều làm tôi sợ. Có lẽ họ cũng bằng tuổi nhau. Mái tóc ông Phan lốm đốm bạc khi tôi gặp ông lần đầu – có lẽ bây giờ đã bạc trắng như mái tóc của ông Mười Tân. Có lẽ hai người đã có lần gặp nhau, đã cùng đi với nhau trên một con đường, và sau đó họ chia tay nhau mỗi người một ngả. Một người bên này, một kẻ bên kia. Và đó là đời sống sao? Tôi không muốn hiểu nữa. Mặc kệ.

"Có cậu Thăng ở nhà không?"

Ai như tiếng bác Ngô hàng xóm. Tôi chồm dậy.

"Cậu Thăng! Cậu Thăng!"

Tôi mở chốt cửa. Bác Tư gái đứng trước sân, tay cầm lá thư, sững sờ nhìn tôi.

"Trời ơi! Cậu Thăng, sao cậu ra nông nỗi này!"

Bà làm tôi ngạc nhiên. Tôi có làm sao. Sao tôi lại ra "nông nỗi này" là thế nào.

"Cậu như một người chết đuối mới vớt lên vậy?"

"Mời bác vào chơi!" Tôi sực nhớ mình vẫn đứng chận cửa.

"Ờ! Tôi có tin mừng, tôi muốn cho cậu hay tôi có tin mừng." Bà Tư giơ lá thư trước mặt tôi. "Hai đứa nó tới được bình an rồi."

"Mừng hai bác!" Tôi ngó lá thư trên tay bà Tư.

"Đây cậu đọc đi, cậu Thăng!" Bà Tư đưa lá thư cho tôi và ngồi xuống ghế.

Tôi với tay mở cửa sổ. Ánh sáng rọi vào, căn phòng xông lên một mùi ẩm mốc. Thư viết khá dài, chữ chi chít, kể lại chuyến đi hãi hùng và những hành động dã man của bọn hải tặc Thái.

"Mừng hai em đã đến!" Tôi đưa trả bà Tư cái thư.

"Cậu xanh quá đi. Mà cậu đi đâu biệt tăm biệt tích bấy lâu nay vậy?"

"..."

"Mấy tuần rồi tôi nhìn sang nhà cậu thấy cửa đóng im ỉm. Mà ban đêm cũng không thấy ánh đèn. Tôi tưởng cậu đã đi được rồi. Tôi mừng..." Ngừng một lát, bà tiếp "Mà cậu có được tin tức gì của mẹ con cô Quỳnh chưa?"

Tôi nhìn bà Tư, lắc đầu. Chắc hồi nhỏ bà phải là một cô gái đẹp. Hai con mắt bà trong và to, nụ cười, nước da và cử chỉ khoan thai của bà làm tôi nhớ đến mẹ tôi.

Mẹ tôi đã qua đời, mẹ Quỳnh cũng vậy. Bà Tư có lẽ cùng tuổi với mẹ Quỳnh và có lẽ nhỏ hơn tuổi mẹ tôi. Nhưng tôi kính yêu bà như kính yêu mẹ tôi. Cái vẻ từ mẫu nơi bà làm tôi ấm áp và an toàn. Tất cả những căn nhà trong con hẻm lầy lội này chỉ một nơi tôi có thể đặt chân được là căn nhà của ông bà Tư. Những lo âu của Quỳnh, những sợ hãi của tôi, chúng tôi không biết nói với ai ngoài ông bà. Có lẽ nếu cha mẹ tôi còn sống tôi cũng không tận tình phơi ruột phơi gan như đã làm như vậy với ông bà Tư.

"Thưa bác, chưa."

"Ờ, mà để coi. Mới có ba tuần. Chắc chưa đâu!" Bà an ủi tôi.

"..."

"Mà thôi. Chút cậu qua nhà ăn cơm với tụi tôi. Tụi nhỏ đi rồi nhà vắng quá!"

"Cám ơn bác. Cháu còn no lắm. Nhưng chút nữa cháu sẽ qua."

Chớm đứng dậy định bước ra cửa, bà quày lại:

"Ờ mà quên, có người gửi cho cậu một cái thư tay. Để tôi về nhà lấy cho cậu."

"Cám ơn bác, để cháu đi lấy."

Tôi theo chân bà Tư. Tôi hi vọng. Hy vọng điều chi thì tôi không biết, nhưng tôi hi vọng biết là bao nhiêu!

Ông Tư đang đốt nhang bàn thờ Phật. Bà Tư vào buồng trong lấy thư cho tôi.

Con hẻm chạy vào khu Mã Lạng hôm nay vắng. Nước từ ống cống tràn lên đọng ở những chỗ hủng.

"Thơ cậu đây!"

"Cám ơn bác."

Tôi cầm cái thư. Đúng là thư đề tên tôi. Nhưng thư không dám tem. Ở góc trái tôi đọc được tiêu đề của Tòa Tổng Lãnh Sự Pháp tại thành phố Hồ Chí Minh. Người gởi: ông Thierry Rousselin. Khó hiểu. Tôi không thể chờ đợi. Tôi xé thư. Tụi Tây nó gọi mình lên phỏng vấn cho đi chăng? Cái giấy khai sinh giả mua lại của một người đàn bà béo mập có ông chồng gầy nhom như một cái tăm ở góc đường Bùi Viện Trần Hưng Đạo có kết quả rồi chăng? Tôi hi vọng quá. Trời ơi. Tại sao Quỳnh không ở lại chờ tôi để cùng đi? Tôi vừa đi vừa đọc thư. Thư viết ngắn. Tôi mừng hụt. Ông Thierry nói có một món quà của một bà tên Marguerite Malpighi từ bên Pháp gửi qua cho tôi, ông hi vọng tôi vẫn còn ở Việt Nam, và nếu nhận được thư này, xin liên lạc ngay với ông ở tòa Tổng Lãnh sự, đường Hồng Thập Tự trong các ngày thứ Hai, Tư và Sáu, buổi sáng. Tấm danh thiếp của ông kèm trong thư này là giấy vào cửa của tôi. Tôi cầm tấm danh thiếp trên tay săm soi. Như vậy không phải là tụi Tây nó cho mình đi. Nhưng mà Marguerite Malpighi là ai? Không, mình có quen một người nào có tên là Malpighi đâu. Marguerite Malpighi? Kỳ lạ.

Thôi để đó rồi hẳng tính. Tôi trở về nhà. Kéo chốt cổng. Đóng cửa. Ngã xuống giường.

Marguerite Malpighi? Cái tên ấy trở lại trong trí tôi. Mình làm gì có quen đầm tây chớ. Mệt óc.

Trong đầu tôi bây giờ chỉ có Quỳnh. Và trùm lên tất cả là hình ảnh mấy đứa con tôi. Tất cả đều đã bỏ đi. Xa tít. Mù khơi. Đăng và Mai. Và cái thành phố

Paris trong mộng tưởng của tôi, trong đó giờ đây có các con tôi đang cắp sách đến trường.

Trí nhớ tôi kém quá rồi chăng?

Chết. Mà quên. Tôi còn một cái thư chưa bóc. Tôi chồm dậy. Bao thư màu xanh vuông vức. Dấu bưu ấn: Barcelona. Phía lưng của phong thư có tên người gởi: Marguerite Malpighi. Lúc nãy vì sớn sác tôi không lật lưng lá thư. Nhưng tại sao lại Marguerite Malpighi? Tôi không chờ đợi được. Tôi xé thư ngang hông.

Thư dài viết tiếng Pháp. *Tran* nhớ không? "Ma Chirac" đây! Đêm nghe nhạc Nguyễn Giang ở đường Công Lý. *My life. My Music* (Đời tôi. Âm nhạc của tôi). Tình yêu như trái phá. Con tim mù lòa. *Tran* nhớ không? Đêm giới nghiêm Sài Gòn. Khách sạn Caravelle... Trời ơi! Ma! Ma! Làm sao tôi quên được chớ.

... Một buổi tối Sài Gòn giới nghiêm. Ngôi biệt thự trên đường Công Lý. Mưa đủ ướt mặt đường. Gió thổi tấp chiếc áo mưa nhà binh mặc ngược đập vào ngực tôi. Nhà của một tay tùy viên báo chí tòa đại sứ Úc. Nguyễn Giang trình bày mấy ca khúc mới của anh. Có một tay người Pháp giới thiệu. Mọi người ngồi quanh trong phòng khách rộng. Người ngồi bên tôi là một thiếu nữ Pháp.

"Tôi tên Marguerite Chirac "Ma Chirac." Chào ông."

"Chào cô. Tôi tên Thăng. Trần Lâm Thăng."

"Tôi vừa từ Pháp qua. Bố tôi làm việc ở Tòa đại sứ."

"Tôi làm nghề dạy học."

"Tôi vừa tốt nghiệp HEC."

Chúng tôi nói chuyện rất khẽ. Những người nghe ngồi quanh bị thu hút bởi âm nhạc Nguyễn Giang.

"Tôi thấy hay nhưng tôi không hiểu." Ma Chirac nói.

"Thấy hay hay hơn là hiểu." Tôi trả lời "Cô có muốn tôi dịch cho cô câu tình yêu như trái phá không?"

"..."

"Câu này có nghĩa là từ lúc đưa em về là biết xa nghìn trùng."

"Hiểu ra rồi. Thấy hay chưa hay. Hiểu hay hơn."

Hai giờ sáng. Khi Giang đặt cây đàn nằm xuống, uống những giọt rượu cuối cùng rót từ cái chai xanh đục cổ lùn, cũng là lúc tôi nằm bệt xuống sàn nhà.

Người thiếu nữ Pháp hỏi:

"Nhà ông *Tran* có gần đây không?"

"Gần."

"Ông có xe không?"

"Có."

"Ông về hay ở lại?"

"Ở lại."

"Tại sao?"

"Tại vì tôi không có giấy đi trong giờ giới nghiêm."

"Tôi có giấy đi trong giờ giới nghiêm. Ông có muốn đi với tôi không?"

"Tại sao không?"

"Thế thì đi."

Ma đứng dậy. Tôi ngồi dậy theo. Chiếc xe "đơ sơ vô" mỏng dính, nhún nhẩy. Máy tốt. Xe chạy trong một thành phố vắng. Mặt đường ướt. Mưa bụi phất qua cửa kính. Cái gạt nước buồn bã cử động đều đặn. Một thành phố chết.

"Sài Gòn buồn hơn là bố tôi tả trong thư."

"Cô đến đây làm chi?"

"Thăm bố tôi. Ông ấy là tùy viên văn hóa tòa đại sứ Pháp."

"Sài Gòn không yên đâu." Tôi nói cho qua chuyện khi xe chạy ngang qua Dinh Độc Lập, vòng ra đường Thống Nhất chạy ngang hông Nhà Thờ Đức Bà, rẽ xuống Tự Do.

"Tôi biết. Sài Gòn không yên. Nhưng tôi đã đọc cuốn *Người Mỹ Trầm Lặng* của Graham Greene. May ra có gặp được anh chàng Alden Pyle nào không?"

Ma cho xe dừng trước cửa khách sạn Caravelle.

"Bố tôi giữ cho tôi một phòng ở đây."

Trời vẫn còn mưa. Ma mở cửa xe bước xuống. Thong thả.

"Ông có muốn nói chuyện về những cuốn sách không?"

Tôi không trả lời cô. Tôi mệt và đói. Tôi muốn có cái gì ăn hoặc là có chỗ nào nằm. Tôi không gật đầu cũng không lắc đầu.

Người giữ thang máy mặc đồng phục đứng ở cửa chào chúng tôi. Ma bấm nút. Tôi đứng sát vào cô. Mùi thơm ở mái tóc cô làm tôi nhớ Uyên. Có lẽ cả bà Phan và Uyên tối nay sẽ canh chừng tôi trở về. Nhưng tôi có cần phải về không?

Khi cánh cửa thang máy mở ra tôi đã hôn xong Ma cái hôn thứ nhất. Tôi không so sánh, nhưng rõ ràng là tôi không có cái cảm giác hôn người thiếu nữ này lần đầu. Cái biên giới giữa Uyên và Quỳnh là có thật, nhưng giữa Uyên và Ma ít ra trong cái hôn – tôi không nhận ra chút khác biệt nào.

Và đêm hôm đó tôi ở lại với Ma Chirac.

Khi với tay bấm cái công tắc đèn ở đầu giường ngủ, tôi thấy cuốn *Ông Đại Sứ* của Morris West đang mở ra dở chừng.

"Em thích đọc những cuốn tiểu thuyết viết về Việt Nam."

Đối với tôi, đó là một đêm không ngủ. Ma chỉ trở mình một lần. Da thịt cô mát rượi, mềm như lụa. Sáu giờ sáng, tôi rửa mặt, mặc quần áo, mang giày ra khỏi phòng xuống cầu thang, băng qua bên kia đường, vào quán Givral ăn một cái "toát bơ", uống một ly cà phê sữa nóng và gọi điện thoại cho Uyên.

Sau đó tôi không bao giờ gặp lại "Ma Chirac." Câu chuyện nghe nhạc và qua đêm với người thiếu nữ Tây phương trong khách sạn Caravelle có vẻ Bồ Tùng Linh quá. Tôi không nhớ tới nó cũng phải. Mặc dù trên đường đi cô có hỏi tôi rằng tên cô có làm tôi liên tưởng đến điều gì chăng? Tôi nói có, in hình như tôi có nghe tên một ông chính khách người Pháp tên Jacques Chirac, đô trưởng thành phố Paris thì phải. Cô nói chính vậy. Ông ấy là bác tôi. Và ông ấy sẽ là thủ tướng nước Pháp.

Thế thôi. Nhưng đó là Marguerite Chirac, đâu có phải là Malpighi.

Những dòng cuối lá thư của cô cho tôi biết chồng cô là Marcello Malpighi, một viên chức ngoại giao làm việc ở Barcelona. Thư nói hãy cho Ma biết Tran cần cái gì. Ma sẽ làm hết sức mình cho Tran. "Hãy đến gặp ông Thierry Rousselin."

Ma Chirac, câu chuyện tưởng là liêu trai nhưng đang là sự thật.

Tôi nhắm mắt lại cố hình dung ra khuôn mặt cô, nhưng hoàn toàn vô vọng.

Trong tôi chỉ có Quỳnh và đứa con của hai chúng tôi.

Tại sao không có thư của Quỳnh?

Tại sao? Tại sao?

Tôi không hiểu. Tôi không có câu trả lời.

CHƯƠNG HAI MƯƠI HAI

Saigòn mưa. Mưa tầm tã. Mưa bong bóng phập phồng. Mưa mù mịt. Mưa thối trời, thối đất. Mưa quất rát mặt, rát da. Mưa như một triệu cây roi đập tứ phía. Mưa từ Hồng Thập Tự, mưa qua Lê Văn Duyệt. Mưa tới Ngã Sáu. Mưa xuống Lê Lai. Phạm Ngũ Lão ngập nước. Võ Tánh, Cống Quỳnh cũng không có chỗ để chân. Nước lên nửa vòng bánh xe đạp. Tôi vác xe lên thềm rạp Khải Hoàn. Co ro. Lạnh. Tôi ôm chặt cái bao thơ của Ma Chirac. Tôi đang có trong tay một số tiền lớn. Hai chục ngàn đồng quan Pháp. Tôi sẽ đổi được bao nhiêu lượng vàng? Tôi nhớ lại buổi gặp gỡ ông Thierry Rousselin hồi nãy. Cái thằng Tây ăn nói khôn ngoan.

"Bà Marguerite Malpighi nhờ tôi chuyển cho ông lá thư này. Đây là cái giấy bảo lãnh của bà, cái certificat d'hébergement. Và đây là cái giấy của nhà hàng ăn Le Riz Parfumé bảo đảm ông sẽ có việc làm khi đến Pháp. Nếu ông muốn đi Pháp ông phải có một người ruột thịt đứng ra lo liệu. Ví dụ như vợ ông, con ông, cha mẹ ông. Giấy bảo lãnh của một người bạn không đủ. Bộ Ngoại Giao sẵn sàng cho ông đi nếu ông cụ của ông là người từng ở trong quân đội Pháp... Tuy nhiên, cái giấy của bà Marguerite Malpighi cũng tốt lắm. Tôi sẵn sàng giúp ông. Có phải ông dạy Philo ở Petrus Ký không? Tôi cũng học Philo. *Cogito ergo sum. Je pense donc je suis. René Descartes. Esprit cartésien.* Mà ông có muốn đi Pháp không? *Bon.* Mà ông quen bà Marguerite Malpighi trong dịp nào? *Bon...*"

Tôi có trong tay nhiều tiền, nhiều giấy tờ quá. Mình sẽ đổi được bao nhiêu lượng vàng. Tôi nghĩ đến Phước. Người đã tha mạng sống tôi một lần ở Bến Tàu. Người đã đến hỏi tôi mượn tiền. Tôi nghĩ đến Kiệt. Chú bé đã đi được chưa. Tôi nghĩ đến Quỳnh và con tôi. Tôi sẽ nộp đơn ở Tòa Tổng Lãnh Sự. Tôi là Trần Lâm Thăng. Tôi không cần giấy khai sanh của một thằng Tây con nào đã chết. Nhưng tôi cũng sẽ mua vàng vượt biên. Cái nào đến sớm tôi sẽ chọn cái đó. Cái nào cũng được. Tôi phải đi thôi.

... Nhưng mà trời cứ mưa. Mưa dầm dề. Mưa đuổi tôi sát tận hàng rào sắt chận người vào rạp. Cũng may tay Thierry Rousselin cho tôi cái bao ni lông đựng giấy tờ. Tất cả đang nằm trong ngực tôi. Tôi cần một ly cà phê nóng. Tôi cần một tô phở nóng.

"Ông làm ơn đứng nhích vào trong một chút."

Một người đàn ông đeo kính cận từ lề đường chạy lên đứng cạnh tôi lúc nào. Nước mưa chảy trên mặt mũi ông ta. Ông lấy kính xuống, dụi mắt. Tôi nhìn ông ta. Quen lắm. In hình đã gặp ở đâu rồi. Ông cũng nhìn tôi. Tôi đứng yên, không nhường chỗ cho ông ta. Mà ông ta cũng không buồn di chuyển tới thêm.

"Ông..." người lạ nói, "có phải ông là người tôi gặp ở Bến Tàu không?"

"Còn ông. Ông đạp xích lô chớ gì?"

"Đúng vậy! Tôi hết đạp xích lô rồi."

"Bây giờ ông làm gì?"

"Tôi dạy tiếng Anh."

"Dạy tiếng Anh?"

"Ừ, dạy tiếng Anh cho mấy người chuẩn bị vượt biên."

"A!" Tôi bật kêu lên.

"Ông có gặp cái chị gì định tự tử bữa đó không?"

"Không. Tôi mới ở tù ra!"

"Vượt biên à?"

"Vượt biên. Còn ông?"

"Tôi mới ở Phan Thiết về."

"Không lọt được à?"

"Lọt được công an biên phòng về tới đây là may rồi. Mà ông tên gì vậy?"

"Ông cứ kêu tôi là Nam. Tôi đã nói với ông rồi mà! Còn ông, có phải ông là..."

"Tôi tên là Thăng. Mình tìm chỗ nào ngồi uống ly cà phê chăng?"

Tôi nhấc chiếc xe đạp lên, đẩy xuống thềm. Trời vẫn mưa tầm tã, Nam đi bên tôi.

"Ông đưa xe cho tôi." Nam nắm đòn dông nhấc lên. "Tôi biết một quán cà phê này hay lắm."

Chúng tôi bước xuống đường.

Mưa vẫn đổ tới tấp như thể người ta bưng cả một chậu nước lớn đổ xuống.

"Xe ông đâu?"

"Tôi đi bộ."

"Bộ nhà gần đây hả?"

"Không. Tôi ở đường Lê Quý Đôn. Bố mẹ tôi đi hết rồi."

"Rồi sống làm sao?"

"Thử đạp xích lô, nhưng không nổi. Bữa gặp ông là bữa đầu. Chở cái nhà chị tự tử đường Cống Quỳnh."

Mưa bỗng tạnh bất ngờ. Mặt trời lên. Nước ở mặt lộ kéo rốc xuống chợ Thái Bình. Ống cống hai bên lề đường uống nước ồ ồ.

Nam bỏ xe xuống mặt đường khi chúng tôi băng từ nhà thương Từ Dũ qua Hồng Thập Tự tẻ sang Nguyễn Thiện Thuật.

"Bộ ông muốn uống cà phê Năm Dưỡng hả?"

"Không. Cà phê Năm Dưỡng đắng chát. Vỏ măng cụt với cơm nguội chớ có gì? Chỗ này hay lắm."

"Bây giờ ông làm gì?"

"Rồi, trả lời rồi. Dạy tiếng Anh."

"Mà trước ông làm gì?"

"Tôi học Quản Trị Xí Nghiệp."

"Phải chính trị kinh doanh ở Đà Lạt không?"

"Không. Tôi học ở Kent University, Ohio bên Mỹ."

"Vậy sao? Mà về nước hồi nào?"

"Về mấy ngày áp chót. Cả nhà tôi đi hết qua đảo Guam. Bà chị tôi làm trong Tòa đại sứ Mỹ mà!"

"Vậy nghĩa là chưa đi làm ở đâu à?"

"Làm gì? Mới ra trường mà. Ông cụ tôi nói làm ở RMK lương lớn. Nhưng tôi định xin vào Esso." Nam chặc lưỡi, "RMK với ESSO. Xích lô cũng không xong. Ông được mấy cháu rồi?"

"Ồ!" Tôi ngập ngừng. Tôi không biết nói thế nào cho người bạn mới quen rõ. Tôi có hai cháu đã đi Pháp. Tôi có với Quỳnh một đứa con. Nhưng quanh tôi giờ đây chẳng còn ai.

"Xin lỗi!" Nam cúi xuống mặt đường, lách qua một vũng nước. "Sắp tới rồi. Tôi muốn mời ông đi ăn cái gì nong nóng trong chợ Nguyễn Thiện Thuật. Rồi uống cà phê sau. Được không?"

"Cám ơn. Tôi không đói. Hay là mình đến chỗ cà phê đi."

"Ừ. Thì đi. Thật ra là tôi muốn mời ông ăn."

Con đường Nguyễn Thiện Thuật ngắn. Qua khỏi chợ chừng mười bước, Nam dừng lại trước một căn nhà nhỏ. Cửa sắt kéo nửa chừng. Sàn nhà thấp hơn mặt đường. Mấy cái bàn nhỏ. Chừng mươi cái ghế đẩu. Quán vắng. Nam lay lay cánh cửa. Tiếng động của mấy thanh sắt đập vào nhau hơi ồn.

"Hồng ơi, Hồng!"

Một cô gái từ sau nhà bước ra. Họ có vẻ quen thân nhau.

"Anh Nam. Sao lâu dữ?"

"Mới ở tù ra."

"Mới ở tù ra?"

"Không đúng lắm. Ra cũng được tuần rồi. Thôi, đây là ông Thăng. Còn đây là cô Hồng, bạn tôi."

Cô chủ quán đứng nhích ra, nhường chỗ cho chúng tôi bước vào.

"Hồng cho anh hai ly đen nóng. Một gói ba số."

"Một gói? Sao bữa nay anh sang dữ vậy?"

"Bữa nay có tiền. Bà chị bên Mỹ vừa gửi cho mấy trăm đô."

Nam chọn chiếc bàn trong góc.

"Từ nay, không nói chuyện vượt biên nữa."

"Sao vậy?" Tôi tựa lưng vào vách. Tay tôi sờ lên ngực. Cái bao nilông đựng thư và tiền của Ma Chirac vẫn còn đó.

"Tôi vừa nhận được giấy bảo lãnh của bà chị. Trước sau gì cũng đi được mà. Tôi chỉ lo cho ông bạn thân của tôi thôi."

"Bạn thân của anh là ai?"

"Chắc anh không biết đâu! Nó tên Phước. Bạn từ nhỏ. Phước đi lính, còn tôi đi học. Tay đó lì lắm. Tụi này xa nhau khá lâu, sau bẩy lăm mới gặp lại. Tụi này hay gặp nhau ở đây. Tù tội lia chia biết đâu mà tìm... Chỉ có chỗ này chắc ăn."

Hồng bưng cà phê ra. Một gói ba số năm vàng rực. Khói cà phê thơm phức làm ruột tôi cồn cào. Cà phê thứ thiệt. Trời ơi, cà phê thứ thiệt. Tôi cúi xuống cái phin, giở cái nắp ra.

"Cà phê xịn đó," Nam tiếp, "chỉ ở đây mới có thứ thiệt. Hồng ơi, anh Phước mấy bữa nay có tới không?"

Hồng bước tới, tự nhiên kéo ghế ngồi xuống.

"Tuần trước ảnh có tới, cũng hỏi cái câu giống câu vừa hỏi. Em không biết ảnh có chuyện gì mà buồn lắm."

Nam bóc gói thuốc, đẩy một điếu ra khỏi bao đưa về phía tôi.

"Anh Thăng làm một điếu đi," và quay sang Hồng, Nam tiếp, "có tin tức gì của anh hai không?"

"Chị hai đi ra Bắc, thăm anh hai chưa về. Bữa đi chỉ khóc sưng mắt. Có tin nói anh hai chết, chỉ phải ra ngoài đó nhận xác chồng."

"Còn má đâu?"

"Má đi thăm anh Tư ở trại cải tạo Xuyên Mộc."

Hồng nói nhưng mắt nhìn tôi dò hỏi.

"Không sao. Anh Thăng là người anh mới quen, nhưng anh có biết..."

"Anh biết gì?" Tôi cười, cầm một điếu thuốc, đập đập lên lưng bàn tay. "Tôi học được bài học là không biết gì, không tin gì, không thấy gì hết..."

"Sao anh bi quan dữ vậy? Cũng có cái phải tin chớ. Cái gì cũng nghi ngờ hết lấy gì sống? Hồng," Nam nhắc, "em cho anh mượn cái phích nước sôi. Này, sao hồi đó, em nói anh Tư ở trại cải tạo Hàm Tân Z30C?"

Hồng mang nước ra. Cái bình thủy lớn, nắp bị móp méo.

"Sau Hàm Tân, ảnh bị chuyển qua trại cải tạo Xuân Phước, Phú Khánh. Bây giờ Xuyên Mộc, tỉnh Đồng Nai..."

"Cho tôi một cái nâu, cô Hồng." Một người khách đứng ở cửa nói chõ vào.

"Mời anh vào!" Hồng đứng dậy.

Người khách là một thanh niên trẻ, ăn mặc kiểu bộ đội. Khách kéo ghế ngồi xuống, cái cặp da quàng vai bỏ xuống mặt bàn. Anh ta ngồi quay lưng vào trong, mắt ngó ra đường.

"Cô Hồng mở nhạc vàng nghe đi."

"Có ngay!"

Tiếng Hồng nói từ phía trong và tiếp liền đó là tiếng hát của Khánh Ly. "*Mưa vẫn mưa bay trên tầng tháp cổ...*" Tôi nghe tiếng người khách ư...ư... hát theo.

"Tay này là công an khu vực đấy. Uống cà phê không phải trả tiền, nhưng cho phép nghe nhạc vàng. Hắn mê Phạm Duy lắm. Bài tủ của hắn là bài *Mùa Thu Chết.* Để anh coi..."

Nam nói chưa hết câu, tôi đã nghe tiếng người khách.

"Cô Hồng ơi, *Mùa Thu Chết* đi!"

Hồng mang cà phê ra đặt lên bàn khách.

"Đây là cà phê sữa của anh. Còn Mùa Thu Chết thì sẽ có ngay." Hồng nhìn Nam cười.

Tôi hít một hơi thuốc dài, chiêu một ngụm cà phê.

"Tôi muốn về. Anh Nam có thể cho tôi xin địa chỉ được không?"

"Sao anh không ngồi chơi thêm một chút? Tôi muốn chờ thằng Phước. Tôi cũng muốn giới thiệu anh với thằng bạn tôi. Không biết tại sao gặp anh có một lần mà tôi thích ngay."

"Cám ơn anh Nam. Có lẽ bữa khác mình gặp nhau lâu hơn. Bữa nay vầy là đủ rồi. Anh có thể cho tôi cái địa chỉ không?"

Tôi nhắc lại và xé tờ giấy biên cho Nam mấy chữ.

"Đây là địa chỉ của tôi!"

Nam cầm tờ giấy ngó chăm chú.

"A! Phải chỗ này là khu Mã Lạng không?"

"Đúng."

"Vậy thì tôi có biết. Có lần tôi chở thằng Phước tới đây."

"Tới nhà tôi?"

"Không. Tôi đâu biết thằng Phước tới nhà ai. Mà tôi đâu có biết nhà anh. Nó bảo tôi chờ ở đầu ngõ. Có một quán cà phê. Nó đi bộ vô trong."

Tôi giật mình nhớ tới bữa Phước đến thăm tôi, hỏi mượn tiền vượt biên.

"Mà anh đến lúc đó ban ngày hay ban đêm?"

"Chạng vạng tối. Tôi nhớ tay chủ quán cà phê đã đốt đèn hột vịt. Ngay đầu hẻm tôi còn thấy có một ông thợ sửa xe đạp."

"Ông bạn anh có nói đến xóm Mã Lạng tìm ai không?"

"Không. Thằng Phước nói với tôi nó đi mượn tiền. Đó là chuyến nó định đi với tôi. May mà nó không mượn được tiền. Nếu không nó ngồi tù chung với tôi rồi! Thằng đó coi vậy mà hên."

"Tại sao người ta không cho ông bạn anh mượn tiền."

"Nó nói ông ta không có tiền. Vợ con ông ta đã đi vượt biên. Và ông ta mới vừa ở tù về."

Tôi lại ngồi xuống lấy một điếu thuốc ba số châm lửa.

"Này anh Nam. Người mà Phước tới thăm hôm đó chính là tôi!"

"Thật sao? Là anh?"

"Tôi có nhiều kỷ niệm với Phước, anh có biết không?"

"Làm sao anh có kỷ niệm với Phước được? Nó đâu phải ở lứa tuổi với anh!"

"Kỷ niệm giữa hai con người đâu cần đòi hỏi họ phải có cùng lứa tuổi. Phải hông?"

"Nhưng mà chuyện khó tin quá. Bạn của Phước thì tôi phải biết chớ. Nó với tôi là bóng với hình mà!"

"Anh tin vậy sao?"

"Sao không chớ?"

"Tại vì anh nói anh và Phước xa nhau khá lâu mà. Phải không?"

"Ừ, trước bẩy lăm tôi đi Mỹ nó đi lính. Cái thằng đó ba trợn ba trạo đâu chịu học hành gì. Mới đậu trung học đã xung phong đi lính. Đánh lộn thì lanh lắm mà hễ nói chuyện sách vở học hành thì ngủ gà ngủ gật. Nó nói nó ghét cái bọn trí thức lắm. Gặp nó, nói chuyện gì cũng được chớ đừng nói chuyện bằng cấp. Nói chuyện bằng cấp là nó chửi thẳng tay. Khi nào cãi thua tôi nó nói "đồ trí thức chồn lùi." Nó hỏi tôi ai ra mặt trận đánh nhau với cộng sản để những thằng như tôi yên ổn đi học?..."

Hồng đã trở lại chỗ bàn chúng tôi, tự động kéo ghế ngồi.

"Làm gì to tiếng vậy anh Nam?"

"Đâu. Có to tiếng gì đâu. Nè Hồng, anh Thăng đây cũng là người quen của Phước. Tin không?"

"Anh nói thì em tin. Mà hai anh quen nhau làm sao?"

Hồng mím môi, mắt mở lớn dò hỏi, hai tay vòng trước ngực, hai cùi chỏ tì lên hai đầu gối!

Tôi uống một ngụm cà phê, châm thêm một điếu thuốc. Và tôi bắt đầu kể những lần gặp Phước. Một lần ở phòng giám thị kỳ thi, một lần Phước chở tôi ra Bến Tàu trong đêm giới nghiêm và một lần cách đây không lâu tại nhà tôi.

"Đúng là thằng Phước rồi! Cái thằng đó giang hồ lắm, anh chị lắm!" Nam đập tay lên bàn.

"Tôi đi cô Hồng nhé!"

Người thanh niên ăn mặc kiểu bộ đội đứng dậy, quảng cặp da lên vai.

"Mở nhạc vàng phiên phiến thôi nhé. Coi chừng đừng để quên cuộc băng có bài *Người Ở Lại Charlie* nữa đấy! *Dáng Đứng Bến Tre* đi. Này, mà bao nhiêu thế cô Hồng?"

"Xin anh cứ tự nhiên." Hồng tiếp "Mai lại nghe *Mùa Thu Chết* nhá!"

Người thanh niên xốc lại sợi dây da quảng vai bước ra cửa, nói với lại:

"Cô Hồng đọc xong cuốn *Đa-ghết-tăng Của Tôi* chưa?"

"Còn mấy trang nữa. Mai tôi trả được không?"

"Mai tôi sẽ cho cô mượn *Con Tàu Trắng* của Ai-ma-tốp. Tuyệt vời!"

Hồng đứng dậy tiễn khách ra cửa.

"Cám ơn!"

Chờ khách đi một đỗi xa, Hồng kéo cánh cửa sắt lại, quay về bàn.

"Thôi nghỉ một bữa không buôn bán gì Hồng nghe." Nam nói giọng nghịch ngợm.

"Anh định bao giàn cả ngày hả?"

"Bao thì bao sợ gì. Hồng ơi mua cái gì cho anh Thăng với anh bỏ bụng đi!"

Và quay sang tôi, Nam nói:

"Anh nán lại chút, tôi muốn mời anh. Anh là bạn của Phước vậy thì anh cũng là bạn của tôi. Sài Gòn này nhỏ xíu mà phải không anh?"

Tôi sờ tay lên ngực áo. Bao nilông đựng giấy tờ tiền bạc vẫn còn nguyên. Tôi nói:

"Hôm nay tôi cũng vừa nhận được tiền của một người bạn cũ."

"Trời ơi! Sao kỳ vậy! Vậy thì mình ăn mừng đi chớ! Mà anh có giấy bảo lãnh không?"

"Có. Có cả giấy bảo lãnh. Nhưng một người bạn bảo lãnh thì ăn nhập gì phải không?"

"Công an quận nó không chịu đâu. Phải cha mẹ bảo lãnh con cái hoặc con cái bảo lãnh cha mẹ anh chị em kìa!"

Hồng trở lại bàn:

"Anh Thăng ăn gì? Anh Nam thì em biết rồi!"

"Cô Hồng cho mì, hủ tiếu gì cũng được."

Tôi lấy bao nilông ở trong ngực ra đặt xuống bàn. Tôi mở bao thư. Những tờ giấy bạc thơm phức.

"Tiền gì vậy anh Thăng?" Hồng hỏi.

"Tiền Tây."

"Anh Nam có biết chỗ nào đổi tiền không?"

"Tôi có biết một chỗ đổi đó. Nhưng không biết ở đó có đổi đồng quan Pháp không?"

"Anh Nam hỏi giùm tôi. Tôi muốn đổi lấy vàng."

"Chi vậy? Anh tính vượt biên à?"

"Ừ. Thì cũng tính chớ."

"Sao anh không chờ chị bảo lãnh?"

"Cho tới bây giờ tôi cũng chưa rõ nhà tôi sống chết ra sao, làm sao mà chờ bảo lãnh?"

"Mà chị đi lâu chưa?"

"Lâu rồi. Cũng ba bốn tháng rồi. Chẳng lẽ ở trên biển tới ba bốn tháng!"

"Anh Thăng đừng lo." Hồng an ủi "Trước sau gì anh cũng được tin mà. Còn chuyện đổi tiền, em nghĩ là anh Phước làm được."

Tôi xếp những tờ giấy bạc bỏ vào phong bì.

"Em sẽ mua hủ tiếu Nam Vang cho anh Thăng. Còn anh Nam vẫn bò viên hay thứ khác?"

"Bò viên. Tôi chung thủy lắm."

Hồng đứng dậy đi ra cửa.

"Lại mưa nữa rồi anh Nam ơi!"

"Thôi, tôi không đói đâu." Tôi tiếp, "Cô Hồng cho tôi thêm một ly cà phê nữa."

"Đừng lo, anh Thăng! Để tôi đưa cô Hồng đi. Anh cứ ngồi đây nhâm nhi cà phê."

Ngồi lại một mình trong quán cà phê, tôi lấy thư Ma Chirac ra đọc. Rồi tôi xếp những tờ đồng quan Pháp hết theo chiều dọc lại theo chiều ngang, lại xòe cánh quạt. Tôi đưa lên mũi ngửi. Sao mà đồng tiền Tây nó thơm thế. Tôi nhớ lối tiếp chuyện của tay Thierry Rousselin. Hắn có khuôn mặt của một thanh niên vừa mới lớn, dưới chiếc đầu sói sọi của một cụ già. Hắn nói hắn chào đời ở Vientiane và có thời gian học ở Jean-Jacques Rousseau Saigon. Hắn nói hắn không quen Marguerite Chirac, nhưng hắn có biết bố của cô. Hắn hỏi tôi có ý định đi Pháp hay không? Gia đình tôi có ai ở Pháp không? Ba tôi làm gì? Tôi nói ba tôi đã chết. Hắn hỏi nhưng mà trước đó ông cụ làm gì? Tôi nói ông đi lính cho Pháp, ông là sĩ quan tốt nghiệp trường Võ bị Dar-el-Beida, đã theo chân tướng Juin đổ bộ lên Ý Đại Lợi, đã được ân thưởng Đệ Ngũ Đẳng Bắc Đẩu Bội Tinh và được tuyên dương công trạng mười hai lần trước hành quân... "Nhưng ba ông tên gì?" "Trần Lâm Thành." "Tốt nghiệp Võ bị Dar-el-

Beida năm nào?" "Tôi hoàn toàn không biết. Tất cả những gì tôi nhớ được chỉ là những câu nói của cha tôi lúc ông say rượu. Còn nữa. Ổng là bạn của ông Phan, cựu Thủ tướng của Việt Nam Cộng Hòa. Ông Phan hiện ở Mỹ. Cha tôi hồi còn sống có treo trong phòng một tấm ảnh chụp với ông Phan và những người lính Pháp..." "Ông còn giữ những tấm ảnh ấy không?" "Không. Tôi không có trong tay một thứ hình ảnh hay giấy tờ nào liên quan đến công việc của cha tôi." "Tiếc quá! Làm sao bây giờ. Nếu ông có thể chứng minh được ông cụ là người từng chiến đấu dưới lá cờ Pháp Quốc, tôi nghĩ là tôi có thể giúp ông đi Pháp nhanh chóng." "Hiện tôi có mấy đứa con ở Pháp." "Họ đang làm gì?" "Chúng nó còn đi học. Đứa lớn nhất mới mười bốn tuổi." "Nhưng chúng ở với ai?" "Với mẹ chúng." "Tại sao bà ấy không bảo lãnh ông?" "Chúng tôi đã ly dị. Và tôi đã lập gia đình với một người đàn bà khác." "Người đàn bà này hiện ở đây với ông?" "Không. Bà ấy đã vượt biên." "Nghĩa là?" "Nghĩa là tôi ở đây một mình."

Tên Thierry Rousselin này ghê thật. Sao hắn cho mình cái túi nilông đựng giấy tờ hè?

Ma Chirac. Tôi dần dần nhớ lại khuôn mặt của cô. Mái tóc ngắn, hai con mắt to xanh lơ, mũi thon nhọn, những sợi lông măng trên một khuôn mặt hồng, môi không mỏng nhưng hơi cong. "Bố tôi nói..." Cô luôn luôn giải thích mọi chuyện bằng cách nói rằng "bố tôi nói như vậy." "Bố nói căn phòng tôi ở là căn phòng mà nữ ca sĩ Dalida, người rất nổi tiếng với ca khúc Bambino một thời đã ở." "Bố tôi nói khi Dalida đến Việt Nam, cô đã ở khách sạn này và cô đã bắt khách sạn thay toàn bộ màn cửa màu hồng, hoa hồng mỗi sáng cho mỗi phòng." "Bố tôi nói bố tôi thích bài Les Feuilles Mortes. Et la mer s'efface sur le sable... les pas des amants désunis..." "Yves Montand. Ông có biết Yves Montand không? Bố tôi nói bố tôi không thích tay này. Ông chỉ thích Edith Piaf và Simone Signoret, những người phụ nữ đã làm cho Yves Montand nổi tiếng. Bố tôi nói tay này lạng quạng về chính trị lắm. Lúc theo cộng sản, lúc chống cộng sản. Cũng may, ông ta chưa bao giờ là một đảng viên cuồng tín. Tôi thì tôi thích Catherine Deneuve hơn..."

"Bố tôi nói..." Chỉ một buổi tối thôi mà Ma Chirac cho "Bố tôi nói..." nhiều quá. Bây giờ tôi mới nhớ ra như vậy. Và hết.

Như cuốn phim bị đứt và đèn trong rạp bật sáng. Những hình ảnh nhảy lạng quạng trên màn ảnh. Tiếng cửa sắt bị đập làm tôi giật mình.

"Cô Hồng ơi! Có ai trong nhà không?"

Tôi đứng dậy xếp tiền và giấy tờ vào bao nilông! Thói quen thôi.

"Cô Hồng không có nhà," tôi vừa nói vừa bước tới gần cửa, ghé nhìn ra ngoài.

"Anh Thăng. Sao anh ở đây?"

Tôi giật mình, nhận ra người gọi cửa là Phước.

"Trời. Phước hả?"

"Phước đây. Anh mở cửa cho tôi vào đi!"

Tôi nâng cái móc lên, đẩy cửa. Phước lách vào.

"Làm sao anh quen nhà này?"

"Tôi đi với Nam. Có phải Phước quen một người tên Nam không?"

"Quen gì! Bạn nối khổ của tôi đó. Nó đâu rồi anh?"

"Nam với cô Hồng đi chợ Nguyễn Thiện Thuật mua thức ăn rồi!"

Phước tự động kéo ghế ngồi xuống.

"Tôi sắp có chuyến đi."

"Lại đi?"

"Anh không đi sao? Anh được tin chị chưa?"

"Chưa. Nhưng mà..."

"Bộ anh muốn hỏi tôi sao lần gặp cũng nói chuyện đi phải không?"

"..."

"Anh không tính đi, vậy chớ anh tính ở đây luôn à?"

"Thì tôi cũng vừa tính với Nam xong. Phước, tôi đang có một món tiền!"

"Một món tiền? Như vậy là anh đã liên lạc được với chị rồi à?"

"Không. Tôi vẫn chưa có tin tức gì của nhà tôi. Nhưng,..." tôi mở bao nilông của tay Thierry Rousselin ra, "đây có thể giúp cho anh và tôi đủ chỗ trên ghe không?"

Phước nhìn những đồng quan Pháp. Anh cầm lên săm soi, lật ngược lật xuôi. Anh lấy ngón tay trỏ búng vào tờ giấy bạc, xòe những tờ giấy bạc như xòe bài và xốc lại.

"Dư sức! Dư sức! Chừng này năm người đi cũng được." Phước tiếp, "Nhưng lần này tôi đã có một chỗ trên ghe rồi. Anh không phải lo cho tôi. Tôi biết chỗ đổi lấy vàng hoặc đô. A,..." Bỗng nhiên Phước ngừng lại, cầm tờ giấy bảo lãnh của Ma Chirac lên, "cái gì đây?"

"Giấy bảo lãnh!"

"Vậy, anh đâu cần vượt biên!"

"Nhưng đây chỉ là một tờ giấy bảo lãnh thường thôi. Giữa người bảo lãnh và tôi không có liên hệ ruột thịt gì hết."

Tôi kể cho Phước nghe một chút về Ma Chirac và về sự quen biết của chúng tôi.

Phước lắc đầu:

"Vậy thì phải vượt biên thôi. Anh để tôi lo cho anh." Phước ngó chăm vào mắt tôi, "Mà anh có dám không?"

"Dám gì?"

"Dám đi với tôi không?"

"Sao không?"

"Vậy thì... thế này," Phước lẩm nhẩm tính, "bốn ngàn. Tôi lấy bốn ngàn đổi vàng mua chỗ cho anh, và thêm hai ngàn tôi muốn mượn anh mua súng. Tôi cần súng và lựu đạn..."

Phước nhét tiền vào túi, đẩy tờ giấy bảo lãnh và số tiền còn lại về phía tôi.

"Anh cứ giữ số còn lại. Tính sau. Mai tôi gặp anh. Chuyện này coi như đã xong."

Phước đưa tay đập vào ngực, chỗ túi áo có những tờ giấy bạc của tôi.

Tôi ngồi yên nhìn Phước. Tôi không chút nghi ngờ gì anh. Người đàn ông này đã một lần tha chết cho tôi. Bây giờ đây anh ta lại đang cứu tôi.

"Anh Thăng có muốn biết lâu nay tôi ở đâu không?"

"..."

"Tôi ở tù. Có bao giờ anh nghe tiếng kẻng trong nhà tù không?"

Tôi ngó Phước. Tôi không hiểu tại sao anh đổi đề tài. Chúng tôi đang nói chuyện đổi tiền và chuyện vượt biên mà. Phước ngó lại tôi. Tôi nhìn thấy anh đang cầm cái muỗng khuấy cà phê khổ lên cái phin. Tiếng động buồn bã, đặc nghẽn lại chứ không vang xa. Tôi thấy Phước nghiêng tai như lắng nghe một tiếng vọng vô hình. Thấy tôi nhìn ngạc nhiên, Phước nói:

"Trong tai tôi lúc nào cũng nghe có tiếng kẻng báo thức lúc năm giờ sáng và cả tiếng kẻng báo ngủ lúc mười giờ đêm."

"Tiếng kẻng?"

"Phải rồi, tiếng kẻng trong nhà tù. Chỗ của anh không có tiếng kẻng sao?"

"Không. Tôi không nhớ là có tiếng kẻng không. Có lẽ có..."

Phước đứng dậy thọc hai tay vào túi quần, đi ra phía cửa sắt. Anh đi thong thả, những bước chân chắc nịch. Nhìn sau lưng, tôi thấy Phước gầy hẳn so với lần anh chở tôi ra Bến Tàu trong đêm giới nghiêm. Tuy vậy, anh không có vẻ gì sa sút. Hai chân anh thẳng, vai ngang, cái cổ bự, tóc ngắn.

"Nam và Hồng đang về kìa!"

Phước nói không quay về phía tôi. Anh nâng chốt sắt lên, đẩy cửa qua một bên chờ.

"Phước. Trời ơi! Phước, mày đó hả?"

Tôi nghe tiếng Nam kêu.

"Anh Phước linh thiệt, mới nhắc là thấy ngay."

Cánh cửa sắt đóng lại. Hồng mang thức ăn đặt lên bàn.

"Tôi mua đủ thứ. Anh Phước ăn luôn cũng không hết. Hủ tiếu bò viên nè! Hủ tiếu mì nè! Mì hoành thánh nè! Bột chiên nè!..."

Chợt nhớ ra điều gì, Nam choàng vai Phước kéo lại chỗ tôi ngồi.

"À quên. Để tôi giới thiệu..."

"Khỏi!" Phước chận lại.

"Sao? Hai người quen nhau à?"

"Thì cũng phải quen đi chớ!"

"Trời ơi! Sao trái đất nhỏ gì đâu! Mà nói chuyện chưa?"

"Chuyện gì?"

"Thì gặp nhau cũng phải nói chuyện gì chớ, chẳng lẽ ngậm miệng."

"Rồi, rồi!" Tôi nói, "Tụi này nói một triệu thứ chuyện rồi!"

Hồng vào trong mang đũa muỗng ra.

"Nếu không ăn thì... sẽ nguội!"

"Thì ăn. Tôi đói lắm rồi!"

Phước cầm đũa, bưng tô mì lên.

"Anh Thăng!" Nam đẩy tô hủ tiếu Nam Vang về phía tôi. "Làm một tô cho ấm bụng!"

"Cám ơn. Bây giờ thì tôi thấy đói rồi!"

Tôi đói thật. Tôi ăn như một người sắp chết.

Phước cũng ăn nhanh. Anh đặt tô xuống sau cái và cuối cùng.

"Tôi vẫn có ý chờ anh Thăng hỏi."

"Tôi hỏi gì?"

"Anh đưa tiền cho tôi mà anh không hỏi bao giờ đi. Đi ngã nào. Ghe ở đâu?..."

"Tôi đưa tiền cho anh rồi. Tôi chờ anh nói. Nếu anh chưa nói có lẽ chuyện còn chờ. Có gì gấp đâu!"

"Tại sao anh tin tôi dữ vậy?"

"Thì cũng phải có một người nào để tin chớ." Tôi nhìn Nam cười. "Phải không?"

"Phải quá đi chứ!" Nam nói, "Lúc nãy anh nói như Tào Tháo sao bây giờ anh nói như một thanh niên mới lớn vậy?" Nam ngó tôi.

"Tôi tin Phước. Phải, tôi tin Phước vì giữa chúng tôi có một kỷ niệm lớn, mà nếu không có niềm tin thì không thể giữ được kỷ niệm ấy!"

Tôi lấy một điếu thuốc châm lửa hút. Phước cũng vậy. Anh rút một điếu ba số, gắn lên môi, tay kia anh cầm tay tôi kéo về phía anh, mồi lửa. Tôi nhìn thấy mắt Phước sáng lên. Cái ánh lửa của đầu điếu thuốc lập lòe trong mắt anh. Tôi đứng dậy.

"Cám ơn cô Hồng. Xin chào các bạn."

"Chiều mai mình gặp nhau!" Phước đứng dậy theo. "Tại đây, lúc sáu giờ!"

"Sáu giờ!" Tôi lặp lại.

Quận Cam, California Tháng 10, 1986
NGUYỄN-XUÂN HOÀNG

www.ingramcontent.com/pod-product-compliance
Lightning Source LLC
Chambersburg PA
CBHW020427030726
47495CB00006B/1690